ஒற்றன்!

ஒற்றன்!

அசோகமித்திரன் (1931 – 2017)

இயற்பெயர் ஜ. தியாகராஜன். செப்டம்பர் 22இல் செகந்தராபாத்தில் பிறந்தார். தந்தையின் மறைவுக்குப்பின் இருபத்தொன்றாம் வயதில் குடும்பத்துடன் சென்னைக்குக் குடியேறினார். மெஹ்பூப் கல்லூரியிலும் நிஜாம் கல்லூரியிலும் ஆங்கிலம், இயற்பியல், வேதியியல் படித்தார். ஜெமினி ஸ்டுடியோவில் பணிபுரிந்துவந்த இவர் *கணையாழி* மாத இதழின் ஆசிரியராகவும் பல ஆண்டுகள் பணியாற்றினார்.

1951 முதல் தமிழிலும் ஆங்கிலத்திலும் எழுதிவருகிறார். சிறுகதை, குறுநாவல், நாவல், கட்டுரை, விமர்சனம், சுய அனுபவப் பதிவு என்ற பிரிவுகளில் 60 நூல்களுக்கு மேல் எழுதியிருக்கிறார். இந்தியாவில் உள்ள அனைத்து மொழிகளிலும் சில ஐரோப்பிய மொழிகளிலும் இவரது நூல்கள் மொழிபெயர்க்கப்பட்டுள்ளன. இவருடைய படைப்புகள் இந்தியாவிலும் வெளிநாட்டிலும் பிரசுரமான பல தொகுதிகளில் இடம்பெற்றுள்ளன.

இந்தியாவிலும் வெளிநாட்டிலும் பல கருத்தரங்குகளில் கட்டுரைகள் வாசித்துள்ளார். 1973இல் அமெரிக்காவின் அயோவா பல்கலைக்கழகத்தின் எழுத்தாளர்களுக்கான சிறப்புப் பயிலரங்கில் கலந்துகொண்டவர்.

இவர் பெற்ற விருதுகளும் பாராட்டுகளும்: பாரதிய பாஷா பரிஷத் விருது (2013), சாகித்திய அக்காதெமி விருது (1996) ('அப்பாவின் சிநேகிதர்' சிறுகதைத் தொகுப்பு), தமிழ்நாடு அரசின் திரு.வி.க. விருது, என்.டி.ஆர். தேசிய இலக்கிய விருது (2012), ராம் தயாள் டால்மியா ஹார்மோனி விருது, சாந்தோம் விருது, இலக்கிய சிந்தனை விருது (1977, 1984), அக்னி அக்ஷரா விருது (1996), தேவன் நினைவு விருது, *Doctor of Letters awarded by World Academy of Art & Culture,* உறுப்பினர், தமிழ்த் திரைப்பட தகுதிச் சான்று குழு (1978-1983), ஜூரி, தேசிய திரைப்பட விழா, புதுதில்லி (1987).

அசோகமித்திரன் தனது 85வது வயதில், 23.03.2017 அன்று சென்னை வேளச்சேரியில் காலமானார்.

மனைவி: ராஜேஸ்வரி. மகன்கள்: தி. ரவிசங்கர், தி. முத்துக்குமார், தி. ராமகிருஷ்ணன்.

அசோகமித்திரனின் பிற காலச்சுவடு வெளியீடுகள்

நாவல்
- 18வது அட்சக்கோடு (கிளாசிக் வரிசை)
- யுத்தங்களுக்கிடையில்...
- மானசரோவர் (கிளாசிக் வரிசை)
- தண்ணீர் (கிளாசிக் வரிசை)
- கரைந்த நிழல்கள் (கிளாசிக் வரிசை)
- இந்தியா 1944-48
- இன்று
- ஆகாயத் தாமரை

சிறுகதை
- ஐந்நூறு கோப்பைத் தட்டுகள் (கிளாசிக் வரிசை)
- வாழ்விலே ஒரு முறை (முதல் சிறுகதைத் தொகுப்பு வரிசை)
- அழிவற்றது
- 1945இல் இப்படியெல்லாம் இருந்தது...
- இரண்டு விரல் தட்டச்சு
- அசோகமித்திரன் சிறுகதைகள் (முழுத் தொகுப்பு)
- அமானுஷ்ய நினைவுகள்

குறுநாவல்
- இன்ஸ்பெக்டர் செண்பகராமன்
- அசோகமித்திரன் குறுநாவல்கள் (முழுத் தொகுப்பு)
- மணல் (கிளாசிக் வரிசை)

கட்டுரை
- எரியாத நினைவுகள் (கிளாசிக் வரிசை)
- படைப்புக்கலை
- சில ஆசிரியர்கள் சில நூல்கள்
- ஒரு பார்வையில் சென்னை நகரம்
- ஆடிய ஆட்டமென்ன
- திரைக்குப் பின்

அசோகமித்திரன்

ஒற்றன்!

காலச்சுவடு பதிப்பகம்

அன்பார்ந்த வாசகருக்கு,

வணக்கம்.

காலச்சுவடு நூலை வாங்கியமைக்கு நன்றி.

நூலின் உள்ளடக்கம், உருவாக்கம், அட்டைப்படம் இன்ன பிற அம்சங்கள் பற்றிய உங்கள் கருத்துகளையும் ஆலோசனைகளையும் காலச்சுவடு வரவேற்கிறது. தகவல், எழுத்து, வாக்கியப் பிழைகள் தென்பட்டால் அவசியம் தெரிவித்து உதவுங்கள். நூல் தயாரிப்பில் கடும் குறைபாடு இருப்பின் மாற்றுப் பிரதி உங்களுக்குக் கிடைக்கக் காலச்சுவடு ஏற்பாடு செய்யும்.

மின்னஞ்சல்: **publisher@kalachuvadu.com**

காலச்சுவடு நாகர்கோவில் அலுவலகத்திற்குக் கடிதம் அனுப்பலாம்.

தங்கள்
எஸ்.ஆர். சுந்தரம் (கண்ணன்)
பதிப்பாளர் — நிர்வாக இயக்குநர்

ஒற்றன்! ♦ நாவல் ♦ ஆசிரியர்: அசோகமித்திரன் ♦ © ராஜேஸ்வரி, தி. ரவிசங்கர், தி. முத்துக்குமார், தி. ராமகிருஷ்ணன் ♦ முதல் பதிப்பு: நவம்பர் 1985 ♦ காலச்சுவடு முதல் பதிப்பு: டிசம்பர் 2005, பதினெட்டாம் பதிப்பு: மார்ச் 2025 ♦ வெளியீடு: காலச்சுவடு பப்ளிகேஷன்ஸ் (பி) லிட்., 669 கே.பி. சாலை, நாகர்கோவில் 629001

oRRan! ♦ Novel ♦ Ashokamithran ♦ © Rajeswari, T. Ravishankar, T. Muthukumar and T. Ramakrishnan ♦ Language: Tamil ♦ First Edition: November 1985 ♦ Kalachuvadu First Edition: December 2005, Eighteenth Edition: March 2025 ♦ Size: Demy 1 x 8 ♦ Paper: 18.6 kg maplitho ♦ Pages: 192

Published by Kalachuvadu Publications Pvt.Ltd., 669 K.P. Road, Nagercoil 629001, India ♦ Phone: 91-4652-278525 ♦ e-mail: publications@kalachuvadu.com ♦ Printed at Print Point Offset Printers, Nagercoil 629001

ISBN: 978-81-89359-24-9

03/2025/S.No.198, kcp 5651, 18.6 (18) ass

ஒரு நிமிடம்

இப்புனைகதை நூலைப் படைத்து அமைப்பு தருவதற்குச் சுமார் பத்து ஆண்டுகளுக்கும் அதிகமாகத் தேவைப்பட்டிருக் கிறது. ஆனால் இப்போது படிக்கும்போது எல்லாப் பகுதி களையும் நேற்றே எழுதிமுடித்த மாதிரிதான் இருக்கிறது.

இப்படைப்பை வகைப்படுத்துவதில் சிறிது தயக்கம் இருக்கத்தான் செய்தது. தமிழுக்குப் புதிதான அந்த அமைப் புக்கு ஓரளவு அருகாமையில் இருக்கும் புனைகதை வடிவம் நாவல்தான் – ஒரு நாயகன், ஒரு களம் (ஐக்கிய அமெரிக்கா), ஒரு காலகட்டம் *(1973–1974).*

இந்த நூல் சாத்தியமாவதற்கு ஸ்தாபன ரீதியில் அயோவா பல்கலைக்கழகத்துக்கும் போர்டு பவுண்டேஷனுக்கும் நான் நன்றி தெரிவிக்க வேண்டுமென்றாலும் என் நன்றிக்கு உரியவர் களாக ஏராளமானவர்கள் பலவண்ண மேனியிலும் உருவத்தி லும் உயரத்திலும் மனதில் தோன்றுகிறார்கள். மனமிருந்தால் யாவரும் கேளிர் என்பதுதான் எவ்வளவு சத்தியமானது!

அசோகமித்திரன்

சென்னை,
அக்டோபர் *1985*

○

இந்த ஒரு நிமிடத்தை நீட்டிக்க இன்னும் தேவையில்லை என்றே தோன்றுகிறது.

அசோகமித்திரன்

மே *1999*

முன்னுரை

'ஒற்றன்!' உருவான கதை

செப்டம்பர் 1973இல் ஒரு நாள் எங்கெங்கோ அலைந்து திரிந்துவிட்டுப் பகல் ஒரு மணிக்கு வீடு திரும்பினேன். "நீங்கள் உடனே சிகாகோ போக வேண்டுமாம்," என்று வீட்டில் சொன்னார்கள். எனக்கு முதல் ஆச்சரியம் அந்தப் பெயரை எப்படி ஞாபகம் வைத்துக்கொண்டிருந்தார்கள் என்று. அப்போது வீட்டில் தொலைபேசி கிடையாது. வெளியே மருந்துக் கடைக்குப் போய்ப் பேசலாம். ஆனால் யாரிடம் கேட்பது? வந்த மனிதன் ஒழுங்காகப் பெயர், முகவரி விட்டுச் சென்றிருக்கலாம். எனக்குச் சம்பந்தம் இல்லை என்று உடனே மறந்தும் விட்டேன். இரு நாட்கள் கழித்து அமெரிக்காவிலிருந்து ஒரு கடிதம். கூடவே ஐம்பது டாலருக்கு ஒரு காசோலை. அமெரிக்கா பற்றி என்னைவிட அதிகம் தெரிந்தவர் எஸ்.கிருஷ்ணன். அப்போது அவர் பணிபுரிந்த இடத்தின் பெயர் யூஎஸ்ஐஎஸ்.

"உன்னை அமெரிக்காவில் ஓரிடத்தில் அழைத்திருக் கிறார்கள். ஆனால் ஒரு விஷயம் புரியவில்லை. நீ மாதக் கணக்கில் அங்கிருக்க வேண்டும் என்றிருக்கிறது. எனக்குத் தெரிந்து அப்படியொரு திட்டம் கிடையாது. விசாரித்துச் சொல்கிறேன்."

ஒரே நாளில் விசாரித்துச் சொல்லிவிட்டார். அயோவா சிடி என்ற இடத்தில் நான் ஏழு மாதங்கள் இருக்க வேண்டும். நான் அங்கு அக்டோபர் முதல் தேதியன்று எதிர்பார்க்கப்படு கிறேன்; தாமஸ் குக் என்ற நிறுவனம் மூலம் பயணச்சீட்டு ஏற்பாடு செய்யப்பட்டிருக்கிறது.

அந்த நாளில் ஒரு ஐ.ஏ.எஸ். அதிகாரி கையெழுத்திட்டால் பாஸ்போர்ட் பத்து நாளில் வாங்கிவிடலாம். அம்மை மற்றும் மஞ்சள் சுரத்திற்குத் தடுப்பு ஊசி போட்டுக்கொண்டு இரு

வாரம் காத்திருக்க வேண்டும். பெட்டி 20 கிலோவுக்கு மேல் இருக்கக்கூடாது.

சந்தித்தவர்கள் சொன்ன யோசனை எல்லாம் கேட்டுக் கொண்டு இரண்டு ஜதை ஜோடு, இரண்டு கம்பளி, இரண்டு ஸ்வெட்டர், நான்கு டை, நான்கு சாக்ஸ், மிகப் பத்திரமாகப் பொட்டலம் கட்டப்பட்ட ரசப்பொடி எல்லாவற்றையும் அந்தக்கால சூட்கேஸ் ஒன்றில் அடைத்துக்கொண்டு அக்டோபர் 6ஆம் தேதி சென்னையிலிருந்து கிளம்பினேன்.

நான் எடுத்துச் சென்ற சாமான்களில் ரசப்பொடி மட்டும் பயன்படுத்த முடிந்தது. மற்றதெல்லாம் வீண் சுமை. சென்னை ஸ்வெட்டர் அயோவா சிடியில் வெயில் காலத்தில் போட்டுக் கொள்ளலாம். ஒழுங்காகச் சட்டை, துணிமணி எடுத்துப்போக வில்லை. கைக்குட்டை எடுத்துப்போகவில்லை. அந்த நாளில் அமெரிக்கா போனவர்கள் சென்னையில் அதிகம் இல்லை. விமான நிலைய வரி என்று ஒன்றிருக்கிறது என்றுகூட யாரும் சொல்லவில்லை. நான் டில்லியில் நள்ளிரவில் திண்டாடி னேன். தலைக்குக் குல்லாய் கிடையாது.

இப்படித்தான் நான் அமெரிக்கா போனேன். ஏழு மாதம் அங்கிருந்தேன். எனக்குத் தெரிந்த சமையலைச் சமைத்துக்கொண்டு சமாளித்தேன். எனக்கு மனிதர்கள் பிரச்சனையாக இருக்கவில்லை. நிறையவே மனிதர்கள். கறுப்பு, சிவப்பு, மஞ்சள், மாநிறம், கண்ணைப் பறிக்கும் வெள்ளை. ஆங்கிலம் தெரிந்தவர்கள், தெரியாதவர்கள், கொஞ் சம் தெரிந்தவர்கள், நிரம்பப் படித்தவர்கள், படித்தவர்கள் போலப் பாவனை செய்பவர்கள். ஆனால் துக்கம், சங்கடம் என்று வந்தபோது எல்லாரும் ஒரே மாதிரிதான் இருந்தார்கள். நான் மெத்தத் தெரிந்தவன் என்று என்னிடம் யோசனை கேட்க வரும்போது எனக்குக் கூச்சமாக இருக்கும். நான் ஒவ்வொரு கணமும் அவர்களிடமிருந்துதான் பாடம் கற்றுக் கொண்டிருக்கிறேன் என்று அவர்களுக்குத் தெரியாது.

நான் அமெரிக்கா பற்றி எழுதுவதாகவே இல்லை. அன்று பயணக் கட்டுரைகள் ஒவ்வொரு பிரபல பத்திரிகை யிலும் தொடராக வெளிவந்துகொண்டிருந்தன. புதுடில்லி ஸ்பான் பத்திரிகை என்னை அயோவா குறித்து ஒரு கட்டுரை கேட்டது. நான் எனக்குத் தெரிந்த ஆங்கிலத்தில் கட்டுரை எழுதி அனுப்பிவைத்தேன். அதைச் சிறுகதை என்று அப்பத் திரிகை வெளியிட்டது. 'ஒற்றன்!' பிறந்தான்.

'ஒற்றன்!' நாவலில் எல்லாருமே அப்பாவிகள். எல்லா ருக்கும் அயோவா சிடி வெளியூர், வெளிநாடு. எல்லாருக்குமே

பெரிய எதிர்காலம் கிடையாது. அவர்களேதான் உருவாக்கிக் கொள்ள வேண்டும். எனக்குத் தெரிந்து பாதிப்பேர் அமெரிக்காவிலேயே தங்கிவிட்டார்கள். எனக்கு அன்றும் இன்றும் நம் நாடுதான் என் இருப்பிடமாகத் தோன்றுகிறது.

'ஒற்றன்!' முதல் வடிவத்தில் பன்னிரண்டு அத்தியாயங்கள்தான் கொண்டிருந்தது. இப்போது இன்னும் இரு அத்தியாயங்கள் உள்ளன. ஒவ்வொரு அத்தியாயமும் அதனளவில் பூரணமாக இருக்க வேண்டும் என்று நினைத்து எழுதப்பட்டது. இந்த வகை நூலுக்கு ஏராளமான முன்மாதிரிகள் உள்ளன.

'ஒற்றன்!' இருபது ஆண்டுகளுக்கு முன்பு வெளிவந்த போது இருக்கும் சுவடே தெரியாமல் வருடக்கணக்கில் கட்டுக் கட்டாக இருந்தது. எனக்கு நர்மதா இராமலிங்கத்தைப் பார்ப்பதற்கே கூச்சமாக இருக்கும். இப்போது இது 'காலச் சுவடு' பதிப்பாக வெளிவருவதற்கு முக்கியக் காரணம் முனைவர் ஆ. இரா. வேங்கடாசலபதி. இது நிஜ ஒற்றர்கள் காலம். இரகசிய காமெராக்களோடு இயங்கும் காலம். 'ஒற்றன்!' மறுபிரவேசத்திற்கு உகந்த காலமாகவும் இருக்கும் என்று நம்புகிறேன்.

சென்னை   **அசோகமித்திரன்**
23.12.2005

(காலச்சுவடு பதிப்பிற்காக எழுதிய முன்னுரை)

ஒன்று

விமான நிலையத்தில்

'எமிக்ரேஷன்' க்யூவில் நின்றுகொண்டிருந்தேன். எந்த நாட்டை விட்டும் சில மணி நேரமே வெளியே போவதாக இருந்தால்கூட இந்த எமிக்ரேஷன் சோதனை முடியவேண்டும். விமான நிலையம் வந்து ஒரு மணி நேரத்திற்குள் நான் ஏகப்பட்ட க்யூக்களில் நின்று வெளியேறியாயிற்று. கொழும்புவிலிருந்து சென்னை பறந்து வர ஒரு மணி நேரம். ஆனால் கொழும்பு நகரத்திலிருந்து விமான நிலையம் வரக் குறைந்தது ஒன்றரை மணி நேரம் வேண்டும். அதன் பிறகு இந்தக் க்யூக்கள் . . .

ஜன்னலிலிருந்து நான் ஐந்தாவது நபர். அந்த நான்கு பேரும் இன்னும் பலரும் கோஷ்டிகோஷ்டியாக இலங்கைக்கு வந்தவர்கள். ஐரோப்பியர்களுக்கும் பிற வசதி படைத்த தேசத்தவர்களுக்கும் இலங்கை ஒரு விசேஷமான சுற்றுலா நாடு. இதற்கு முன் நின்ற க்யூக்களில்கூட நான் இரண்டாவது நபராக இருப்பேன். ஆனால் எனக்கு முந்தைய ஆள் ஒரு கத்தை டிக்கெட்டுகளை அவனுடைய சகாக்களின் சார்பில் கொண்டுவந்திருப்பான். நான் இரண்டாவது ஆளாக இருந்தாலும் உண்மையில் இருபது பேர்களுக்குப் பின்னால் நிற்பது மாதிரி. ஆனால் எமிக்ரேஷன் மட்டும் தனித்தனியாகத் தாண்ட வேண்டிய இடம்.

எனக்கு முன்னால் நின்ற ஐரோப்பியனுக்கு மிகப் பெரிய உடல். அவன் முதுகில் உலக வரைபடத்தைத்

தெளிவாக எழுதி விடலாம். அவன் முன்னால் நின்றவளும் தாராளமாகவே வளர்ந்திருந்தாள். வயது? முப்பதிலிருந்து அறுபது வரை எது வேண்டுமானாலும் இருக்கலாம். அவள் விசேஷமான அலங்காரம் ஏதும் செய்து கொள்ளவில்லை. கோஷ்டியாகச் சுற்றுலா வருபவர்களுக்கு இது ஒரு சௌகரியம். அயல்நாட்டுக்கு வந்தாலும் அவர்களுடைய மனிதர்களென எப்போதும் பதினைந்து இருபது பேர் உடனிருக்கிறார்கள். அவர்களுக்குள் புதிதாக அலங்காரம் செய்துகொண்டு எந்தவித அங்கீகாரமும் பெறவேண்டாமல்லவா?

எமிக்ரேஷன் ஜன்னலில் அவளுடைய முறை வந்தது. அங்கிருந்த இரு அதிகாரிகளிடம் அவளுடைய பாஸ்போர்ட்டை நீட்டினாள். அவர்கள் பாஸ்போர்ட்டிலிருந்த அவளுடைய புகைப்படத்தைப் பார்த்தார்கள். க்யூவிலிருந்த நானும் அந்த உலக வரைபட ஆளும்கூடப் பார்க்க முடிந்தது. அவளுக்கு வெட்கம் மிகுந்து ஒரு கணம் கையால் முகத்தை மறைத்துக் கொள்வது போல நடித்தாள். வரைபட ஆள் அவளுக்கு ஆறுதலாகவும் தமாஷாகவும் ஏதோ சொன்னான். அவள் என்னைப் பார்த்து ‘என்ன செய்வது?’ என்பது போலப் புன்னகை புரிந்து தோளைக் குலுக்கிக் கொண்டாள். அவள் வேறு க்யூக்களில் என்னைக் கவனித்திருக்க வேண்டும். வரைபட ஆளிடம் ஏதோ சொல்ல, அவன் திரும்பி என்னைப் பார்த்துப் புன்னகை புரிந்தான். நானும் எல்லாமே ஒரு வேடிக்கை என்று தெரிவிப்பது போலக் கண்களை உயர்த்தினேன். இதற்குள் ஜன்னல் அதிகாரிகள் பாஸ்போர்ட்டில் இருந்த புகைப்படம், பிற தகவல்கள் எல்லாம் அந்த அம்மாளுடையதுதான் என்று முடிவு செய்திருந்தார்கள். எண்ணற்ற முத்திரைகள் கொண்ட அந்த பாஸ்போர்ட்டில் இன்னொரு முத்திரை குத்தினார்கள். விமான ‘போர்டிங் கார்’டிலும் ஒரு முத்திரை குத்தினார்கள். அவள் பாஸ்போர்ட்டை வாங்கி உடனே கைப்பைக்குள் போட்டுக்கொண்டாள். அவளுடைய புகைப்படத்தை இன்னும் யாரும் பார்த்து விடக் கூடாது என்கிற அவசரம்.

ஜன்னலில் என் முறை வர இன்னும் இரு நிமிடங்கள் பிடிக்கும். நான் என் பாஸ்போர்ட்டில் என் புகைப்படத்தைப் பார்த்துக்கொண்டேன். ஏழு வருடங்கள் முன்னால் எடுத்த படம். அப்போது எனக்கும் அந்தப் புகைப்படத்தைப் பார்க்க மிகவும் வெட்கமாக இருந்தது. ஆனால் வேறு படம் எடுக்க அப்போது நேரம் இல்லை. அதுவே என் பாஸ்போர்ட்டில் நிரந்தரத்தன்மை பெற்று விட்டது.

இன்று அதைப் பார்க்கும்போது அது அவ்வளவு ஒன்றும் மோசம் இல்லை என்று தோன்றிற்று. ஏழாண்டுகள் முன்பு

என் தலையில் நிறையவே மயிர் இருந்திருக்கிறது. முகம் இவ்வளவு ஒட்டிப்போகவில்லை. இருந்த ஒன்றிரண்டு சுருக்கங்களும் லேசானவை. ஏழாண்டுகள் வாழ்க்கையில் மிக நீளமான பகுதி. அதற்குள்தான் எவ்வளவோ நடந்துவிடுகிறது. என்னென்னவோ நடந்துவிடுகிறது. வயது ஆகஆக ஒருவன் முகத்தில் அவன் முகம் மட்டும் தெரிவதில்லை. அவனுக்குத் தெரிந்து பிரிந்தவர்கள், உறவுகள், இழப்புகள், அன்பு, கோபம், மரணம், பயம், வியாதி, விரோதம், வேலை போய்விடுவது, வேலை கிடைத்துவிடுவது, சந்தேகம், குழந்தைகள் பிறப்பது, குழந்தையால் பலவிதப் புதுப் பொறுப்புகள், பிரச்னைகள், கெட்ட கனாக்கள், எதிர்பார்ப்புகள், ஏமாற்றங்கள், அவமானங்கள், ஊருக்கே பொதுவான ஆபத்துக்கள், புயல், வெள்ளம், ரேஷன் கார்டு தொலைந்துவிடுவது, கழுத்து சுளுக்கிக்கொண்டு விடுவது, அடுத்த தெருவில் படுகொலை, தேர்தல்கள், துப்பாக்கிச் சூடு ... எல்லாம் தெரிகின்றன. இள வயதில் அவ்வளவு தெரிகிறதில்லை. அதனால்தான் அப்போது எடுத்த புகைப்படம் அழகாக இருப்பதுபோலத் தோன்றுகிறது. ஆனால் எந்தப் புகைப்படமும் அதை எடுத்த நாளில் திருப்தி தருவதில்லை. அது அழகாக மாற அந்த மனிதனுக்கு வயது கூடவேண்டியிருக்கிறது. ஆனால் பெண்களுக்கு அப்படி இல்லை போலிருக்கிறது. அவர்களை எப்போது எடுத்த புகைப்படமும் அவர்களுக்குத் திருப்தி தராது போலிருக்கிறது.

ஜன்னலில் என் முறை வந்தது. பாஸ்போர்ட்டை நீட்டினேன். அந்த இரு அதிகாரிகளுக்குக்கூட என் புகைப்படத்தைப் பார்க்க வெட்கமாக இருந்தது போலிருக்கிறது. தடால்புடாலென்று முத்திரைகளைக் குத்தினர். அந்த ஜன்னலிலிருந்து வெளியேற மிகக் குறுகிய பாதை. அங்கிருந்து விலகி, பயணிகள் இறுதியாக விமானம் ஏறுவதற்கு முன் காத்திருக்க வேண்டிய லவுஞ்சு ஒரு ராட்சஸத் திமிங்கிலத்தின் உட்புறம் போல இருந்தது. நான் திமிங்கிலத்தின் உட்புறத்தைப் பார்த்ததில்லை. ஆனால் ஏனோ அப்போது திமிங்கிலத்தின் நினைவுதான் வந்தது.

அந்தத் திமிங்கிலத்தின் வயிற்றில் நூற்றுக்கும் மேலாகப் பயணிகள். அதோடு ஐந்தாறு கடைகள். சுங்கவரி விதிக்கப் படாத கடைகள். ஜெர்மன் அல்லது அமெரிக்கப் பணம் உங்களிடம் இருந்தால் அந்தக் கடையில் பரிசுப் பொருள்களும், செண்ட் வகைகளும், விஸ்கி மற்றும் உயர் ரக சிகரெட்டுகளும் வாங்கலாம். எது வாங்கினாலும் ஒரு பகட்டான பிளாஸ்டிக் பையில் போட்டுத் தருவார்கள். அந்தப் பை ஒரு பெருமைச் சின்னம். நான் பெருமையில் அக்கறை கொள்ளாமல் ஒரு நாற்காலியில் உட்கார்ந்தேன். உட்கார்ந்த பிறகுதான்

தெரிந்தது – எனக்கு நேர் எதிரான நாற்காலிகளில் அந்த ஐரோப்பிய மாதும் பேரகல முதுகு ஆளும் உட்கார்ந்திருந்தார்கள்.

அவர்கள் என்னை அடையாளம் கண்டுகொண்டு புன்னகை புரிந்தார்கள்.

நான் அவள் முகத்தைக் கூர்ந்து கவனித்தேன். அவளுடைய முகம் புகைப்படத்திற்கு ஏற்ற முகமே அல்ல. அவள் நல்ல சிவப்புதான். கண்பார்வைக்கு அவளை அழகி என்று கூட நினைக்கக்கூடும். ஆனால் புகைப்படம் தோலின் வண்ணத்திற்குச் சலுகை காட்டுவதில்லை. அவளுடைய பாஸ்போர்ட் என்றென்றைக்கும் அவளுக்கு வெட்கமூட்டும்.

நீ வெட்கப்படுவதைத் தவிர்க்கவே முடியாது என்று சொல்லத்தான் விரும்பினேன். ஆனால் அப்போது என்னால் முடிந்ததெல்லாம் ஒருவித வருத்தத்தோடு புன்னகை புரிவதுதான்.

இரண்டு

படகுப் பயணம்

காப்பி சாப்பிடுவதற்காக மேஃப்ளிவர் கட்டடத்தின் கீழ்த் தளத்திலிருந்த சிற்றுண்டிச்சாலைக்கு வந்தேன். அது மூடியிருந்தது. ஒன்பது மணிக்குத்தான் அது திறக்கப்படும் என்று எனக்குத் தெரியாது. நான் அயோவா சிடி வந்து சேர்ந்து இன்னும் ஒரு நாள் முழுக்க ஆகவில்லை.

நான் மீண்டும் லிஃப்ட் அருகே சென்றேன். லிஃப்ட் வாசற்படி எதிரில் ஒரு சோபாவில் செய்தித்தாள் ஒரு கட்டு வைத்திருந்தது. பக்கத்தில் விற்பவர் யாரும் இல்லாத தால் நான் அதன் அருகே செல்லவில்லை.

லிஃப்ட் கதவு திறந்தது. அதிலிருந்து வெளிப்பட்ட பெண் ஓடிச்சென்று ஒரு செய்தித்தாள் பிரதி எடுத்துக் கொண்டு மீண்டும் லிஃப்டினுள் நுழைந்தாள். என்னைப் பார்த்துப் புன்னகைத்தாள். நானும் புன்னகையை ஒத்த ஒரு பாவனையை வரவழைத்துக் கொண்டேன். “நீ வரவில் லையா?” என்று அவள் கேட்டாள்.

“ஆமாம்” என்று சொல்லி நானும் லிஃப்டினுள் புகுந் தேன். அவள் ஒரு பொத்தானை அழுத்தினாள். லிஃப்ட் மேலே கிளம்பிற்று.

“பத்திரிகை ஒரு பிரதி பெற யாருக்குப் பணம் தர வேண்டும்?” என்று அவளைக் கேட்டேன்.

“நீ எடுத்துக்கொள்,” என்று உடனே அவளுடைய பிர தியைக் கொடுத்தாள்.

“இது உன்னுடையது அல்லவா? வேண்டாம்,” என்றேன். அவள் புரியாதபடி என்னைப் பார்த்தாள். “இது இலவசம்,” என்றாள்.

“என்ன?”

“யார் வேண்டுமானாலும் எவ்வளவு வேண்டுமானாலும் எடுத்துக்கொள்ளலாம். மேஃப்ளிவரில் பத்திரிகை இலவசம்.”

“இலவசமா?”

“ஆமாம். அதான் எல்லாம் சேர்த்து வாடகையில் வாங்கிக்கொள்கிறார்களே!”

முன்தினம் வந்ததும் வராததுமாக வாடகை முன்பணம் எல்லாம் சேர்த்து முந்நூறு டாலர் கட்டியிருந்தேன். பதி னைந்து சதச் செய்தித்தாள் இலவசம் என்று யாரும் சொல்ல வில்லை.

அந்தப் பெண் ஏழாவது மாடியில் இறங்கிக்கொண்டாள். லிஃப்ட் கதவு தானாக மூடிக்கொண்டு கீழிறங்க ஆரம்பித்தது. நான் பரபரப்புடன் எட்டாம் எண் பொத்தானை அழுத்தி னேன். ஆனால் லிஃப்ட் மூன்றாவது மாடிக்குச் சென்று நின்றது. லிஃப்டினுள் வெர்ஜீனியா நுழைந்தாள். “ஹலோ!” என்றாள்.

“ஹலோ,” என்றேன்.

அவள் அடித்தளத்துப் பொத்தானை அழுத்தினாள். லிஃப்ட் இப்போது மேலே கிளம்பிற்று.

“நீ கீழே போகவில்லையா?” என்று கேட்டாள்.

“நான் என் அறைக்குப் போகிறேன்,” என்றேன்.

“நீ இன்றைக்கு வரவில்லை?”

“எங்கே?”

“உனக்குத் தெரியாது? எட்டரை மணிக்கு நாமெல் லோரும் மிஸ்ஸிஸ்ஸிப்பி நதிக்குப் போகிறோம்.”

“எல்லோருமா?”

“ஆமாம். நீ தபால் பெட்டியைப் பார்க்கவில்லையா?”

“என்ன தபால் பெட்டி?”

"உன்னுடையதுதான். நேற்றே கடிதம் வந்து விட்டதே!"

"கடிதமா?"

"ஆமாம், கீழே லிஃப்டுக்குப் பக்கத்தில் வரிசையாகத் தபால் பெட்டிகள் இருக்கிறதே, தெரியாது? நமக்கு வரும் கடிதங்களை அங்குதான் பெற்றுக்கொள்ள வேண்டும்."

நேற்று எனக்கு அவளை அறிமுகம் செய்துவைத்தபோது நான் வருவதற்குச் சில மணி நேரம் முன்புதான் அவள் வந்து சேர்ந்ததாகச் சொன்னார்கள். ஆனால் அதற்குள் அங்கேயே பிறந்து வளர்ந்தவள் போலப் பேசுகிறாள்! நான் அவளோடு மீண்டும் கீழ்த்தளத்துக்கு வந்தேன்.

எனக்கான தபால் பெட்டியை இலகுவில் திறக்க முடிய வில்லை. அதன் பிடியை ஒரு எண் நேராக வைத்து இரு முறை இடதுபுறம் திருப்பி நான்கு முறை வலது பக்கம் திருப்பி மறுபடியும் ஒரு குறிப்பிட்ட எண் முன்னால் பொருத்தி வைத்தால்தான் திறக்கும். "பரவாயில்லை. நீ சீக்கிரம் போய், உடை உடுத்திக்கொண்டு கீழே வந்து சேர்," என்றாள். நான் லிஃப்டை நம்பாமல் மாடிப்படி ஏறி எட்டாவது மாடியில் உள்ள என் அறைக்கு வந்து சேர்ந்தேன்.

என் சூட்கேஸ் இன்னும் சரியாகத் திறந்து வைக்கப்படா மல் இருந்தது. பத்து வருடங்கள் முன்பு என் கல்யாணத்துக்குத் தைத்த கோட்டையும் பேண்டையும் போட்டுக்கொண்டு கண்ணாடி முன்பு பார்த்துக்கொண்டேன்.

ஜான் வந்தான். அவன்தான் அயோவா பல்கலைக்கழகத் தால் எங்களைப் பார்த்துக்கொள்ள ஏற்பாடு செய்யப்பட்ட வன். "இன்னும் தயாராகவில்லையா?" என்று கேட்டான்.

"இன்று வெளியே போகிறோம் என்று ஏன் நேற்றே சொல்லவில்லை?"

"உனக்குத்தான் கடிதம் வந்திருக்குமே?"

நான் அதற்குப் பதில் தர விரும்பவில்லை.

"இன்னும் காப்பிகூடச் சாப்பிடவில்லை," என்றேன்.

"ஏன்? உனக்கு வேண்டியது எல்லாம் நேற்றே வாங்கிக் கொடுத்தேனே?"

"பாத்திரங்கள் பண்டங்கள் சரி. நெருப்புப் பெட்டி இல்லையே?"

"நெருப்புப் பெட்டியா?"

"ஆமாம். அடுப்பை எப்படி மூட்டுவது?"

அவன் என்னைப் பார்த்த பார்வை கௌரவமாக இல்லை. அவன் சமையலறை சென்று அடுப்பின் பிடியைத் திருகினான். அது எரிந்தது. அங்கு பொருத்தப்பட்டுள்ள அடுப்புகள் மூடி வைத்தபோதுகூடச் சிறிதாக எரிந்துகொண்டிருக்கும். அப்படி எரியாமல் இருந்தால்தான் தவறு.

நான் அவசரம் அவசரமாகக் காப்பி தயாரித்து விழுங்கினேன் ... ஜான் அதே மாடியிலிருந்த இன்னும் இருவரை அழைத்துக்கொண்டு லிஃப்ட் அருகே நின்று கொண்டிருந்தான். அவர்கள் திருப்தியுற்ற முகத்தோடு இருந்தார்கள்.

லிஃப்டில் கீழே போகும்போது ஜான் கேட்டான், "எல்லோரும் ஸ்வெட்டர் கொண்டு வந்திருக்கிறீர்கள் அல்லவா?" எனக்கு அது தேவையற்றதாகப் பட்டது. என் கல்யாணத்தின்போது என் சூட்டைப் பார்த்தவர்கள் அது சென்னையைவிட சிம்லாவுக்கே ஏற்றது என்றார்கள்.

மேஃபிளவர் லவுஞ்சில் உலகத்தின் பல மூலைமுடுக்குகள் மனித பிம்பங்களாகக் கூடியிருந்தன. அவர்கள் அநேகமாக எல்லாரும் ஒருவரையொருவர் சிறிதளவாவது அறிந்தவர்களாகக் காணப்பட்டார்கள். காலம் தாழ்த்தி அயோவா சிடி வந்து சேர்ந்த நான்தான் ஒழுங்கான அறிமுகச் சந்திப்புகளைத் தவற விட்டுவிட்டேன்.

எல்லாருமாக ஒரு பஸ்ஸில் ஏறிக்கொண்டோம். பூதம் போல ஒரு உறுமல் எழுப்பி விட்டு பஸ் கிளம்பியது. பிறகு ஒரே மாதிரியான ஹூங்காரத்துடன் நெடுஞ்சாலையில் விரைந்தது.

பஸ்ஸில் மிகக் குறைந்த பேர்தான் பேசிக்கொண்டிருந்தார்கள். அந்தக் குறைந்த சப்தத்திலும் வெர்ஜீனியாவுடைய குரல் தூக்கலாகக் கேட்டது.

நான் வெளியே பார்த்தபடி உட்கார்ந்திருந்தேன். மைல் கணக்கில் பசுந்தரைப் பரப்பு ஏறி இறங்கி மனித சஞ்சாரமே அற்று இருந்தது. சாலையில் எப்போதாவது எதிர்ப்புறமாகக் கார் அல்லது டிரக் ஒன்று எங்களைக் கடக்கும். ஒரு மணி நேரம் போலப் பயணம் செய்திருந்தும் எண்ணி ஏழெட்டு வண்டிகள்கூடப் பார்க்கக் கிடைக்கவில்லை.

நெடுஞ்சாலையிலிருந்து பிரிந்து போகும் ஒரு குறுகிய வழியில் பஸ் சென்று காலை உணவுக்காக ஒரு சிறு கட்டிடத்தின் முன் நின்றது. பஸ்ஸிலிருந்து இறங்கிய பிறகுதான் வெளியுலகம் சில்லென்றிருப்பது தெரிந்தது.

எல்லோரும் அந்த உணவு விடுதியின் பாத்ரூம்களுக்குத் தான் முதலில் சென்றார்கள். நான் மட்டும் மேஜை நாற்காலிகள் இருந்த இடத்துக்குச் சென்றேன். அங்கு மொத்தமே இருபது முப்பது பேர்களுக்குத்தான் இடமிருந்தது. ஆதலால் என் மேஜையிலும் சிலர் வந்து உட்கார வேண்டியிருந்தது. எல்லாருமே பலகீனமான புன்னகையைப் பரிமாறிக் கொண்டோம்.

பளபளவென்று ஒரு பெண் ஒரு சிறு நோட்டுப் புத்தகத்துடன் எங்கள் மேஜைக்கு வந்தாள். என் முறை வந்தபோது, “வெஜிடேரியன் உணவு,” என்றேன்.

அவள் விழித்தாள்.

“இறைச்சி இல்லாத உணவு,” என்றேன்.

“சீரியல் ஃபுட் இருக்கிறது.”

“சரி.” அது என்ன என்று எனக்குத் தெரியாது.

“ஹாட் ஆர் கோல்ட்?”

நானறியாத அந்தப் பண்டம் சூடாகவே இருக்கட்டும் என்று, “ஹாட்” என்றேன்.

என் மேஜையில் இருந்தவர்களுக்கு சாண்ட்விச், முட்டை, இன்னும் ஏதேதோ வந்தன. என்னுடையது வரவில்லை.

எனக்குப் பசியோடு கவலையும் அதிகரித்தது. ஓரிருவர் சாப்பிட்டு முடித்து வெளியே சென்றுகொண்டிருந்தார்கள்.

கடைசியில் ஒரு கிண்ணத்தில் பொங்கல் போன்ற ஒன்று வந்தது. அது ஆறியிருந்ததோடு சப்பென்றும் இருந்தது.

மீண்டும் அந்தப் பெண்ணின் கவனத்தைப் பெற்றபோது, “கொஞ்சம் சர்க்கரை தரமுடியுமா?” என்று கேட்டேன்.

“சர்க்கரை தீர்ந்து விட்டதா?” என்று கேட்டபடி மேஜை மீது மூடி வைத்திருந்த ஒரு பாத்திரத்தைத் திறந்தாள். அது நிறையச் சர்க்கரை இருந்தது. அவள் சென்றவுடன் இன்னொரு பாத்திரத்தையும் திறந்து பார்த்தேன். அதில் பால் இருந்தது. பாலும் சர்க்கரையும் யார் வேண்டுமானாலும் எவ்வளவு வேண்டுமானாலும் எடுத்துக் கொள்ளலாம்.

அமெரிக்கப் பொங்கலில் பாலும் சர்க்கரையும் சேர்த்துச் சாப்பிட்டேன். மீண்டும் பஸ் கிளம்பியபோது எனக்குத் தூக்கம் வந்தது. அந்த பஸ்ஸில் எனக்குத் தெரிந்த வெர்ஜீனியா மூன்று நான்கு பேர்களோடு ஏதோ விவாதித்துக்கொண்டிருந்தாள்.

இன்னும் ஒரு மணி நேரப் பயணத்துக்குப் பிறகு பஸ் ஓரிடத்தில் நின்றது. கீழே இறங்கினோம். அக்கரையே தெரியாத மிஸ்ஸிஸ்ஸிப்பி ஆறு அங்கிருந்து சிறிது தொலைவில் தெரிந்தது. அக்கரை தெரியாததற்கு இன்னொரு காரணம் ஆற்றுப் பரப்பைப் பனிப்படலம் மூடியிருந்தது.

திறந்த வெளியில் விடுவிக்கப்பட்ட நாங்கள் ஒருவரை யொருவர் பார்த்துக்கொள்ள வேண்டியிருந்தது.

"மார்க் ட்வெயினின் மிஸ்ஸிஸ்ஸிப்பி," என்று என்னருகில் நின்றவர் சொன்னார்.

"ஆமாம்," என்றேன்.

"குளிருகிறது, இல்லை?" என்று கேட்டார்.

"ஆமாம்" என்றேன். எனக்கு இன்னும் குளிர் சரியாக உறைக்க ஆரம்பிக்கவில்லை.

"நீங்கள்தானே எகிப்திலிருந்து வந்திருக்கிறீர்கள்?"

"இல்லை, இந்தியா." என் பெயரையும் சொன்னேன்.

அவர் தம்முடைய பெயரையும் நாட்டையும் சொன்னார். நாங்கள் இருவரும் இன்னொரு சிறு குழுவை அணுகினோம்.

மாறி மாறி அறிமுகம் செய்துகொண்டோம். இருபது பேரும் கலைந்து பிரிந்து மறுபடியும் கூடநேர்ந்தபோது மறுபடியும் அறிமுகம் செய்துகொண்டோம். எங்கள் ஆங்கிலம் வெவ்வேறு விதமாகப் பழுதுபட்டதோடு வெவ்வேறு விதமான உச்சரிப்பும் கொண்டதாகவும் இருந்தது. அரை மணிக்குள் ஏகப்பட்ட அறிமுகங்கள். ஆனால் ஒரு பெயரும் சரியாக மனத்தில் நிற்கவில்லை. அவர்கள் என் பிறந்த நாட்டை மாற்றியது போல நானும் அவர்களுக்கு வெவ்வேறு தேசியங்களை அளித்தேன்.

நீக்ரோ இனத்தைச் சேர்ந்த ஓர் இளைஞன் மட்டும் தனியாக நின்றுகொண்டிருந்தான். அவனுக்குக் குளிர் தாங்க முடியாததாக இருக்க வேண்டும். என்னைப் போல அவனும் ஒல்லி. ஷர்ட்மீது கோட் மட்டும் அணிந்துகொண்டிருந்தான்.

ஜான் கைகளைப் பெரிதாக வீசிக்கொண்டு வந்தான். "வாருங்கள், போவோம்," என்றான். நாங்கள் எல்லாரும் ஆற்றங்கரையை நோக்கிச் சென்றோம். அங்கு ஒரு மோட்டார் படகு எங்களுக்காகக் காத்திருந்தது. தலைக்குக் கூரை இருந்தது

அசோகமித்திரன்

என்பதைத் தவிர மற்றபடி அதைத் திறந்த படகாகத்தான் கருதவேண்டும். முதலில் படகு விளிம்பருகில் ஓரிடத்தில் உட்கார்ந்த நான் உடனே எழுந்து நடுவில் உட்கார்ந்து கொண்டேன். என் கோட்டுக்குள் என் உடல் நடுங்கிக்கொண் டிருந்தது.

டுக்டுக்கென்று டீசல் எஞ்சின்கள் படகை முன்னே செலுத்திக்கொண்டிருந்தன. என்னிடத்தில் நான் இறுக்கி முறுக்கிக்கொண்டு உட்கார்ந்திருந்தேன். படகு ஆற்று நடுவில் செல்லச்செல்ல குளிர் விபரீதமாக அதிகரித்தது. அது எவ்வளவு ஆயிரக்கணக்கான வருடங்களாக ஓடிக்கொண்டிருக்கும் ஆறு. இலட்சக்கணக்கில் கோடிக்கணக்கில் என்று கூடச் சொல்ல லாம். நமக்குத் தெரிந்த ஒன்றிரண்டு நபர்களைக் கொண்டும் ஊர்களைக் கொண்டும் இப்படித்தான் கோடானுகோடி ஆண்டுகளாக இருந்துவரும் இயற்கைச் சின்னங்களைப் பெயரிட்டுக் குறுக்கி விடுகிறோம். பத்துக் கோடி ஆண்டுகளில் ஒரு மனிதனின் ஆயுட்காலம் எந்த மூலை?

பனிப் போர்வைக்குள் படகு புகுந்து முன்னேறிக்கொண் டிருந்தது. அடிக்கடி ஒலிக்கும் ஹார்ன் சப்தத்தின் மீதும், படகின் எஞ்சின்கள் சப்தத்தின் மீதும் என் கவனத்தை இருத்திவைக்க முயன்றுகொண்டிருந்தேன். அதனாலெல்லாம் குளிரைப் போக்கிக்கொள்ள முடியவில்லை.

படகில் இருந்தவர்கள் எழுந்து ஒரு மூலைக்குச் சென்று திரும்பித் தங்கள் இடத்துக்கு வருவார்கள். அப்போது அவர் கள் கையில் கோகோ கோலா டின் இருக்கும். அல்லது காகிதத் தம்ளர் இருக்கும். நானும் அந்த மூலைக்குச் சென் றேன். அங்கு ஜான் ஒரு ஐரோப்பியருடன் உட்கார்ந்து பேசிக்கொண்டிருந்தான். அவனருகில் நிறைய அட்டைப் பெட்டிகள் இருந்தன. என்னைப் பார்த்து, "என்ன சாப்பிடு கிறாய்?" என்று கேட்டான்.

"என்ன இருக்கிறது? எனக்கு நீ சொல்லவில்லையே?"

"எது வேண்டுமோ எடுத்துக்கொள். கோக், செவன் அப், ஒயிட் வைன், ரெட் வைன் ..."

"காப்பி?"

"அது அக்கரையில்தான்."

நான் முகத்தைக் கடுமையாக வைத்துக்கொண்டு ஒரு அட்டைப் பெட்டியில் அடுக்கி வைத்திருந்த செவன்அப் டின்களில் ஒன்று எடுத்துக்கொண்டேன்.

ஜான் கோபத்தை உணர்ந்திருக்க வேண்டும். "இதுதான் கஜுகோ. ஜப்பான். இது பிரௌன். அவர் மனைவி. போலந்தி லிருந்து."

நான் கை குலுக்கினேன். அங்கு உட்காருவதற்கு இடம் இல்லை. செவன்அப் குவளையை எடுத்துக்கொண்டு என் இடத்துக்கு வந்தேன். எனக்கு அடுத்த முன் பெஞ்சில் அந்த நீக்ரோ இளைஞன் உட்கார்ந்திருந்தான். நான் அவன் பக்கத்தில் உட்கார்ந்துகொண்டு, "ஹலோ," என்றேன்.

அவனும், "ஹலோ," என்றான்.

என் பெயரைச் சொன்னேன். அவன் பதிலுக்கு "வெண் டுரா," என்றான்.

"உனக்கும் குடிக்க ஏதாவது வேண்டுமா? படகின் பின்புறத்தில் பானங்கள் இருக்கின்றன."

அவன் புரியாதபடி விழித்தான்.

நான் மறுபடியும் ஒவ்வொரு சொல்லாக உச்சரித்தேன். அவன் நன்றி உணர்ச்சியுடன் புன்னகை புரிந்துவிட்டு எழுந்து சென்றான். சிறிது நேரம் கழித்துக் காகிதத் தம்ளருடன் என் பக்கத்தில் வந்து அமர்ந்தான்.

"ஒயின். ரெட் ஒயின்," என்று சொல்லிப் புன்னகை புரிந்தான். "எனக்கு ரொம்பப் பிடிக்கும்."

"நான் இந்தியாவிலிருந்து வருகிறேன்."

அவன் புன்னகை புரிந்தான். நான் மீண்டும், "நான் இந்தியா. நீ எங்கிருந்து வருகிறாய்?"

"பிரேஜில்."

"ரொம்பப் பக்கம்தான்."

அவன் விழித்தான். நான் மறுபடியும், "அப்படி என்றால் நீ அருகில் இருப்பவன்," என்றேன்.

"இல்லை, வெகு தூரம்."

"எப்படிச் சொல்கிறாய்? உன் ஊர் இங்கிருந்து இரண் டாயிரம் மைல் இருக்குமா?"

அவன் சட்டென்று பதில் சொல்லவில்லை. சிறிது நேரத்தில் எனக்கு அவனுடைய அபரிமிதமான மௌனத் துக்கும் புன்னகைக்கும் காரணம் புரிந்தது. அவனுக்கு ஆங்கி லம் அதிகம் தெரியாது.

படகு அக்கரை போவதற்குள் என்னால் குவளையைச் சரியாகப் பிடிக்க முடியாதபடி குளிரிக்கொண்டிருந்தது. வெண்டுரா இன்னொரு முறை சென்று ஒயின் எடுத்துக் கொண்டு வந்தான்.

அந்த அக்கரை உணவு விடுதியும் சிறிய இடம்தான். அந்த வேளையில் நான் அங்கு "சீரியல் ஃபுட்" என்று கேட்டபோது எங்கள் மேஜைக்குப் பரிமாற வந்த இளைஞனுக்கு வியப்பாக இருந்தது. பகல் உணவு வேளையின்போது அங்கு யாரும் பொங்கல் சாப்பிட மாட்டார்கள் போலிருக்கிறது.

அங்கு சீரியல் ஃபுட் இல்லை. அதற்குப் பதிலாக ஒரு அட்டைப் பெட்டி நிறைய கார்ன்ஃபிளேக்ஸ் கொண்டுவந்தான். நான் பாலை விட்டுக்கொண்டு அந்த அமெரிக்கப் பொரியைச் சாப்பிட்டேன். அங்கு காப்பி என்று கொடுத்ததை இரு தம்ளர்கள் குடித்தேன்.

எல்லாரும் மீண்டும் ஆற்றங்கரைக்கு வந்தோம். இதற்குள் நான் ஐந்தாறு பேரைத் தெரிந்து வைத்துக்கொண்டிருந்தேன். ஹங்கேரியிலிருந்து வந்த பெண்மணி பல இந்திய எழுத்தாளர்களைத் தெரிந்தவளாக இருந்தாள். நான் பகல் வேளைக்குக் கார்ன்ஃபிளேக்ஸ் தின்றதைக் கேட்டு மிக்க அனுதாபத்துடன் சிரித்தாள். இன்னும் ஆறு மாதக் காலத்துக்கு ஸ்வெட்டர் இல்லாமல் வெளியே கிளம்பக்கூடாது என்றாள்.

இம்முறை படகில் ஏறிக்கொண்டபோது வெண்டுரா அவனாகவே என் பக்கத்தில் வந்து உட்கார்ந்துகொண்டான்.

படகு அதன் நீண்ட பயணத்தை மேற்கொண்டது. பனி முழுக்க அகன்றுவிட்டது. வெண்டுரா இரு கைகளாலும் தன் தலையைப் பிடித்துக்கொண்டான். சிறிது நேரத்துக்குப் பிறகு எனக்கு அவனைப் பார்க்கப் பயமாக இருந்தது. ஆனால் அவன் என்னைப் பார்த்து இலேசாகப் புன்னகைத்தான். "ரொம்பக் குளிர்," என்றான்.

நான் 'ஆமாம்' என்று சொல்லத் தேவைப்படவில்லை.

படகு நட்டாற்றில் சென்றுகொண்டிருந்தது. என்ன பைத்தியக்காரத்தனம் என்று என்னை நானே திட்டிக்கொண்டிருந்தேன். என்ன தைரியத்தில் இப்படி வெளிநாட்டுக்கு வந்திருக்கிறேன்! சரியாகச் சாப்பாடு கிடையாது. இங்குள்ள நெளிவு சுளிவுகளைச் சொல்லத் தெரிந்தவர்கள் கிடையாது. மனம் விட்டு சுக துக்கங்களைப் பரிமாறிக்கொள்ள ஆள் கிடையாது. குளிரோ பிராணனை வாங்குகிறது. இங்கே

பக்கத்தில் ஒரு குடிகாரன். அவனுக்கு முப்பது வயதுகூட இருக்காது. அவனுடைய ஊரில் அவன் மிகவும் புகழ்பெற்ற கவிஞனாக இருக்கக்கூடும். எப்போதும் அவனைச் சுற்றிப் பத்துப் பேர் இருந்துகொண்டு பேசிச் சிரித்து உற்சாகமாக இருக்கக்கூடும். இங்கே அவனுக்குக் கிடைத்ததெல்லாம் நான்தான். எனக்கு அவனுடைய போர்ச்சுக்கீசிய மொழி தெரியாது. எனக்குத் தெரிந்த தமிழும் ஆங்கிலமும் அவனுக்குத் தெரியாது.

அவன் சாய்ந்து கண்களை மூடிக்கொண்டு ஒரு முறை ஏப்பம் விட்டான். காகிதக் குவளையில் இருந்த சிவப்பு ஒயினை ஒரேயடியாக வாயில் செலுத்திக்கொண்டு விழுங்கி னான். மீண்டும் மீண்டும் ஏப்பம் விட்டான். அப்புறம் விக்கலும் தொடங்கிவிட்டது.

நான் சிறைபிடிக்கப்பட்டவன் போல உட்கார்ந்திருந் தேன். "ஜான்! ஜான்!" என்று கத்தினேன். ஆனால் படகு இஞ்சின்கள் சப்தத்தில் அது அவனுக்குக் கேட்டிருக்க முடியாது.

கடைசியாக அது நிகழ்ந்தேவிட்டது. வெண்டுரா மீண்டும் தலையைப் பிடித்துக்கொண்டான். அவன் எழுந்து நிற்க முயற்சி செய்துகொண்டிருக்கையிலே அவன் வயிற்றிலிருந்தது எல்லாம் வாய் வழியாகப் பீறிட்டு வந்தது.

என் கல்யாண சூட்டைப் பொருட்படுத்தாமல் அவன் தோள்களைப் பிடித்துக்கொண்டேன். மிஸ்ஸிஸ்ஸிப்பி அக் கரை உணவுச்சாலையில் அவனுக்குப் பிடித்த உணவு நிறைய இருந்திருக்கவேண்டும். அவை எல்லாம் உருமாறி என் மீதும், என் காலடியிலும் பரவிக் கிடந்தன.

விஷயம் தெரிந்து ஜான் ஓடி வந்தான். மீண்டும் அவனி டத்துக்கு ஓடிச்சென்று கை நிறையக் காகிதக் கைக்குட்டைகள் எடுத்துவந்தான். எனக்குக் குளிர் பறந்தோடிவிட்டது.

நான் ஏழெட்டுக் கைக்குட்டைகள் வாங்கிக்கொண்டேன். ஜானும் நானும் ஒருவரையொருவர் பார்த்துக்கொண்டோம். அவன் வேண்டாம் என்றுதான் சொன்னான். ஆனால் நானும் அவன்கூடப் படகின் தரையைச் சுத்தம் செய்யத் தொடங்கினேன். நனைந்த கைக்குட்டைகளை ஒரு சிறு அட்டைப் பெட்டிக்குள் போட்டோம். வெண்டுரா நிராதர வாகச் சாய்ந்து கிடந்தான். நான் அவன் வாயையும் முகத்தை யும் துடைத்தேன்.

படகு கரையை அடைந்தது. எல்லாரும் வெளியேறினார்கள். ஒரு கம்பத்தருகில் வைக்கப்பட்ட குப்பைத் தொட்டிக்குள் நானும் ஜானும் அந்த அட்டைப் பெட்டியைத் திணித்தோம். மிஸ்ஸிஸ்ஸிப்பி ஆற்று நீரில் கைகளைக் கழுவிக்கொண்டோம். இதற்குள் வெண்டுரா மெதுவாக நகர்ந்து படகின் ஓரத்தில் வந்து நின்றுகொண்டிருந்தான். நானும் ஜானும் அவனைப் பிடித்துக் கரைக்கு அழைத்து வந்தோம்.

காலையில் நாங்கள் கிளம்பி வந்த பஸ் காத்திருந்தது. இப்போது ஜான் என்னுடனேயே இருந்தான். எங்களுக்குள் பேசிக்கொள்ள நிறைய விஷயம் இருந்தது. பஸ் அயோவா சிடியை நோக்கி விரைந்துகொண்டிருந்தபோது அவனே எழுந்து எனக்குக் கோகோ கோலா கொண்டுவந்தான்.

மேஃபிளவர் கட்டடம் வந்தடைந்த பிறகு எல்லாரும் அவரவர் அறைக்கு ஓடினார்கள். என்னுடையது கடைசி மாடி. எல்லாருக்கும் பிறகுதான் என் அறைக்குப் போக முடிந்தது. அதுவரை ஒழுங்காக இருந்த எனக்குத் திடீரென்று மூச்சுத் திணற ஆரம்பித்தது. பாத்ரூம் சென்று வாஷ்பேசினைப் பிடித்துக்கொண்டேன். என் வயிறும் என் வாய் வழியாகக் காலியாகிக்கொண்டிருந்தது.

அறைக் கதவைத் தட்டும் சப்தம் கேட்டது. நான் முகத்தைத் துடைத்துக்கொண்டு கதவைத் திறந்தேன். வெண்டுரா நின்றுகொண்டிருந்தான்.

"என்ன?" என்றேன்.

அவன் என்னையே பார்த்தபடி நின்றான்.

"உள்ளே வாயேன்," என்றேன்.

"வேண்டாம்," என்று தலையசைத்தான். பிறகு ஒவ்வொரு சொல்லாக, "ஐ ஆம் வெரி சாரி," என்றான். இதைச் சொல்லிவிட்டு உடனே திரும்பிச் சென்றுவிட்டான்.

மூன்று

கவிதை வாசிப்பு

சரியான வழி ஜிம்முக்குத் தெரியவில்லை என்று எனக்குத் தெரிந்துவிட்டது. அது அயோவா மாநிலத்தின் தலைநகரமான டெமாயின் நகரம். ஜிம் பஸ்ஸை நேராகப் போகச் சொன்னான். இடது பக்கம் திரும்பு என்றான். திரும்பிய உடனேயே வலப் பக்கம் போ என்றான். சுற்றிச்சுற்றி ஊருக்கு வெளியே இருந்த நெடுஞ்சாலை ஒன்றை அடைந்துவிட்டோம். டெமாயின் நகரத்தில் மூன்று மணிக்கு எங்களை ஓரிடத்திற்கு ஜிம் அழைத்துப் போக ஏற்பாடு. மணி இப்போது மூன்றரை. நாங்கள் எங்கே இருக்கிறோம் என்று புரியவில்லை. இதில் திகிலூட்டு வது ஜிம்முக்கே நாங்கள் எங்கே இருக்கிறோம் என்று புரியாதது. நான் அமெரிக்கா சென்றடைந்து ஒரு வாரமே ஆகியிருந்தபடியால் சூழ்நிலை சுற்றுப்புறம் பற்றிய அறி யாமை என்னிடம் ஓர் அசாதாரண அமைதி நிலவ வழி செய்தது. ஆனால் பஸ்ஸில் இருந்த இதர எழுத்தாளர்கள் பதற்றமடைவது போலத் தெரிந்தது. நாங்கள் போகப் போகும் நிகழ்ச்சியின் முக்கியத்துவம் எனக்குச் சிறிதும் தெரியாததால் பஸ் நகரத்தைச் சுற்றிச் சுற்றி வருவது எனக்கு மகிழ்ச்சியே அளித்தது. எல்லாம் தெரிந்தால் மட்டும் என்ன? நான் சாதாரணமாகவே தடுமாற்றம் கொண்டவன். இதோ எல்லாம் தெரிந்த ஜிம் அவனுக்கு இக்கணத்தில் தெரிய வேண்டிய ஒரு விவரம் தவிர,

மற்றெல்லாவற்றிலும் அசகாயசூரனாக இருக்கக்கூடும். அவன் எங்களை டெமாயினின் மூலை முடுக்குக்கெல்லாம் இழுத்துச் செல்கிறான்.

ஒருவன் தொடர்ந்து திண்டாடுவது ரசிக்கத்தக்கதல்ல. ஜிம் எப்படியாவது எங்களை அழைத்துச் செல்லும் இடத்தையும் அதற்கான வழியும் தெரிந்துகொள்ள வேண்டுமே என்று நினைத்துக்கொண்டேன். அது நிறைவேற நான்கு மணியாயிற்று. முற்றும் முழுதுமாக ஒரு மணி நேரம் கால தாமதம். அழைத்தவர்கள் விருந்தினர்கள் எல்லாரும் கோபத்தோடு அசடு வழிந்தார்கள். அந்த இடம் சென்றடைந்த பிறகுதான் எனக்குத் தெரிந்தது என்ன விஷயம் என்று. டெமாயின் நகரத்துப் பிரமுகர்கள் இருநூறு பேர் இந்த சர்வதேச எழுத்தாளர்களின் கவிதை வாசிப்பு நிகழ்ச்சிக்கு ஏற்பாடு செய்து ஒருமணி நேரமாகக் காத்துக்கொண்டிருந்தார்கள்!

எங்கள் குழுவிலிருந்து ஒவ்வொருவராக மேடையேறி வெவ்வேறு மொழியில் கவிதை வாசித்தார்கள். நான் கவிஞனல்லதான். ஆனால் முன்பே விஷயம் தெரிந்திருந்தால் ஒரு மாதிரிச் சமாளித்திருப்பேன். இப்போது நிராதரவாக உணர்ந்தேன். நிகழ்ச்சிக்கு ஏற்பாடு செய்திருந்த டெமாயின்காரர் ஒருவரிடம் என்னிடம் கவிதை ஒன்றும் கைவசமில்லை என்றேன். அவர் திடுக்கிட்டு என்னைப் பார்த்தார். பதிலேதும் சொல்லவில்லை. ஆதலால் நான் இன்னொருவரிடம் சென்று "பெருமதிப்புக்குரியீர், எனக்கு விஷயமே தெரியாது. ஆதலால் என்னை விட்டு விடுங்கள்," என்றேன். அவர் சொன்னார், "ஐயா, இவ்வளவு பேரும் உங்களுக்காகவே இரண்டு மணி நேரமாகக் காத்துக்கொண்டிருக்கிறோம். எதற்காக? உங்கள் குரலைக் கேட்பதற்காக. உங்கள் மொழிக் கவிதையைக் கேட்பதற்காக. உங்களைக் கௌரவிப்பதற்காக."

"எவ்வளவோ பேர் அதோ மேடைக்குச் சென்று கௌரவம் பெற்று வருகிறார்கள்! அவர்கள் நன்றாகவே கௌரவம் பெற்று வருகிறார்கள். நான் ஒருவன் இல்லாது போனால் என்ன? என் குரலுக்கு ஒரு கௌரவமும் தர முடியாது."

"ஐயய்யோ, அப்படிச் சொல்லாதீர்கள். அதோ அங்கே காத்துக் கிடக்கிறார்கள், அவர்களை ஏமாற்றாதீர்கள். எங்களை ஏமாற்றாதீர்கள், என்னை ஏமாற்றாதீர்கள்!"

நான் என்னிடத்திற்கு ஓடிச்சென்று மூளையைக் குடைந்து கடைந்து ஒரு ஞானக்கூத்தன் கவிதையை 'அன்று வேறு கிழமை' எனக்கு நினைவுக்கு வந்த வரை நினைவுபடுத்திக் கொண்டு எனக்குத் தெரிந்த ஆங்கிலம் வரை ஆங்கில

வடிவம் கொடுத்தேன். என் பெயர் அழைக்கப்பட்டு, என் சாதனைகள் சற்று மிகையாகவே அறிமுகமாகக் கூறப்பட்ட பிறகு நான் மேடைக்குச் சென்று ஆங்கிலத்திலேயே கவிதையை வாசித்தேன். நாய் ஒன்று பாடைக்கடியில் பதுங்கிப் போகிறது. பாடையைத் தூக்கிப் போகும் நால்வர் நான்கு திசையிலும் நாயை உதைக்க முயல்கின்றனர். கிழக்கு, மேற்கு, வடக்கு, தெற்கு ... அவர்கள் அறிந்த மொழியில் கவிதை படித்தேன் என்ற காரணத்தினாலா, நாயினாலா, பிணத்தினாலா, பிணந்தூக்கிகளினாலா, தெரியவில்லை; டெமாயின் காரர்கள் பலத்த கரகோஷம் செய்தார்கள். வார்த்தைக்கு வார்த்தை, வரிக்கு வரி கவிதையைப் பாராட்டினார்கள். என்னையே ஒரு மகாகவியைப் பார்ப்பது போலப் பார்த்தார்கள். இவ்வளவுக்கும் நான் முன்னாலேயே அவர்களிடம் கூறியிருந்தேன், கவிதை என்னுடையது அல்ல, நான் கவிஞன் அல்ல, இந்தக் கவிதை என் நண்பருடையது என்று.

இதற்குப் பிறகுதான் விபரீதம் நிகழ்ந்தது. பல்வேறு நாடுகளிலிருந்து வந்திருக்கும் கவிஞர்கள் இப்போது அவரவர் மொழியில் பாட்டுப் பாடுவார்கள் என்று டெமாயின் நகரத்தார் அறிவிப்பு செய்தார். காது செவிடாகும்படி ஆரவாரம். எங்கள் குழுவிடமிருந்துகூட. நான் கிலியில் நடுங்கி ஒடுங்கினேன். ஆனால் விருந்தாளிகள் அழைத்தவர்களைவிட மிக உற்சாகமாக மேடைமீதேறிப் போதும்போதும் என்கிற வரையில் வெவ்வேறு சுருதியில், குரலில், கூக்குரலில் பாடினார்கள். என் முறை வந்தபோது நானும் அரை நிமிஷம் பாடிவிட்டு இறங்கினேன்.

அன்றிரவு நாங்கள் எல்லாரும் ஒரு ஹோட்டலில் தங்கவேண்டியிருந்தது. அறைக்கு இருவர். என் அறையைப் பகிர்ந்த எழுத்தாளனிடம் நான் ஒரு இரகசியத்தைப் பகிர்ந்து கொள்ள நினைத்தேன். "உனக்குத் தெரியுமா? நான் பாட்டேதும் பாடவில்லை. எங்கள் தமிழ் மொழியின் முப்பது எழுத்துக்களைத்தான் நான் ராகம் போட்டுப் பாடினேன்."

அவன் வியப்படைந்ததாகத் தெரியவில்லை. "அப்படியா? நானல்லவா அப்படிச் சமாளித்ததாக நினைத்துக்கொண்டிருந்தேன். நானும் எங்கள் மொழி எழுத்துக்களைத்தான் பாட்டாகப் பாடினேன்."

நான்கு

பூண்டு

ரெப்ரிஜரேட்டரைத் திறந்தவுடன் கொஞ்சநஞ்சம் இருந்த தூக்கக் கலக்கமும் மறைந்துவிட்டது. என் நண்பன் அறைக் கதவைத் தட்டினேன். மூன்றாம் முறையாகத் தட்டியதை வெறும் தட்டல் என்று கூற முடியாது. கதவு திறந்தது. அந்த இருப்பிடத்தை நானும் அவனுமாகப் பகிர்ந்துகொள்ளத் தொடங்கியதிலிருந்து எல்லாக் காலைப் போதிலும் அவன் அணியும் சாம்பல் நிற பிளானல் சட்டை யோடு அவன் என்முன் நின்றான்.

"என்னது?" என்றான். அவன் கண்கள் இன்னும் முற்றிலும் அகலாத தூக்கத்தால் தழைந்திருந்தன.

"இதைப் பார்." ரெப்ரிஜரேட்டரைச் சுட்டிக் காட்டி னேன்.

"என்ன?"

"பூண்டு."

"என்ன பூண்டு?"

"பூண்டு. உன்னுடைய வெள்ளைப் பூண்டு."

திறந்திருந்த ரெப்ரிஜரேட்டர் தட்டுகளிடையில் அவனுடைய மூக்கை நீட்டிவிட்டு முகத்தை விலக்கிக் கொண்டான். "என்ன பூண்டு?" என்று மீண்டும் கேட்டான்.

ரெப்ரிஜரேட்டரின் ஒவ்வொரு மூலைமுடுக்கிலும் அந்த நாற்றம் தூக்கியடிப்பதை யாரும் உணராமல் இருக்க முடியாது.

"என்ன பூண்டா? ரெப்ரிஜரேட்டரில் வைத்திருக்கும் எல்லாவற்றையும் குட்டிச்சுவர் ஆக்கியிருக்கிறது!"

"ஒரு பூண்டும் இல்லை. நான் பூண்டு ஒன்றும் உள்ளே வைக்கவில்லை."

"பின் யார் வைத்தார்களாம்? நான் பூண்டே தொடுவது கிடையாது."

"நானும்தான். ஒரு நாற்றமும் இல்லை."

அவன் திரும்பி அவனுடைய அறைக்குச் சென்று கதவைப் பலமாக இழுத்து மூடிக்கொண்டான்.

சண்டை ஆரம்பிப்பதற்கு முன்னமேயே தோற்றுவிட்ட வன் என்று அறிவிக்கப்பட்டவன் போல நான் நின்றேன். அயோவா சிடியில் நான் இன்னும் இருக்க வேண்டிய நாட் களெல்லாம் இந்த ஆசாமியுடனும் அவனுடைய பூண்டுடனும் எப்படிக் காலம் தள்ளப்போகிறேன்?

அட்டைப் பெட்டியிலிருந்து முந்தைய தினப் பால் சிறியதை ஒரு பாத்திரத்தில் விட்டுக் காயவைத்தேன். ஒரு முழுத் தம்ளர் தண்ணீரையும் சேர்த்து மீண்டும் கொதிக்க வைத்தேன். பொங்கி வந்த பாலை ஒரு பெரிய கோப்பையில் கொட்டினேன். ஒரு கரண்டி நெஸ்கபே போட்டுக் கலந்து நிறையச் சர்க்கரையும் சேர்த்துக்கொண்டேன். காப்பியை வாயில் வைத்தேன். அந்தப் பூண்டு நாற்றம் இன்னமும் இருந்தது.

இப்போது அவனும் சமையலறைக்குள் வந்து அவனு டைய இருப்புச் சட்டியை அடுப்பின் மீது வைத்தான். அந்த அடுப்பில் நான்கு எரிவாய்கள் இருந்தன. நாங்கள் ஆளுக்கு இரண்டாகப் பயன்படுத்திக்கொண்டோம். ரெப்ரிஜ ரேட்டரை அவன் திறந்தபோது அவன் முகத்தையே பார்த்த படி இருந்தேன். ஆனால் அதே கடுமையான முகத்துடன் அவன் இறைச்சிப் பொட்டலத்தை எடுத்தான். அதிலிருந்து ஒரு பெரிய வில்லையை எடுத்து இருப்புச் சட்டி மீது வைத்தான். அது சீக்கிரமே சுருங்கி, படபடத்து, எண்ணெயைக் கசிந்தது. ஒரு பக்கம் கிட்டத்தட்டத் தீய்ந்துபோன தருணத்தில் அந்த வில்லையைத் திருப்பிப் போட்டான். அது மேலும் பொரிந்து படபடத்தது. அதை எடுத்து அவனுடைய தட்டில் வைத்துக்கொண்டான். ரொட்டி வில்லைகள் சிலவற்றை எண்ணெய்ப் பசையில் சூடாக்கிக்கொண்டான். என் எதிரே

அவனுடைய காலை உணவை உண்ண உட்கார்ந்துகொண்டான்.

நான் காலை நேரத்தில் ஏதும் உண்பதில்லை. எழுந்தவுடன் ஒரு கப் காப்பிதான் சாப்பிடுவேன். அதுவும் என் வயிற்றைச் சங்கடப்படுத்தத் தொடங்கியிருந்தது. அப்போதுதான் கடையில் என்னைப் போலல்லாமல் நன்றாகத் தடிமனாக உள்ளவர்கள்கூட வேறு மாதிரியான பால் பெட்டியை எடுத்துப் போவதைப் பார்த்தேன். (அமெரிக்காவில் பால், கடைகளில் அட்டைப் பெட்டியில் கிடைக்கும்.) அது கொழுப்பு அகற்றப்பட்ட பால். அன்றிலிருந்து கொழுப்பு அகற்றப்பட்ட பால்தான் என் பிரதான உணவாக இருந்தது.

அவன் தினம் அந்த இறைச்சித் துண்டோடு கோப்பை கோப்பையாகப் 'பச்சை டீ' குடித்தான். கடைசியாக ஒரு பெரிய தம்ளர் நிறையப் பாலைக் குடிப்பான். அமெரிக்கா சென்றடைந்த முதல் நாட்களில் ஒவ்வொரு கணமும் புதுமையாகவும் புதுக் கண்டுபிடிப்பாகவும் இருந்தபோது நானும் அவனும் மிகச் சிறிய விஷயங்களைக்கூடச் சிரித்துப் பரிமாறிக் கொண்டிருக்கிறோம். உதாரணமாக அவனுடைய 'பேகன்' இறைச்சி. அவன் தினம் காலை அதையே உண்டதற்குக் காரணம் அவனுக்கு அதைத் தவிர வேறெதையும் சமைக்கத் தெரியாது. எனக்கும் காபி ஒன்றுதான் சுமாராகத் தயாரிக்கத் தெரியும். ஆதலால் நானும் அதையே குடித்துக் கொண்டிருந்தேன். இப்போது அதுவும் தொலைந்தது. பூண்டு வாசனை கொண்ட காபியை யார் குடிப்பார்கள்?

கழுவும் தொட்டியில் காப்பியைக் கொட்டிவிட்டுப் பாத்திரங்களை அப்படியே வைத்துவிட்டு எழுந்தேன். அந்த இருப்பிடத்தில் என் அறைக்குப் போன பிறகுதான் நானும் சமையலறைக் கதவைத் தடாலென்று இழுத்து மூடினேன் என்று உணர்ந்தேன்.

நாங்கள் எல்லாரும் அந்த அக்டோபர் மாதம் அயோவா சிடியை அடைந்து சில நாட்களுக்கெல்லாம் மிஸ்ஸிஸ்ஸிப்பி நதியில் படகு சவாரிக்காக அழைத்துச் செல்லப்பட்டோம். தாமதமாகக் குழுவில் நான் சேர்ந்துகொண்டிருந்தேன். நாங்கள் ஆண்களும் பெண்களுமாக இருபது பேர் இருந்தோம். எங்கள் பெயர் அறிமுகம் ஒரே குழப்பமாக இருந்தது. எப்போதும் வாய் கிழியப் புன்னகை ஒன்றைத் தரித்துத் திரும்பத் திரும்ப ஒவ்வொருவருடைய பெயரையும், அவர் வந்த நாட்டின் பெயரையும் விசாரித்தவண்ணம் இருந்தோம்.

பெரு நாட்டைச் சிலி என்றும், பிரேஜில் நாட்டை ஆர்ஜெண்டீனாவென்றும், சீனக் குடியரசை மக்கள் சீனக்

குடியரசு என்றும் தப்பும்தவறுமாகச் சொல்லி வந்தோம். இந்தோனீஷியக்காரர் எப்போதும் பேசிப் பொழிந்தவண்ணம் இருந்தார், அது யாருக்கும் புரியாதுபோனால்கூட. ஏதாவது சந்தர்ப்பம் கிடைத்தால் சிலர் பாட்டுப் பாடினார்கள். சிலர் நடனம் ஆடினார்கள். அவர்கள் பெருமைக்காகவல்ல; மொழி தெரியாதவர்களுக்கு அதுவாயினும் புரிய வைக்கத்தான். என்னைப்பற்றி யாரும் தவறு செய்யவில்லை.

கறுப்புத் தோலும், கறுப்புத் தலைமயிரும் நான் இந்திய நாட்டுக்காரன் என்பதை என் முகத்தில் எழுதி ஒட்டியிருந் தன. ஆனால் என் பெயரோ கீழை நாட்டவர் என மேலை நாட்டவர் என இரு சாராருக்கும் அடங்காத புதிராக இருந் தது. நான் இதைத் தவிர்க்க என் பெயரைக் கொட்டை எழுத்தில் எழுதி அவர்களுக்குக் காட்டுவேன். அதுவும் பலனளிக்கவில்லை. எப்படி எப்படியோ இருந்த எழுத்துச் சேர்க்கையை அவர்களால் எளிதில் படித்து உச்சரிக்க முடிந் தது. ஆனால் என் பெயரை யாருக்கும் என் பெயராகச் சமா ளிக்க இயலவில்லை.

அடுத்த வாரம் நாங்கள் எல்லாரும் டெமாயின் என்னும் நகரத்திற்குச் சென்றோம். அங்குதான் நானும் அவனும் நெருங்கிப் பழக நேர்ந்தது. அவன் ஆசியாவின் ஒரு கோடியி லிருந்து வருபவன். நான் இன்னொரு கோடி. நாங்கள் இரு வருமே உரைநடைக்காரர்கள். நாங்கள் எப்போதும் சேர்ந்தே உட்கார்ந்தோம், சேர்ந்தே உணவருந்தினோம். நாங்கள் எல்லாரும் ஒரு ஹோட்டலில் தங்க நேர்ந்தபோது ஒரே அறையைப் பங்கிட்டுக்கொண்டோம்; ஏர்—கண்டிஷன் சாத னத்தின் விசைகளை மாற்றிமாற்றித் திருப்பினோம். ஹோட் டல் அறையில் செலுத்தப்பட்ட 'சானல்' சங்கீதத்தைக் கேட்டோம். அங்கு இருந்த டெலிவிஷன் இயந்திரம் மட்டும் நாங்கள் என்ன செய்தும் இயங்கவில்லை. அதற்குத் தனி விசை ஏதாவது இருந்திருக்க வேண்டும். அது எது எங்கே என்று தெரியாததால் மீண்டும் 'சானல்' சங்கீதத்தையே கேட்டோம். அறையில் ஒரு பருமனான விவிலிய நூல் இருந் தது. கிடியன் ஸ்தாபனத்தாருடையது. நாங்கள் விவிலியத்தைப் படித்தோம். பேசினோம். அவன் சொன்னதெல்லாம் நான் அங்கீகரித்தேன். நான் சொன்னதற்கெல்லாம் அவனும் சரி என்றான்.

நாங்கள் அயோவா சிடி திரும்பிய பிறகு எங்கள் பல்கலைக் கழகத் தலைவருக்கு ஒரு சிறு சங்கடம் ஏற்பட்டது. ஐரோப்பா விலிருந்து ஒரு எழுத்தாளர் தம்பதியர் வரவேண்டும். அவர் களுக்கு இருப்பிடம் காலியில்லை. ஏற்கெனவே வந்திருப்பவர்

களில் இருவர் ஒரே இருப்பிடத்தில் குடிபுகுந்தால் காலியா வதை அந்த ஐரோப்பியத் தம்பதியருக்குத் தரலாம். அவருக்கு யாரை எப்படிக் கேட்பது என்று தெரியவில்லை. எங்களிடம் இது தெரிவிக்கப்பட்டபோது உடனே என் நண்பன் இருப் பிடத்தைப் பகிர்ந்துகொள்ளத் தயக்கமில்லை என்று நான் கூறினேன். பொதுவாகவே நாங்கள் முக்கால்வாசி நேரம் சேர்ந்தே இருந்தோம். ஒரே இருப்பிடத்தில் இருந்தால் போயிற்று. நான் என் அப்பார்ட்மெண்டைக் காலி செய்து அவனுடையதில் குடிபுகுந்தேன்.

அந்தக் கட்டடத்தின் எல்லா இருப்பிடங்களுமே இருவர் குடியிருக்க வசதியாகக் கட்டப்பட்டதுதான். இருவருக்கும் ஒரே மாதிரி வசதிகள் இருப்பது போலத் தோன்றினாலும் ஒரு பகுதிக்குச் சில கூடுதல் சௌகரியங்கள் உண்டு. ஒருவர் அறைக்கு இரு அலமாரிகள். இன்னொருவருக்கு மூன்று. இருவருக்கும் பொதுவான சமையற்கட்டிலும் சில வேறுபாடு கள். ஆளுக்கு இரு பரண்கள். ஆனால் ஒருவருடைய பரண் ரெப்ரிஜரேட்டருக்கு மேலே. நிஜமாகவே உயரமான ஆள் தான் அதை முழுமையாகப் பயன்படுத்த முடியும். ஆனால் நான் பொருட்படுத்தவில்லை. யாராவது ஒருவர் சிறிது சிரமப் படத்தான் வேண்டும். எங்களிருவரில் நான்தான் உயர மானவன்.

ரெப்ரிஜரேட்டர் இருவருக்கும் பொது. அதில் என்னு டைய பால், காய்கறி, வெண்ணெய் மட்டும் வைத்திருந்தேன். வெண்ணெய் எனக்கு ஒத்துக்கொள்ளவில்லை என்று தூக்கி யெறிந்துவிட்டேன். சிறிது தயிர், பழரசம். அவன் எனக்குச் சற்றும் விளங்காத பல பொருள்களை வைத்திருந்தான். வித விதமான இறைச்சி வகைகள். புரியாத மொழியில் பெயர்கள் ஒட்டப்பட்ட புட்டிகள். அவன் நாட்டு ஊறுகாய்களாக இருக்கக்கூடும். கஷாயம் போன்ற சில திரவங்கள்; ஒன்று இறைச்சியை வேக வைத்துத் தயாரித்தது என்று கூறியிருந்தான். ஒரு காலத்தில் இறைச்சியைப் பார்த்தாலே எனக்கு வயிற்றைக் கலக்கும். ஆனால் பாதிக்கு மேல் விதவிதமான ஜந்துக்கள் நிறைந்த ரெப்ரிஜரேட்டரை நான் பகிர்ந்துகொண்டிருக்கி றேன்! ஆனால் பொட்டலமாகக் கட்டப்பட்ட இறைச்சி எந்த நாற்றமும் கிளப்பவில்லை. அதுவும் பூண்டைப் போல.

❍

‘பசி ஒரு நல்ல பயிற்சி’ என்று தன் 1926ஆம் ஆண்டு வாழ்க்கையைப் பற்றி 1956இல் ஹெமிங்வே கூறினான். நான் அன்று பல்கலைக்கழகத்திலிருந்து பிற்பகல் என் அப்பார்ட்

மெண்டுக்குத் திரும்பியபோது அந்தப் பயிற்சி என்னிடம் பரிபூரணமாக இருந்தது. எனக்கு அமெரிக்க ஹோட்டல்களில் ஒழுங்கான சைவ உணவு கிடைக்கப்பெறத் தெரியவில்லை. அவர்களுடைய 'பை' மிகவும் இனிப்பாக இருந்தது. ஐஸ்கிரீம் தாங்கமுடியாத குளிர்ச்சி கொண்டிருந்தது. சாதம் வடிக்கத் திரும்பத்திரும்பப் பாடுபட்டேன். அடியில் பிடித்துக்கொள் ளும்; மேலே வெந்திருக்கும், உள்ளே அரிசியாகவே இருக்கும். எந்த அளவு தண்ணீர் விட்டுச் சமைப்பது என்பது எனக்கு விளங்காப் புதிராக இருந்தது. அடுப்பு ஜுவாலையை ஏற்றித் தணிக்க முடியும் என்பதைக் கற்றுக்கொள்ளவில்லை. ஆதலால் பழரசத்தையே காலை, பகல், மாலை குடித்தேன். கண்ட நேரமெல்லாம் காபி குடித்தேன். இன்றும் சாதம் வடித்துக் களி போன்ற ஒரு உருண்டையைத் தட்டில் போட்டுக் கொண்டு உட்கார்ந்தேன். தயிர்க் கிண்ணத்திற்கு அழுத்தமான மூடியிருந்தது. ஆதலால் அதில் எந்த நாற்றமும் வரவில்லை. ஆனால் அந்தக் கிண்ணத்தின் வெளிப்புறம் ஒரே பூண்டு நாற்றமாக அடித்தது. தட்டில் தயிரைக் கவிழ்த்துக்கொண்டு கிண்ணத்தை மூலையில் வைத்தேன்.

என்னுடைய உபவாச உணவை அருந்தி முடித்த பிறகும் சமையலறை மேஜையிடமே உட்கார்ந்திருந்தேன். எனக்கு எப்படிச் சமைக்கத் தெரியாதோ அதே போலத்தான் அவனும். என்னைப் போன்று அவனும் அமெரிக்காவுக்குப் புதுசு. என்னைப் போலவே அவனும் அவன் ஊர்க்காரர்களுக்கும் சாப்பாட்டுக்கும் ஏங்கிப் போயிருப்பான். இன்று பிற்பகல்கூட அவன் சமைக்க வந்தால் அதே இறைச்சி வதக்கலைத்தான் அவன் தயாரிப்பான். கடையில் வெவ்வேறு வகை இறைச்சிப் பொட்டலங்களைப் பார்த்தபோது உற்சாகத்தில் அத்தனையும் வாங்கி ரெப்ரிஜரேட்டரை நிரப்பி வைத்தான். ஆனால் பயன்படுத்தப்படாமல் இதற்குள் அவை பாழாகிப் போயி ருக்கும்.

அவனும் சமையலறைக்கு வரத்தான் செய்தான். என்னைப் பார்த்து, "ஹல்லோ," என்றான். பிறகு இருப்புச் சட்டியும், இறைச்சி வில்லையும், ரொட்டித் துண்டுகளும் எடுத்து வைத்தான்.

"இன்று உன்னைப் பல்கலைக்கழகத்தில் காணவில் லையே?" என்றேன்.

"நான் போகவில்லை. எனக்கு ஒரு அயல்நாட்டு போன் வந்தது."

"உன் குடும்பத்தாரிடமிருந்தா?"

"ஆமாம்."

என் மனைவியுடன் நான் உள்ளூர் டெலிபோனில் பேசுவதுகூட என்னால் கற்பனை செய்து பார்க்க முடியாது. சென்னையில் எங்கள் வீட்டிற்கு மிக அருகில் இருந்த டெலிபோனுக்கே ஒரு பர்லாங்கு நடக்க வேண்டும். அவள் அங்கே போய்ச் சென்னை எக்ஸ்சேஞ்சைக் கூப்பிட்டு அங்கிருந்து இன்னொன்று இன்னொன்று என்று கடைசியாக அயோவா சிடியிலுள்ள என்னோடு தொடர்பு கிடைத்தால் கூட நாங்கள் இருவரும், "ஹலோ, நீதானா?" என்றுதான் கேட்டுக்கொண்டே இருப்போம்.

"நீ காலையில் ரொம்பக் கோபம் கொண்டவன் போல இருந்தாய்," என்று அவன் சொன்னான்.

"விட்டுத் தள்ளு."

"நான் ஒன்றும் வெள்ளைப்பூண்டு வைத்திருக்கவில்லை."

"இப்போது அந்தப் பிளாஸ்டிக் டப்பியில் இருப்பது என்ன?"

"எது?"

"உன் புட்டிகள் எல்லாவற்றிற்கும் பின்னால் இருப்பது."

"அதுவா? ஜே கொடுத்தான். இந்த ஊரில் என் நாட்டுக்காரன். அவன் ஒருவனைத்தான் எனக்குத் தெரியும்."

"அதைக் கொஞ்சம் அழுத்தி மூடி வைக்கக்கூடாதா? அதுதான் பூண்டு ரசாயனம் போல இருக்கிறது."

"அதில் பூண்டே கிடையாது."

நான் அவனோடு மேற்கொண்டு விவாதிக்கவில்லை.

அவனுடைய சாப்பாட்டை முடித்துவிட்டு அவன் ரெப்ரிஜரேட்டர் அருகே சென்றான். அந்தப் பிளாஸ்டிக் டப்பியைக் கையில் எடுத்தான். அவனிடம் இப்போது ஒரு தயக்கம் தெரிந்தது.

"நான் சொன்னது சரிதானே?" என்றேன்.

அவன் உடனே ஆவேசத்துடன் அந்த டப்பியில் உள்ளது எல்லாவற்றையும் கழுவும் தொட்டியில் கொட்டினான். தொட்டியின் இரு குழாய்களையும் திறந்து தண்ணீர், சுடுநீர் இரண்டும் பீறியடிக்க வைத்தான்.

நான் கலவரத்துடன், "என்ன செய்கிறாய்?" என்றேன்.

"இது உனக்குக் கோபமூட்டினால் நான் இதை இனிமேல் சாப்பிடப் போவதேயில்லை."

"நீ அதைச் சாப்பிடக்கூடாது என்று நான் சொல்லவில் லையே!"

ஆனால் எல்லாம் சாக்கடையில் வழிந்துகொண்டிருந்தது. இப்போது சமையலறை முழுக்கப் பூண்டு நாற்றம் தூக்கிய டித்தது. நான் ஒரு ஜன்னல் கதவைத் திறந்தேன். அவன் இன்னொன்றைத் திறந்தான். அந்தச் சங்கட நிலையிலும் நாங்கள் இருவரும் எதிரெதிராக உட்கார்ந்திருந்தோம். இரு வருமே எங்களுடைய அரைகுறை உணவை முடித்தாகிவிட் டது. இருவரும் சமையலறையில் உட்கார்ந்திருந்தோம். இருந் தாலும் அந்நேரத்தில் எங்கள் மனதில் உணவைக்காட்டிலும் வேறெதுவும் விலகியிருந்திருக்க முடியாது. எனக்கு மீண்டும் பசியெடுக்கும் என்றே தோன்றவில்லை, அன்று நிகழ்ந்ததற்குப் பிறகு.

"நாடகத்திற்கு உனக்கு டிக்கெட் கிடைத்ததா?" என்று கேட்டேன்.

"'காபரே' நாடகத்திற்கா?"

"ஆமாம்."

"கிடைத்தது. உனக்கு?"

"எனக்கும் கிடைத்தது."

"ஆனால் டாக்ஸி நாமேதான் ஏற்பாடு செய்துகொள்ள வேண்டும் என்று சொன்னார்கள்."

"உனக்குத் தெரியுமா அந்தத் தியேட்டர் எங்கு இருக்கிற தென்று?"

"தெரியாது."

"எனக்குத் தெரியும். நாம் சுலபமாக நடந்தே போய் விடலாம்."

வாழ்க்கையில் எங்களுக்குள் பேச இருப்பதெல்லாம் பேசித் தீர்த்தாகிவிட்டது போலிருந்தது. சமையலறை ஒரேயடி யாகக் குளிரத் தொடங்கியது. நான் எழுந்து என் பக்கமிருந்த ஜன்னலை மூடினேன். அவனும் அவன் பக்கமிருந்த ஜன் னலை மூடினான். மீண்டும் மௌனமாக ஒருவரையொருவர் பார்த்தபடி உட்கார்ந்தோம்.

பேச்சை நானே துவக்க விரும்பவில்லை. நானே முதலில் எழுந்து போகவும் விரும்பவில்லை. அவன் எழுந்து போவதற்

காகக் காத்திருந்தேன். அவன் நகரவில்லை. வெகு நேரத்திற்குப் பிறகு, "சிலருக்குத்தான் எல்லாவிதக் கஷ்டங்களும் வந்து சேருகிறது," என்றான்.

"யாருக்குத்தான் கஷ்டம் இல்லை?"

"உண்மைதான். ஆனால் சிலருக்கு அதிகமாக நேர்ந்து விடுகிறது."

"நீயா இப்படிச் சொல்வது? உனக்குத்தான் கௌதம புத்தர் கதை தெரியுமே. அவரிடம் அழுதுகொண்டு சென்ற பெண்ணிடம், 'சாவு நேராத ஒரு குடும்பத்தைக் காட்டு, நான் உடனே உன் குழந்தையை உயிர்ப்பிக்கிறேன்' என்று சொன்னாரல்லவா?"

"இது என் குழந்தையல்ல, என் அம்மா."

"ஏன், உடம்பு சரியில்லையா அவளுக்கு?"

"அவளை ஆஸ்பத்திரியில் சேர்த்திருக்கிறார்கள்."

அவனுக்கு வந்த அயல்நாட்டு டெலிபோன் எது என்று எனக்குத் தெரிந்துவிட்டது.

"நிலைமை கவலைக்கிடமா?"

இப்போது அவன் இரு கைகளாலும் அவன் தலையைப் பிடித்துக்கொண்டான். "தெரியாது . . . எனக்குத் தெரியாது."

"நீ இங்கு வரும்போது சரியாக இருந்தாளா?"

"அவளுக்கு எப்போதுமே நோய்நொடிவு வந்தது கிடை யாது. அவள் உடல் நலமில்லாமல் நான் பார்த்ததே கிடை யாது. இப்போது ஆஸ்பத்திரியில் கிடக்கிறாள்."

'கவலைப்படாதே' என்று நான் ஆறுதல் சொல்லவில்லை. அது பயனற்றது என்று அவனுக்குத் தெரியும்.

"ரொம்ப வருத்தமானதுதான்," என்றேன்.

"பரவாயில்லை."

அவன் எழுந்து அவனறைக்குச் சென்றான். நானும் என் அறைக்குச் சென்றேன். இருவரும் அவரவர் கதவுகளை மெதுவாகவே சாத்திக்கொண்டோம்.

சிறிது பொறுத்து அவன் என் அறைக்கு வந்தான். அவன் வெளியே செல்ல உடை உடுத்தியிருந்தான். "உட்கார்," என்றேன்.

"இல்லை, நான் ஜேயைப் பார்க்க வேண்டும். எனக்கு ஓர் உதவி செய்வாயா?"

"நிச்சயமாக."

"என் அறைக் கதவைத் தாளிடாமல் செல்கிறேன். எனக்கு டெலிபோன் வந்தால் மீண்டும் ஐந்தரைக்குப் போன் செய்யச் சொல்ல வேண்டும்."

இதை டெலிபோன்காரர்களிடமே சொல்லிவிடுவது தானே என்று நான் சொல்லவில்லை. "நான் இங்கேதான் இருக்கப்போகிறேன். அவசியம் சொல்கிறேன்" என்றேன்.

உடல் சுருங்கி அவன் மிகவும் குள்ளமாகிவிட்டது போலிருந்தது. அவனுடைய நாட்டினரே குள்ளமானவர்கள் என்று அறியப்படுபவர்கள்.

அன்று வெளியே பகற்பொழுது அற்புதமாக இருந்தாலும் நான் அப்பார்ட்மெண்டை விட்டு வெளியேறவில்லை. எங்காவது தூங்கிப் போய்விடுவேனோ என்று பயந்து மீண்டும் ஒரு கப் காப்பி தயாரித்துச் சாப்பிட்டேன். இப்போது காபியிலும் காரமான பூண்டு நெடி எனக்குப் பழகிப்போக ஆரம்பித்திருந்தது. பூண்டு ஒரு பரம ஔடதம். பிரசவத்திற்குப் பிறகு இந்தியாவில் பெண்களுக்குப் பூண்டை வண்டிவண்டியாகத் தருவார்கள். வயிறு, வாய், நெஞ்சு, இருதயம் என்று எல்லாப் பாகங்களுக்கும் அது நல்லது. நல்ல பசியுண்டாக்கும். அத்தோடு யாரும் உங்கள் அருகே நெருங்க முடியாது.

நான் விழிப்புடன் காத்திருந்தும் அவனுக்கு டெலிபோன் ஏதும் வரவில்லை. அவனுடைய அறையை எட்டிப் பார்த்தேன். திடீரென்று எனக்குத் துக்கம் பொங்கியது. அவன் பிரயாணத்திற்காகப் பெட்டி சாமான்களை எடுத்து வைத்திருந்தான்.

○

அவன் ஐந்தரைக்கு முன்னதாகவே வந்துவிட்டான். நான் அவன் அறைக்குச் சென்றதற்கு அவன் கோபிக்கவில்லை. நான் டெலிபோன் வரவில்லை என்று தலையை ஆட்டினேன். அவன் சிறிது ஆசுவாசம் அடைந்தவன் போலக் காணப்பட்டான். ஆனால் உள்ளூரக் கவலை அதிகமாகியிருக்கக் கூடும். சில தருணங்களில் தகவல் வராதிருப்பதும் அவ்வளவு சரியல்ல.

இப்போது டெலிபோன் மணி அடித்தது. நாங்கள் இரு வருமே அதனிடம் பாய்ந்தோம். அவன் டெலிபோனைக்

கையிலெடுத்து அப்படியே தரையில் உட்கார்ந்துகொண்டான். அது மீண்டும் கடல் கடந்து வந்த டெலிபோன்தான். அவன் பரபரப்புடன் பேசி, அப்புறம் மறுமுனைப் பேச்சைக் கேட்ட படியே உட்கார்ந்திருந்தான். அப்புறம் அவன் பேசினான். அவன் மொழியில் ஏகப்பட்ட சொற்கள் ஹாவில் ஆரம்பித்து ஹாவில் முடிந்தன. அவன் பேச்சிலிருந்து அது நல்ல செய்தியா இல்லையா என்றுகூடத் தெரிந்துகொள்ள முடியவில்லை. அந்த சம்பாஷணை முடிவுறாது போலிருந்தது. நான் அவன் அருகிலேயே நின்று காத்துக்கொண்டிருந்தேன். இறுதியாக அவன் டெலிபோனை என்னிடம் கொடுத்தான். நான் அதைக் கொக்கியில் மாட்டினேன்.

அவன் சிலை போல உட்கார்ந்திருந்தான். "யாரது?" என்று கேட்டேன்.

அவன் பதிலளிக்கவில்லை.

"யார் பேசினார்கள்? ஏதாவது கெட்ட செய்தியா?"

இப்போதும் பதிலில்லை.

நான் அவன் பெயர் சொல்லி அழைத்தேன். "சொல்லு. என்னிடம் நீ சொல்லலாம்."

அவன் ஒரு சொல்லில் பதில் தந்தான். "வீட்டிலிருந்து."

"என்ன? உன் அம்மா எப்படி இருக்கிறாள்?"

"அவள் இறந்துவிட்டாள்."

"ஐயோ! எப்போது?"

"மூன்று மணி நேரத்திற்கு முன்னால்."

அவனுக்கும் அவன் அம்மாவின் சடலத்திற்கும் இடையில் ஒரு நீண்ட கண்டமும், மிக நீண்ட கடலும் இருந்தன.

நான் அப்படியே கீழே உட்கார்ந்து அவனைக் கட்டிப் பிடித்துக்கொண்டேன். அவன் மூச்சே விட முடியாதபடி இறுகப் பிடித்துக்கொண்டேன். அவன் அழத்தொடங்கினான். அவன் விம்மிவிம்மி அழுவதை நான் தடுக்கவில்லை. என் தோள்பட்டைக்கு அருகில் என் ஷர்ட் முழுக்க நனைந்து விட்டது. வெகு நேரம் பொறுத்து அவன் சிறிது ஆசுவாசம் பெற்றபோதுதான் என் அணைப்பைத் தளர்த்தினேன். அவன் என்னைக் கட்டிக்கொண்டு, "நான் உன்னை மறக்கமாட் டேன், நான் உன்னை மறக்கமாட்டேன்," என்றான்.

அவன் என்னை மறந்திருக்கமாட்டான் என்பதில் எனக்குச் சந்தேகமில்லை. நான் அவனை மறக்கவில்லை.

அயோவா சிடியில் எங்கள் நாடுகளிலிருந்து பத்தாயிரம் மைல் தள்ளியிருந்த அந்த அப்பார்ட்மெண்ட் அறையில் அவனைக் கட்டிப்பிடித்து உட்கார்ந்திருந்ததை நான் மறக்க வில்லை. அந்நேரத்தில்கூட அவனிடமிருந்து இலேசாகப் பூண்டு வாசனை வந்துகொண்டிருந்தது.

ஐந்து

இலாரியா

அன்று காலை மேஃபிளவர் கட்டடத்தை விட்டு வெளியேறிச் சாலை மறுபுறத்தில் இருந்த பஸ் ஸ்டாப்பை நான் அடைந்தபோது வபின்ஸ்கி ஓடிவந்து என் கையைப் பிடித்துக்கொண்டான். "நீ இலாரியாவைச் சந்தித்தாயா?" என்று கேட்டான்.

"யார் இலாரியா?"

"நம் யூனிவர்சிடியில் புதிதாகச் சேர்ந்துள்ள இத்தாலியப் பெண்."

"எனக்குத் தெரியாது."

"அவளுக்கு எவ்வளவு மொழிகள் தெரிந்திருக்கிறது! ஆங்கிலம், பிரெஞ்ச், இத்தாலியன், ஜெர்மன் எந்த மொழி யிலிருந்தும் எந்த மொழிக்கும் அவள் மொழிபெயர்க்கத் தெரிந்துவைத்திருக்கிறாள்."

"அப்படியா? எனக்குத் தெரியாது."

இதற்குள் பஸ் வந்துவிட்டது. நாங்கள் இருவரும் இன்னும் சிலரும் அதில் ஏறிக்கொண்டு ஒவ்வொருவராக பஸ் டிரைவர் அருகிலிருந்த ஒரு பெட்டியின் துவாரத்தில் பதினைந்து சென்ட்டுகள் போட்டுவிட்டுக் கிடைத்த இடத்தில் உட்கார்ந்து கொண்டோம்.

வபின்ஸ்கி எங்கள் எழுத்தாளர் கோஷ்டியிலிருந்த ஒரே முழு நேர இலக்கிய விமரிசகன். அவனுடைய முகத்தின் பெரும் பகுதியை அவனுடைய தாடி மறைத்தாலும் அவனுடைய கண்கள் எப்போதும் ஒரு குறும்புப் புன்னகையுடன் பளபளக்கும். ஆங்கிலம் அவ்வளவு சரளமாகப் பேசத் தெரியாதிருந்தாலும் மிக நுண்ணிய கருத்துக்களை வியக்கத்தக்க, பொருத்தமான சொற்கள் கொண்டு எடுத்துக் கூறுவான். மிகவும் விரிவாக உலக இலக்கியங்களைப் படித்திருந்தான். இலக்கியம் மட்டும் அல்லாமல் சங்கீதம், ஓவியம், கட்டடக் கலை, புராதன கலாச்சாரங்கள் ஆகியவற்றிலும் அவனுக்கு அசலான ஈடுபாடு இருந்தது. வார்ஸா நகரத்தில் அவன் எப்போதும் தனியனாகத்தான் இருப்பான் என்று பிற போலந்து எழுத்தாளர்கள் கூறுவார்கள். ஆனால் அயோவா சிடியில் அவன் பெரும்பாலும் என்னுடனேயே இருப்பான்.

வெட்ஸ்டன் ஸ்டாப்பில் நாங்கள் பஸ்ஸிலிருந்து இறங்கி யூனிவர்சிடி திசையில் நடந்தோம். அந்தச் சாலை செங்குத்தாகக் கீழிறங்கும். இடது புறத்தில் பிரம்மாண்டமான நூலகம். வலப்புறத்தில் வரிசையாக நான்கு டென்னிஸ் சதுக்கங்கள். அதற்கப்பால் எங்களுடைய இங்கிலீஷ் – பிலாசபி பிரிவு. ஏன் ஆங்கிலத்தையும் தத்துவத்தையும் இப்படி இணைத்தார்கள் என்பது புதிராக இருந்தது. இதற்குப் பல காரணங்கள் நாங்கள் ஊகித்து நிறையச் சிரித்திருக்கிறோம்.

அன்று வில்லியம் ஃபாக்னரை விவாதத்திற்கு எடுத்துக் கொண்டிருந்தோம். ஆங்கிலம் அரசு மொழியாக இருநூறு ஆண்டுகளுக்குச் சுமத்தப்பட்டதாலேயே இந்திய இலக்கிய வாதிகளுக்கு ஃபாக்னர் பற்றி அறிவது தவிர்க்க முடியாததாக இருந்திருக்க வேண்டும். ஆனால் இன்னும் தட்டுத்தடுமாறு மளவுக்கு மட்டுமே ஆங்கிலப் பரிச்சயம் கொண்டிருந்த ஐரோப்பிய எழுத்தாளர்கள் எல்லாரும் ஃபாக்னரை நன்கு தெரிந்தவர்களாக இருந்தார்கள். வபின்ஸ்கி அவருடைய படைப்புகள் எல்லாவற்றையும் படித்தவனாக இருந்தான்.

பன்னிரண்டரை மணியளவில் ஒருவாறு ஃபாக்னரை நாங்கள் அலசித் தீர்த்துவிட்டு, நேற்று மாலை நீ ஏன் ஸ்டீபன் ஸ்பெண்டர் கூட்டத்திற்கு வரவில்லை, இன்று உன் வயிற்றுவலி எப்படி இருக்கிறது, நீ அந்தச் சவரப்பசையை உபயோகித்தால் இறுதியில் முகத்தை கழுவக்கூடாது, என்னுடைய அறைக்கூரையில் இரவெல்லாம் ஏதோ கடமுடா வென்று சப்தம் கேட்டுக்கொண்டிருந்தது, நம்மைத் தவிர இங்கு பேய் பிசாசுகளும் வசிக்க முடியுமா என்பன போன்ற

விவரங்களில் ஆழ்ந்திருந்தோம். நான் சிறிது காப்பி கலந்து சாப்பிடலாமென்று எழுந்தேன். எங்கள் விவாத அறைக்கே காப்பி அறை என்றும் பெயர் உண்டு. ஒரு மேஜையில் டிகாண்டரில் காப்பி டிகாக்ஷன் எப்போதும் சூடாக இருக்கும். யார் வேண்டுமானாலும் அங்கு வந்து இலவசமாக எவ்வளவு காப்பி வேண்டுமானாலும் கலந்துகொண்டு அருந்தலாம்.

நான் எழுந்த அதே நேரத்தில் ஒரு பெண் அந்த அறைக்குள் நுழைந்து காப்பி மேஜையருகே சென்றாள். வபின்ஸ்கி உடனே என்னிடம், "அவள்தான். அவள்தான்," என்றான்.

அவன் அவ்வளவு பரபரப்படைந்து நான் பார்த்ததில்லை. அவனை மெதுவாகத் தட்டிக்கொடுத்து "ஆசுவாசப்படுத்திக் கொள்," என்றேன்.

அந்தப் பெண் ஒரு காகிதக் கோப்பையில் டிகாக்ஷன் ஊற்றிக்கொண்டு எங்கள் பக்கம் திரும்பிப் பார்த்தாள். அவள் புதியவள் என்று அடையாளம் கூறும்படி பலவீனமாகப் புன்னகை புரிந்தாள். அந்தப் புன்னகையில் ஏற்கெனவே அங்கீகாரம் பெற்ற எழுத்தாளர் குழுவை எதிர்நோக்கும் சங்கோசமும் இருந்தது. எங்கள் விவாதத்தைத் தலைமை தாங்கி நடத்தும் அமெரிக்கக் கவிஞர், அவள் அங்கு நிற்பதையே சட்டை செய்யாதவராக இருந்தார்.

நான் காப்பி மேஜையருகே சென்றேன். அவள் "ஹலோ," என்றாள். நானும், "ஹலோ," என்றேன். அவள் ஒதுங்கி நின்றாள். இதற்குள் வேறு சிலரும் காப்பி மேஜையருகே வந்தார்கள்.

நான் காகிதக் கோப்பையில் டிகாக்ஷன் ஊற்றிக் கொண்டு சிறிது தயங்கினேன். மேஜைக்கு அடியில் இருந்த அலமாரியிலிருந்து அவள் ஒரு சர்க்கரைப் பொட்டலத்தை எடுத்துக்கொடுத்தாள்.

நான், "தாங்க் யூ" என்று சொல்லிவிட்டு அலமாரியருகே குனிந்தேன். அவள் உடனே ஒரு பால் பவுடர் பொட்டலத்தையும் எடுத்துக் கொடுத்தாள். "மன்னிக்க வேண்டும். நான் முதலிலேயே எடுத்துத் தந்திருக்க வேண்டும்," என்று ஆங்கிலத்தில் சொன்னாள்.

"அதனால் பரவாயில்லை," என்று நான் சொன்னேன்.

இதற்குள் வபின்ஸ்கி என்னருகே வந்தான். "இவள்தான் இலாரியா," என்றான்.

“நீ ஏகப்பட்ட மொழிகளைத் தெரிந்துவைத்திருக்கிறாயாமே?” என்று நான் கேட்டேன்.

“அதெல்லாம் ஒன்றுமில்லை,” என்று அவள் இன்னும் சங்கோசமடைந்து சிரித்தாள். காப்பி ஊற்றிக்கொண்டு பிற எழுத்தாளர்கள் என்னோடு பேச நிற்பதைப் பார்த்து அவள் அறையைவிட்டு வெளியேறினாள். வபின்ஸ்கி அவனுடைய மயக்கநிலை குறைந்தவனானான். நான் அன்று பகல் உணவுக்கு என்ன செய்வதென்று கவலைப்படத் தொடங்கினேன்.

❍

அயோவா பல்கலைக்கழக நூலகத்தில் புத்தகங்களைத் திருப்பித் தருவது ஏதேதோ சந்தேகங்களை எழுப்பும். பெரிய தபால் பெட்டி போன்றதில் புத்தகங்களைப் போட்டுவிட்டுச் செல்ல வேண்டும். யார் எடுத்துப் போவார்கள், எப்படிக் கணக்கு வைத்துக்கொள்வார்கள், வேறு யாராவது தூக்கிப் போய்விட்டால் என்னாகும் என்பதற்கெல்லாம் பதில் கிடையாது. அன்று பிற்பகல் ஐம்பது அறுபது டாலர் பெறுமான புத்தகங்களை அந்தப் பெட்டியில் போட்டுவிட்டு நான் ஒரு கணம் பிரார்த்தனை புரிந்தேன். என் தெய்வ நம்பிக்கையை நம்பிய வண்ணம் வெளியே வந்தேன். அப்போது இலாரியா வந்தாள். என்னைப் பார்த்துவிட்டு, “ஹலோ,” என்றாள்.

“பல மொழிகள் அறிந்த பெண்ணே!” என்றேன்.

“நீங்கள் என்னை மிகவும் பரிகசிக்கிறீர்கள்.”

“உன்னைப் பரிகசிக்க உன்னைப் பற்றி எனக்கு என்ன தெரியும்?” என்றேன்.

அவள் நன்றியோடு பார்த்தாள். “ஐந்து நிமிடங்கள் எனக்குத் தர முடியுமா?” என்று கேட்டாள்.

“முடியாது. பத்து நிமிடங்கள்தான் தர முடியும்.”

ஒரு கணம் திகைத்தாள். பிறகு புரிந்துகொண்டு, “இதோ வந்து விடுகிறேன்,” என்று நூலகத்தினுள் ஓடினாள். அவள் கொண்டுவந்த ஒரு புத்தகத்தைப் புத்தகப் பெட்டிக்குள் போட்டுவிட்டு வந்தாள். “காப்பி அறைக்குப் போகலாமா?” என்று கேட்டாள்.

என் இயல்புக்கிணங்க முதலில், “சரி,” என்றேன். அப்புறம், “அந்தக் காப்பி வேண்டாமே, எனக்கு அந்தக் காப்பியைக் கண்டாலே பிடிக்கவில்லை,” என்றேன்.

“அப்படியா? ஏன்?”

"பால்பொடிக் காப்பியை யார் சகித்துக்கொள்ள முடியும்? ஒழுங்கான பால் கலந்த காப்பி சாப்பிடப் போகலாம்."

நாங்கள் ஐ.எம்.யூ. கட்டிடத்திற்குப் போனோம். அங்கே மாணவர்கள் தங்கி, படிக்க, விளையாட நிறைய வசதிகளுடன் மூன்று வெவ்வேறு விதமான உணவுச் சாலைகளும் உண்டு.

"உங்கள் கதைகளைப் படித்திருக்கிறேன். என் அம்மா வைக்கூட அப்பா நிறையக் கொடுமைப்படுத்துவார்."

நான் கேட்டுக்கொண்டே நடந்தேன்.

"இரண்டு நாட்களுக்கு ஒரு முறை கண், காது தெரியாமல் அடித்துவிடுவார். அப்புறம் மன்னிப்புக்கூடக் கேட்கமாட்டார்."

"ரொம்ப வருத்தமான விஷயம்தான்."

"என் அப்பாவால் எனக்கு எந்த ஆணைக் கண்டாலும் வெறுப்புத்தான் தோன்றுகிறது."

"என்ன செய்யலாம்? ஆண்கள் எல்லாரையும் மூட்டை கட்டிக் கடலில் போட்டு விடலாமா?"

இலாரியா சிரித்தாள். "நான் எவ்வளவு முட்டாளாக இருக்கிறேன், பார்த்தீர்களா?"

"உன்னைப் பார்த்து எவ்வளவு பேர் முட்டாளாயிருக்கிறார்கள் தெரியுமா?"

இலாரியா சிறிது வேறுவிதமாகச் சிரித்தாள். "நான் சின்னப் பெண் என்று என்னை ரொம்பக் கிண்டல் புரிகிறீர்கள்."

"சேச்சே. நான் யாரையும் கிண்டல் செய்வது கிடையாது."

"அது எனக்குத் தெரியும்."

ஐ.எம்.யூவில் ஒரு காப்பிக் கடைதான் அப்போது திறந்திருந்தது. நான் இரு கோப்பைகளில் காப்பி கலந்துகொண்டேன். இலாரியாவிடம், "இது இரண்டும் எனக்குத்தான்," என்றேன். அவள் ஒரு கோப்பையில் காப்பி கலந்துகொண்டு பணம் கொடுக்குமிடம் சென்றாள். "நான் கொடுத்து விடுகிறேன். நீ மாணவிதானே," என்றேன். "இம்முறை என்னுடையதாக இருக்கட்டும்," என்று அவள் சொன்னாள்.

நாங்கள் காப்பியை எடுத்துக்கொண்டு ஐ.எம்.யூ. லவுஞ்சுக்குச் சென்றோம். அங்கே டெலிவிஷனில் அமெரிக்கக் கால்பந்து ஆட்டத்தை ஒரு மாபெரும் கூட்டம் பார்த்துக்கொண்டிருந்தது. அமெரிக்கக் கால் பந்து ஆட்டத்தில் கால்

மிகவும் குறைவாகத்தான் பயன்படும். ஒவ்வொரு ஆட்டக்கார னும் உடல் முழுக்கத் தலையணைகளாகக் கட்டிக்கொண்டு அசுர உருவத்துடனும் பலத்துடனும் பிற ஆட்டக்காரர்கள் மீது மோதிக்கொண்டிருப்பான். லவுஞ்ஜு இரைச்சல் புயல் தாக்கிய கடல் போல இருந்தது. நான் இலாரியாவைப் பார்த்தேன். அவள் தோளைக் குலுக்கிக் கொண்டாள். லவுஞ்சுக்கு அடுத்தபடி மாடிப்படி இருந்தது. "இங்கே பேசு வோமே!" என்றாள். அப்படியே ஒரு படியில் உட்கார்ந்தாள். நானும் உட்கார்ந்துகொண்டு என்னுடைய இரண்டாவது கோப்பைக் காப்பியைக் குடிக்க ஆரம்பித்தேன். அந்த இடம் மிருதுவான வெளிச்சமும் அமைதியும் கொண்டிருந்தது.

"நான் உரைநடைப் புனைகதைக்காக ரிஜிஸ்தர் செய்து கொண்டிருக்கிறேன்," என்று இலாரியா சொன்னாள்.

"மாதம் என்ன செலவாகிறது?" என்று கேட்டேன்.

"இருநூறு, இருநூற்றைம்பது டாலர் இருந்தால் போதும்."

"கதை எழுதக் கற்றுக்கொள்ள இவ்வளவு பணம் செலவழிப்ப தென்றால் நீ பெரிய பணக்காரியாக இருக்கவேண்டும்."

"நான் இரண்டு வருடங்களாகக் கொஞ்சம் பணம் சேமித்து வைத்துக்கொண்டுதான் இங்கு வந்தேன். இந்த வாரக் கடைசியில் எனக்கு ஒரு சின்ன வேலைகூடக் கிடைத்து விடும்."

"என்ன வேலை?"

"இப்போதைக்குப் பல்கலைக்கழகத்தில் பஸ் டிரைவர் வேலைதான் கிடைக்கும் போலிருக்கிறது."

"நீ பஸ் ஓட்டுவாயா?"

"என்னைப் பார்த்தால் முடியாது போலிருக்கிறதா? நான் யார் மீதும் மோதமாட்டேன்."

"என் மனமார்ந்த வாழ்த்துக்கள்."

நான் காப்பி குடித்து முடித்துவிட்டுக் காலிக் கோப்பை களைக் கையில் வைத்துக் கொண்டிருந்தேன். இலாரியா அவற்றை வாங்கி மாடிப் படிக்கட்டருகில் இருந்த குப்பைத் தொட்டியில் போட்டுவிட்டு வந்தாள். படியேறி என் பக்கத் தில் உட்கார்ந்தபோது உற்சாகமாக இருந்தாள்.

பேசுவதற்கு ஒன்றும் தோன்றாமல, "உன்னைச் சந்தோஷ மாகப் பார்க்கச் சந்தோஷமாக இருக்கிறது," என்றேன்.

“ஆனால் என் இதயத்தில் நிறையக் காயங்கள் இருக்கின்றன.”

“காயம் இல்லாதவர்களைக் காண்பது சிரமம்.”

“நீங்கள் இருக்கிறீர்கள்.”

“அப்படியா? உன் கற்பனைத்திறனை நீ இன்னும் இழக்கவில்லை.”

“ஏன் அப்படிச் சொல்கிறீர்கள்?”

“நான் யோசித்துப் பார்த்ததுண்டு. நிறைய மொழிகளைக் கற்றுக் கொள்வதனாலேயே கற்பனைத்திறன் மழுங்கிவிடுமோ என்ற சந்தேகம் எனக்குண்டு.”

“மொழிகள் கற்பனையைப் பாதிக்குமா?”

“எனக்கு நிச்சயமாகக் கூறமுடியாது. ஆனால் இரு மொழிகளைத் தெரிந்திருப்பதனாலேயே நான் நிறையப் போராட வேண்டியிருக்கிறது. நீ புனைகதை எழுதக் கற்றுக் கொள்ள இவ்வளவு தூரம் வந்திருக்கிறாய். உன்னை அதைரியப் படுத்த விரும்பவில்லை. ஆனால் மகத்தான எழுத்தாளர்கள் எல்லாருமே ஒரே மொழியில் தான் மூழ்கியிருப்பார்கள்.”

“பெக்கட் இருக்கிறாரே?”

“நான் சாமுவேல் பெக்கெட்டை மகத்தான எழுத்தாளராக நினைக்கவில்லை.”

“எனக்கு அவர் ஒரு தெய்வப் பிறவியாகத் தோன்றுகிறார். உத்தியோகத்திற்கு என்று மட்டுமல்லாமல், அவரைப் படிக்க வேண்டுமென்றுதான் நான் பிரெஞ்சு கற்றுக்கொண்டேன்.”

“நீ வேலை பார்த்துக்கொண்டிருந்தாயா?”

“ஆமாம். பாரிஸில் இரண்டு வருஷம் வேலை பார்த்துக் கொண்டிருந்தேன். அவரை எங்காவது காண நேர்ந்தால் நான் மெய்ம்மறந்து நின்றுவிடுவேன்.”

“என்ன வேலை பார்த்துக்கொண்டிருந்தாய்?”

“செக்ரட்டரி வேலைதான். என் மாதிரிப் பெண்களுக்கு என்ன வேலை கிடைக்கும்?”

“எங்கள் நாட்டில் செக்ரடரி என்றால் பெரிய வேலை என்று நினைத்துக்கொள்வார்கள்.”

“வெறும் குமாஸ்தா வேலை. போதாததற்குச் சமயம் கிடைத்தபோதெல்லாம் அதிகாரிகள் உடலைப் பிராண்ட

வருவார்கள். சுயகௌரவத்தையும் காப்பாற்றிக்கொண்டு வேலையையும் காப்பாற்றிக்கொள்வது பெரும்பாடாயிருக்கும்."

"ஆனால் நீ கெட்டிக்காரப் பெண்."

"இல்லை. நான் முட்டாள் பெண். மிகவும் முட்டாள் பெண்."

ஒரு கணம் எனக்கு அதை ஆமோதிக்க வேண்டும் போலிருந்தது. இலாரியா மௌனமாக உட்கார்ந்திருந்தாள்.

டிவியில் கால்பந்தாட்டம் முடிந்திருக்கவேண்டும். ஏழெட்டுப் பேர் லவுஞ்சிலிருந்து வெளியேறி மாடிப்படி ஏற வந்தார்கள். இயல்பாக எங்களைத் தாண்டிச் சென்றார்கள். முதல் மாடியில் சினிமா அரங்கம் இருந்தது. ஏழு மணிக்குப் பழைய படம். ஆனால் நல்ல படம் ஏதாவது காட்டுவார்கள். ஒரு டாலர் கொடுத்துவிட்டுப் பார்க்கலாம். அன்று எனக்குப் பிடித்த படம். நான் எழுந்து நின்றேன்.

"இப்போதே போகவேண்டுமா?" என்று இலாரியா கேட்டாள்.

நான் ஒரு கணம் யோசித்தேன்.

"உங்களுக்கு என்னோடு பேசப் பிடிக்கவில்லை."

"அப்படிச் சொல்ல முடியாது. ஆனால் நாம் என்ன பேசத் தொடங்கினாலும் நீ உன்னை நிந்தித்துக்கொள்ளத் தொடங்குகிறாய்."

இலாரியாவின் முகம் சட்டென்று சுருங்கியது.

"நீ அழகான பெண். கெட்டிக்காரப் பெண். இலக்கியம் மீது ஆர்வம் கொண்டவள். உன் திறமைகளை வளர்த்துக் கொள்ளப் பல ஆயிரம் மைல்கள் தாண்டி அமெரிக்காவுக்கு வரும் தைரியம் உனக்கிருக்கிறது. இங்கே சுயநிந்தனைக்கு என்ன அவசியம் இருக்கிறது?"

இலாரியா தலையை அசைத்தாள். "என்னை மன்னித்து விடுங்கள். என்னை மன்னித்து விடுங்கள்."

நான் அவள் பக்கத்தில் உட்கார்ந்துகொண்டேன். "உற்சாகமாக இரு," என்றேன்.

"தாங்க் யூ. தாங்க் யூ," என்று இலாரியா கூறினாள். ஆனால் கைகளால் முகத்தை மூடிக்கொண்டாள்.

"இலாரியா, அழாதே."

"நான் அழாமல் எப்படி இருக்க முடியும்?"

அசோகமித்திரன்

ஆனால் அவள் அழவில்லை. தன்னைச் சுதாரித்துக் கொண்டு என்னைப் பார்த்துப் புன்முறுவல் செய்தாள். "இப்போது உங்களுக்கு எல்லாம் தெரிந்திருக்கும்," என்றாள்.

"ஓரளவு," என்றேன்.

"நான் கைவிடப்பட்டவள்."

"புரிந்தது."

"ஒரு வருடத்திற்கும் மேலாக நானும் அவனும் பாரிஸில் சேர்ந்து இருந்தோம். என் வீட்டிற்கெல்லாம் தெரியப்படுத்தி யிருந்தேன். அம்மா கல்யாணம் செய்துகொண்டுவிடு என்று எழுதிக்கொண்டே இருந்தாள். அவன் தீவிர கத்தோலிக்கன். அதனால்தான் அவள் அப்பாவை விட்டு ஓடவில்லை. ஆனால் என் ஆள் கல்யாணத்தை ஒத்திப்போட்டுக்கொண்டே இருந்தான். திடீரென்று ஒரு நாள் ஆண்ட்வெர்ப்புக்குப் போவதாகச் சொன்னான். அவனுக்கு அங்குதான் நல்ல வேலை கிடைத்திருந்தது."

"நிஜமாகாத்தானா?"

"ஆமாம். என்னிடம் கடிதங்களையெல்லாம் காட்டி னான். அவனே பெல்ஜியன். ஆண்ட்வெர்ப் அவனுடைய சொந்த ஊர்."

"அவன் அங்கு போய் எல்லா ஏற்பாடுகளையும் செய்து விட்டு உன்னை அழைத்துக்கொள்வதாகச் சொன்னான்."

"உங்களுக்கு எப்படித் தெரிந்தது? எனக்கு வேலை தேடிவைத்துக் கூப்பிட்டுக்கொள்வதாகச் சொன்னான். இரண்டு பேரும் வேலை செய்தால்தான் ஓரளவு சிரமம் இல்லாமல் வாழலாம். நான் சிறிது பணம் சேர்த்துவைத்திருப் பதாகச் சொன்னேன். ஆனால் அவன் பணம் மட்டும் இனாமாக வாங்கிக்கொள்ள மாட்டான்."

"அது ஒரு நல்ல பழக்கம்."

"அவனிடம் நிறைய நல்ல பழக்கங்கள் இருந்தன. நான் என் உலகமே அவனாக நினைத்திருந்தேன். முதலில் கடிதங் களுக்குப் பதில் போட்டான். அப்புறம் கடிதங்கள் நின்று விட்டன. என் வேலையை விட எனக்கு ஆறு மாதங்கள் வேண்டியிருந்தது. நான் வேலையை ராஜினாமா செய்து அறையைக் காலி செய்துவிட்டு ஆண்ட்வெர்ப்பிற்குச் சென் றேன். அங்கு போய்ச் சேர்ந்த இரண்டு மணி நேரத்திற்குள் அவனைக் கண்டுபிடித்துவிட்டேன். அவன் அப்போது எங்கிருந்தான் தெரியுமா?"

"தெரியாது."

"ஒரு விருந்தில் இருந்தான். விருந்து ஒரு கல்யாண விருந்து. அவனுடைய கல்யாணம். அது அவனுடைய இரண்டாவது கல்யாணமாம்."

இலாரியா மறுபடியும் அவளுடைய முகத்தைக் கைகளால் மூடிக்கொண்டாள்.

"இலாரியா, அழாதே. தயவு செய்து அழாதே."

"நான் அழாமல் என்ன செய்ய முடியும்?"

"அழுவதை மட்டும் தனிமையில்தான் புரிய வேண்டும். துக்கத்தைப் பங்கிட்டுக்கொள்ளவே முடியாது. யார் என்ன ஆறுதல் கூறினாலும் அவை வெறும் வார்த்தைகள்."

இலாரியா சட்டென்று கைகளை விலக்கிக்கொண்டாள். "அப்படியா? நீங்கள் அப்படியா நினைக்கிறீர்கள்?"

"நாம் நினைப்பதைக்கூட அவ்வளவு நம்புவதற்கில்லை. அது மாறிக்கொண்டே இருக்கும்."

"தாங்க் யூ. தாங்க் யூ."

இலாரியா எழுந்து நின்றாள். "இப்போது என் மனம் எவ்வளவோ இலேசாக இருக்கிறது! தாங்க் யூ. தாங்க் யூ."

"யூ ஆர் வெல்க்கம்."

அவள் விடைகூடப் பெற்றுக்கொள்ளாமல் அவளுடைய ஹாஸ்டலுக்கு ஓடிவிட்டாள். நான் சினிமா பார்க்கப் போகாமல் என் அறைக்குச் சென்று எனக்கு இன்னும் பிடிபடாத சமையலோடு திணறினேன்.

○

காலை எட்டு மணிக்கு என் அறைக்கதவை யாரோ தட்டும் சப்தம் கேட்டது. அந்த டிசம்பர் மாதக் குளிரில் அவ்வளவு சீக்கிரம் யாரும் என்னைப் பார்க்க வந்தது கிடையாது. நான் கதவைத் திறந்தேன். இலாரியா.

"என்ன இது? என்னாயிற்று?" என்றேன்.

"ஒன்றுமில்லை. உங்களுக்குக் காலை உணவு தயாரித்துப் போக வந்தேன்," என்றாள் இலாரியா.

"எனக்கா? நான் கார்ன்ஃபிளேக்ஸ் சாப்பிட்டுவிட்டுக் கிளம்புகிறவன். உனக்கு வகுப்புக்கு நேரமாகவில்லை?"

“ஒன்பது மணிக்குப் போனால் போதும். என்னை உள்ளே அனுமதிக்க மாட்டீர்களா?”

“ஸாரி. வா உள்ளே.”

அவள் உள்ளே வந்ததும் கதவைச் சாத்தினேன். “வா, உள்ளே வா,”

இலாரியா தன் தொப்பியையும் கம்பளிக் கோட்டையும் கழற்றினாள். “உங்கள் அறை நன்றாக இருக்கிறது,” என்றாள்.

“மேஃபிளவருக்கு நன்றி.”

“பக்கத்து அறையில் யாரோ இருக்கிறார்கள் போலிருக் கிறதே?”

“ஆமாம். நானும் அந்தக் கொரியா நாவலாசிரியன் சேயும் இந்த அப்பார்ட்மெண்ட்டைப் பங்கிட்டுக்கொள் கிறோம். சமையலறை எங்கள் இருவருக்கும் பொது.”

“அப்போது அவருக்கும் சேர்த்துத் தயாரிக்கிறேன்.”

“கார்ன்ஃபிளேக்ஸையா? அவன் நிறைய இறைச்சி வைத் திருக்கிறான். நீ அவனுக்குச் சமைத்துப்போடு. பாவம். அவ னுக்கும் ஒழுங்காகச் சமைக்கத் தெரியாது.”

“அதெல்லாம் வேண்டாம். இன்றைக்கு உங்களுக்கு விசேஷக் காலை உணவு. இதுதானே சமையலறைக் கதவு?”

“நான் இறைச்சி உண்பதில்லை.”

“நீங்கள் ஒன்றும் கவலைப்படாதீர்கள். உங்களுக்குச் சரியானதாகத்தான் நான் கொண்டுவந்திருக்கிறேன். சமைய லறையில் உங்கள் அலமாரி எது என்று மட்டும் காண்பித்து விடுங்கள். ஸ்கில்லெட் இருக்கிறதல்லவா?” (ஸ்கில்லெட் என்பது இரும்பு வாணலி.)

இலாரியா சமையலறைக் கதவை மூடிக்கொண்டு சமைக்கத் தொடங்கினாள். அப்பார்ட்மெண்ட் வீடுகளில் சமையலறைக் கதவு திறந்திருந்தால் எல்லா இடங்களிலும் சமையல் புகையும் வாசனையும் நிறைந்துவிடும்.

நான் பாத்ரூமுக்குச் சென்று ஷேவ் செய்துகொண்டேன். தலையை வாரிக் கொண்டிருக்கும்போது அங்கே தூக்கம் கலையாத கண்களுடன் சே வந்தான். “யார் சமையலறையில்?” என்று கேட்டான்.

“நமக்கு விசேஷக் காலை உணவு தயாரித்துத் தர வந் திருக்கும் தேவதை.”

"என்னிடம் ஏன் முன்னமேயே சொல்லவில்லை? நான் காட்டுமிராண்டி மாதிரி அவள் முன் நின்றேன்."

"தேவதைகள் சொல்லிவிட்டு வருவதில்லை."

அவன் தலையைச் சாய்த்து என்னை ஒரு முறை பார்த்தான். பிறகு பல் தேய்க்க ஆரம்பித்தான். நான் என் அறைக்குச் சென்று வேஷ்டியைக் களைந்துவிட்டு டிரவுசர்ஸ் அணிந்து கொண்டேன். இரண்டு பனியன்கள், அதற்கு மேல் ஷர்ட், அதற்கு மேல் ஒரு ஸ்வெட்டர், அதற்கு மேல் ஒரு கோட். நானும் ஓர் அமெரிக்கக் கால்பந்து ஆட்டக்காரனாக மாறி விட்ட உணர்வு ஏற்பட்டது.

சமையலறைக் கதவைத் திறந்தேன். உள்ளே நிறைய எண்ணெய்ப் புகை.

"இன்னும் இரண்டு நிமிடங்கள். இந்தப் புகையெல்லாம் நீங்கி விடட்டும்," என்று இலாரியா சொன்னாள்.

நான் சமையலறைக் கதவை மூடிவிட்டு ஷூ அணிந்து கொள்ளத் தொடங்கினேன். வாசற் கதவைத் தட்டும் சப்தம் கேட்டது. திறந்தேன். வபின்ஸ்கி.

"ஆச்சரியம்! ஆச்சரியம்! வா உள்ளே," என்றேன்.

"நீகூட ஆச்சரியப்படுகிறாயே?"

வபின்ஸ்கி உள்ளே வந்தான். "நீ காலை உணவு இன்னும் சாப்பிடவில்லையே?" என்று கேட்டான்.

"இன்னும் இல்லை."

"வா. நாம் வெளியே சாப்பிட்டுவிட்டு யூனிவர்சிடி போவோம்."

"என் காலை உணவு பற்றிக் கவலைப்படும் இன்னொரு ஆத்மா இங்கு வந்திருக்கிறது."

"யார்? சே?"

"இல்லை."

"அதான் நானும் நினைத்தேன். வா, போவோம்."

"இல்லை. இங்கே உள்ளே இருக்கிறது," என்று சமையலறையைச் சுட்டிக் காட்டினேன்.

வபின்ஸ்கி விநோதம் தோன்ற என்னைப் பார்த்தான். "யார்?" என்று கேட்டான்.

"ஊகித்துப் பார்."

அசோகமித்திரன்

அவன் தோளைக் குலுக்கினான். "எனக்குத் தெரிய வில்லை," என்றான்.

"இலாரியா."

"என்ன?"

"விழுந்துவிடாதே. கால் மணி முன்னால்தான் அவள் இங்கு வந்தாள். நீயும் எங்களோடு சாப்பிடு."

அப்போது இலாரியா சமையலறைக் கதவைத் திறந்து வைத்து, "ரெடி," என்றாள்.

"நமக்கு இன்னொரு விருந்தாளியும் இருக்கிறார்."

இலாரியா வபின்ஸ்கியைப் பார்த்தாள். அவளுடைய உற்சாகம் சற்றுக் குறைந்த மாதிரி இருந்தது. "ஹலோ," என்றாள்.

"ஹலோ." வபின்ஸ்கி திருப்பிச் சொன்னான்.

"அப்போது இன்னொரு தட்டும் போடுகிறேன்," என்று சமையலறைக்குள் சென்றாள். நாங்களும் அவளைப் பின் தொடர்ந்தோம்.

சாப்பாட்டு மேஜை மீது இலாரியா நான்கு இடங்கள் ஏற்பாடு செய்தாள். தட்டு, தட்டின் பக்கத்தில் ஒரு காகிதக் கைக்குட்டை, ஸ்பூன், முள் கரண்டி ஆகியவற்றை ஒழுங்காக வைத்தாள். நான்கு கண்ணாடித் தம்ளர்களில் ஆரஞ்சு ஜூஸ். அடுப்பருகிலிருந்து ஒரு பெரிய பாத்திரத்தை எடுத்தாள். காராசேவ் பருமனுள்ளதாய் ஒன்று வளைந்து நெளிந்து பொன் நிறத்தில் அதில் நிறைந்திருந்தது. வெங்காயம், தக்காளி, கீரை போன்றவை சிறு சிறு வில்லைகளாகவும் துண்டுகளாகவும் அதன் மீது வெகு அழகாகப் பரப்பப்பட்டிருந்தன. நிறைய எண்ணெயும் காரமும் சேர்த்திருந்தாள் என்று பாத்திரத்திலிருந்து வந்துகொண்டிருந்த ஆவி தெரியப்படுத்தியது.

"இது ஒரு மகரோனி தயாரிப்பு. உங்களுக்குப் பிடிக்கு மில்லையா?" என்று சந்தேகத்துடன் கேட்டாள்.

"பேஷாக, மகரோனி... மகரோனி."

"இதில் முழுக்கமுழுக்க மாவும் தாவரப் பொருள்களும் தான் உள்ளன."

"ரொம்ப நன்றி."

"உங்களிடம் பழங்கள் ஒன்றுமில்லையே! தெரிந்திருந்தால் கொஞ்சம் அதையும் கொண்டுவந்திருப்பேன்."

"இன்றுதான் வாங்கி வரவேண்டும். ரொட்டி வில்லைகள், சீஸ், பீநட்பட்டர் இருக்கிறது. அவற்றையும் எடுத்து வை."

இலாரியா அவற்றை மேஜை நடுவில் வைத்தாள். நான் சே அறையின் கதவைத் தட்டினேன்.

"கடவுளருக்கு உகந்த உணவு தயாராக இருக்கிறது. நீயும் வந்து சேர்ந்துகொள்."

இலாரியாவை அவனுக்கு அறிமுகம் செய்துவைத்தேன். நான்கு பேர் சேர்ந்த அந்த இடத்தில் ஏனோ அளவு மீறிய அமைதி நிலவியது.

"உன் மகரோனி ரொம்பப் பிரமாதம்," என்றேன்.

"ஆமாம். ஆமாம்." என்று வபின்ஸ்கி சொன்னான். அவனுடைய மூக்கு சிவந்து கண்களில் நீர் தளும்பிக்கொண்டிருந்தது.

"இத்தாலியச் சமையல் இவ்வளவு ருசியாக இருக்கும் என்று தெரியாது. எங்கள் நாட்டில் ஆந்திரப் பிரதேசத்தில் தான் இதற்கு இணையான சமையல் உண்டு."

"அப்படியா? இன்னும் கொஞ்சம் போடட்டுமா?"

"எனக்குப் போதும். நம் நண்பர்களைக் கவனி."

"போதும், போதும்," என்று வபின்ஸ்கி அவசரமாகச் சொன்னான். அவன் பச்சை ரொட்டியை விண்டுவிண்டு வாயில் போட்டுக்கொண்டிருந்தான். சே எப்போதுமே அவ்வளவாய்ப் பேசமாட்டான். இன்று ஏறக்குறைய தியான நிலை அடைந்தவன் போல இருந்தான்.

ஒருவாறு காலை உணவை முடித்த பிறகு சே தம்ளர் நிறையப் பால் குடித்தான். நாங்கள் மூவரும் காப்பி கலந்து கொண்டு அருந்தினோம்.

"பாத்திரங்களை அப்படியே வைத்துவிட்டுப் போ. நான் அலம்பிக்கொள்கிறேன்," என்று சொன்னேன்.

"இல்லை. நான் கழுவி வைத்துவிட்டுப் போகிறேன்."

"வேண்டாம். இப்போதே ஒன்பதாகப் போகிறது. நீ கிளம்பு."

"மீதமுள்ளதைப் பாத்திரத்தில் செல்லோபேன் கொண்டு நன்றாக மூடி ரெப்ரிஜரேட்டரில் வைத்துவிட்டால் நீங்கள் வேண்டும்போது சூடு செய்து சாப்பிட்டுக்கொள்ளலாம்."

"எல்லாம் நான் பார்த்துக்கொள்கிறேன். நீ உடனே கிளம்பு. உனக்கு நேரமாகிறது."

"எல்லாம் நன்றாக இருந்தது என்று நினைக்கிறேன்."

"டாப் கிளாஸ்! நீ கிளம்பு." அவளுடைய கம்பளிக் கோட்டையும் குல்லாவையும் எடுத்துக்கொடுத்தேன். இலாரியா ஓடிவிட்டாள். சே அவனுடைய அறைக்குப் போய் விட்டான். அவனுக்கு இலக்கியவாதிகள் பற்றிக் கோஷ்டி விவாதம் பிடிக்காது. நானும் வபின்ஸ்கியும் பஸ்ஸுக்காகக் காத்திராமல் நடந்தே யூனிவர்சிடிக்குச் சென்றோம்.

○

இன்னொரு முறை இலாரியா வந்தபோது நான் அவள் சமைப்பதை உறுதியாகத் தடுத்துவிட்டேன்.

"ஏன், என் சமையல் பிடிக்கவில்லையா?"

"அற்புதமாக இருக்கிறது. எனக்குத்தான் ஒத்துக்கொள்ள வில்லை. இதைப் பார்த்தாயா? சீரியல் ஃபுட், இதை அப்படியே பாலில் கலந்து சாப்பிட்டுவிட்டால் போதும்."

இலாரியா அந்த அட்டைப்பெட்டியை அலட்சியத்துடன் பார்த்தாள்.

"நீகூட இதைப் பயன்படுத்தலாம். இரண்டே நிமிடத்தில் காலை உணவு தயாராகிவிடும்."

"உங்களுக்கு இந்த உப்புசப்பற்ற அமெரிக்க உணவு பிடித்துப் போய்விட்டது."

"ஆமாம். ரொம்பப் பிடித்துப்போய்விட்டது. தயவு செய்து உணவு பற்றி நாம் விவாதிக்க வேண்டாமே."

இலாரியா பேசாமல் இருந்தாள்.

"கோபமா?"

"எனக்கெதற்குக் கோபம்? நான் உங்களை எப்படிக் கோபிக்க முடியும்?"

"அப்போது நான்தான் கோபித்துக்கொள்ள வேண்டும் போலிருக்கிறது."

"வேண்டாம். வேண்டாம். நான் இனிமேல் சாப்பாடு பற்றிப் பேசவே இல்லை."

"எனக்கு அதுபற்றி இப்போது பேச வேண்டாம். ஆனால் சாப்பிடத்தான் வேண்டும். வா, நீயும் ஒரு நாளைக்கு என் மாதிரி சீரியல் சாப்பிடு."

பாலைத் தண்ணீர் விட்டுக் காய்ச்சி இரு கிண்ணங்களில் சீரியல் போட்டுக் கலந்து மேஜைமீது வைத்தேன். சில தானியங்களுடன் முந்திரிப் பருப்பு, பாதாம் பருப்பு முதலிய வேறு பருப்புகளையும் கலந்து அந்த சீரியல் தயாரிக்கப்பட்டது. பாலுடன் சாப்பிட்டால் பசியடங்க இருக்கும். அன்று என்னிடம் பழங்களும் இருந்தன. இலாரியா மறுக்காமல் சாப்பிட்டாள். திடீரென்று, "உங்கள் கூட்டுக்குடித்தனக்காரர் எங்கே?" என்று கேட்டாள்.

"யார்? சேயைக் கேட்கிறாயா?"

"ஆமாம். அந்தக் கொரியாக்காரர்."

"அவனுடைய அம்மா திடீரென்று இறந்து விட்டாள்."

இலாரியா பெருமூச்சு விட்டாள். "என் அம்மாவுக்கு நான் வெகு நாட்களாகக் கடிதம் எழுதவில்லை," என்றாள்.

"எங்கே இருக்கிறாள்?"

"நெபோலியில். அங்குதான் எங்கள் வீடு இருக்கிறது."

"நெபோலி! நெபோலிதானே நேபிள்ஸ்?"

"ஆமாம்."

"எங்கள் கப்பல் நெபோலிக்கும் போகிறது."

"அப்போது என் அம்மாவைக் கட்டாயம் போய்ப் பாருங்கள். கப்பலில் எங்கு போகிறீர்கள்?"

"என் ஊருக்குத் திரும்பிப்போக வேண்டாமா?"

"ஆமாம். போக வேண்டும்தான்." இலாரியா உற்சாகம் குன்றியவளாக இருந்தாள்.

"கப்பலில் போவது இன்னும் தீர்மானமாகவில்லை. மைக்கேல் ஆஞ்ஜெலோ என்னும் கப்பலில் இடம் கிடைத்தால் தான் நான் கடல் மார்க்கமாகப் போவதாக இருக்கிறேன். இல்லாவிட்டால் ஒரேயடியாகப் பறந்து இந்தியா போய்ச் சேர்ந்துவிடலாம்."

"இன்னொரு கப்பலில்கூட இங்கிருந்து நெபோலி போகலாம்."

"ஆமாம். லெனார்டா டாவின்ஸி."

"அதில் போகலாமே?"

"நான் கப்பலில் போவதே அந்த ருமானியத் தம்பதிகளுக் காகத்தான். செலவு, கப்பல் விமானம் இரண்டிற்கும் ஒரே அளவுதான் ஆகிறது ..."

"யார் அந்த ருமானியத் தம்பதி?"

"உனக்குத் தெரிந்திருக்கும் என்று நினைத்தேன். ஆனா பிளாண்டியானா என்ற கவி. அவளுடைய கணவன் ரூஸான்."

"உயரமாக எப்போதும் சினிமா நட்சத்திரம் போலத் தோற்றமளிப்பாளே அவள்தானே?"

"அவள் ஒரு மிகச் சிறந்த கவி. அவளுடைய கவிதைகளை நான் இந்தியாவிலேயே படித்திருக்கிறேன்."

இலாரியா சூள்கொட்டினாள். "எனக்கு அவளைப் பிடிக்காது," என்றாள்.

"ஏன்?"

"ஏனோ பிடிக்காது."

நான் பேச்சை அதிகம் வளரவிடாமல் எழுந்தேன். என் புத்தகங்களுக்கிடையிலிருந்து ஒரு காகித உறையை எடுத்தேன். "நீ இதைப் பார்க்க வேண்டும்," என்றேன்.

இலாரியா அசுவாரஸ்யமாக எழுந்தாள்.

"இதைப் பார்த்தாயா? இதுதான் என் கடைசி மகனின் புகைப்படம்."

இலாரியா பதில் சொல்லவில்லை.

"இது என்னுடைய மூத்த மகனும் இரண்டாவது மகனும். எனக்கு மூன்று பிள்ளைகள்."

"அப்படியா?"

"இது என் சகோதரி பிள்ளைகள். என் சகோதரியும் நான் இருக்கும் வீட்டில்தான் இருக்கிறாள்."

"ம் ..."

"இது என் மனைவியுடைய புகைப்படம்."

இலாரியா அதைக் கையில் வாங்கி உற்றுப் பார்த்தாள். "மிகவும் அழகாக இருக்கிறாள்," என்றாள்.

"நன்றி," என்றேன்.

"எங்கள் நாட்டில் இந்த முக அமைப்பை மிகவும் சிலாகித்துக்கொள்வார்கள்."

"இதை அறிய என் மனைவிக்கு மிகவும் சந்தோஷமா யிருக்கும்."

இலாரியா புகைப்படத்தைத் திருப்பித் தந்தாள். நான் புகைப்பட உறையைப் பத்திரப்படுத்தினேன்.

"நான் போய்விட்டு வருகிறேன். பிறகு பார்ப்போம்," என்று இலாரியா கிளம்பினாள்.

"இலாரியா," என்றேன். "என் அறையை விட்டு வெளியே போகும்போது இப்படிச் சோர்வுற்ற முகத்தோடு போகக் கூடாது."

"என் முகமே அப்படித்தான்."

"நான் அப்படிச் சொல்ல மாட்டேன்."

இலாரியா ஒரு நாற்காலியில் உட்கார்ந்துகொண்டாள். முகத்தைக் கையால் மூடிக்கொண்டாள்.

"கற்பனை, மயக்கமாக மாறாமல் பார்த்துக்கொள்வது மிகவும் முக்கியமானது" என்றேன்.

இலாரியா மௌனமாகக் குலுங்கிக்குலுங்கி அழுது கொண்டிருந்தாள்.

"இரண்டிற்கும் இடையே மிகத் துல்லியமான மாறுபாடு தான் இருக்கிறது. நாம்தான் வேறுபடுத்திக்கொள்ள வேண்டும்."

"என்னால் முடியாது. என்னால் முடியவில்லை!" என்று அவள் உரக்க அழத் தொடங்கினாள்.

"அதைச் செய்யாவிட்டால் காயங்கள் அதிகரித்துக் கொண்டேயிருக்கும்."

"என்னுடைய காயங்கள் ஆறுவதேயில்லை."

"நீ இன்னும் அந்த பெல்ஜியனை நினைத்துக்கொண் டிருக்கிறாய்," என்று நான் பொய் சொன்னேன்.

"ஆமாம், ஆமாம்" என்று அவளும் பொய் சொன்னாள்.

"தாராளமாக எல்லாரையும், எல்லாவற்றையும் பற்றி நினைத்துப் பார். ஆனால் வருத்திக்கொள்ளாமல் நினைத்துப் பார்."

"என்னால் முடியவில்லையே!" இலாரியா என்னைக் கட்டிக்கொண்டு அழுதாள்.

நான் சிறிது நேரம் அவள் அழுது ஓயக் காத்திருந்தேன். ஆனால் அவளுடைய துக்கம் பெருகிக்கொண்டேயிருந்தது.

"இலாரியா, இலாரியா" என்று நான் அவளைத் தடவிக் கொடுத்தேன். அவள் என்னை இன்னும் இறுகக் கட்டிக் கொண்டாள்.

"இலாரியா, நான் முன்பே ஒரு முறை சொல்லியிருக் கிறேன், ஞாபகமிருக்கிறதா? துக்கத்தைப் பகிர்ந்துகொள்ளவே முடியாது."

இலாரியா அழுதுகொண்டேயிருந்தாள்.

"உன்னுடைய துக்கத்தைப் பார்த்து எனக்கும் மிகவும் துக்கமாக இருக்கிறது. அதனால் உன் துக்கம் குறையப் போவதில்லை."

இலாரியா இன்னும் பேசமுடியாதவளாக இருந்தாள்.

"நீ எதைச் செய்து முடிக்க இவ்வளவு பணம் செலவழித்துக் கொண்டு இவ்வளவு ஆயிரம் மைல்கள் இங்கு வந்திருக்கிறாய் – நீ இப்படித் துக்கத்தில் மாய்ந்துபோனால் ஒன்றுமே செய்ய முடியாது. வகுப்பிற்கு ஒழுங்கான நேரத்தில்கூடப் போக முடியாது."

இலாரியா கண்களைத் துடைத்துக்கொண்டாள். நான் ஒரு காகிதக் கைக்குட்டையை எடுத்துக் கொடுத்தேன். அதனால் மூக்கைத் துடைத்துக்கொண்டாள்.

"துக்கம் முழுக்கமுழுக்க அதுவாக நம்மிடம் வந்தடைவ தில்லை. நாமும்தான் இடம் தருகிறோம். நீயும் கொஞ்சம் யோசித்துப் பார்."

"என்னால் ஒன்றுமே யோசிக்க முடியாது. இப்படி அடிமேல் அடி விழுந்துகொண்டே இருந்தால் என்னால் எப்படி யோசிக்க முடியும்?"

"நீ உனக்குத் துக்கம் தரும் நபர்களைப் பற்றி யோசிக்காதே. உன்னைப் பற்றி மட்டும் யோசித்துப் பார். உன்னுடைய எந்தத் தன்மை இப்படி துக்கத்திற்கு வழி வகுக்கிறது என்று யோசித்துப் பார்."

"நான் நல்ல பெண். என்னிடம் கெட்ட தன்மை ஒன்றும் கிடையாது."

"நான் அதைச் சொல்லவில்லை."

"பின் எதைச் சொன்னீர்கள்?"

நான் ஒருகணம் வெறுமனே இருந்தேன். எனக்கும் நேரமாகிக்கொண்டிருந்தது.

"உன் மனதை இவ்வளவு தூரம் அலைய விடுவதற்கு முன் ஏன் நீ சில யதார்த்தத் தகவல்களைப் பற்றித் தெரிந்து கொள்ள முயலுவதில்லை?"

அவள் முதன்முறையாக அழுகையை முழுவதும் நிறுத்தி னாள்.

"ஒருவன் மணமானவனா இல்லையா என்றுகூடத் தெரிந்துகொள்ளாமல் நீயும் துக்கத்தை வரவழைத்துக்கொண்டு அவனையும் ஏன் துக்கத்தில் ஆழ்த்துகிறாய்?"

பளீரென்று இலாரியா என்னை உற்றுப் பார்த்தாள். அவள் முகம் சிவந்து விரிந்தபோது எனக்குப் பெரும் பயம் ஏற்பட்டது.

என்னை உற்றுப் பார்த்துக்கொண்டேயிருந்த அவளு டைய தலை வண்ணத்துப் பூச்சியின் சிறகு போலத் துடித்துக் கொண்டிருந்ததை நான் உணர முடிந்தது. அவளுடைய கோட்டு, குல்லாயைக்கூட எடுத்துக்கொள்ளாமல் என் அறையை விட்டு ஓடினாள். நான் அவற்றை ஒழுங்காக மடித்து ஓர் அட்டைப் பெட்டியில் போட்டு அவளுடைய ஹாஸ்டலில் சேர்ப்பித்தேன்.

அவள் கண்ணில் படக்கூடாதென்று நான் மிகவும் கவனமாக இருந்தேன். நான் அதிக நாட்கள் அந்தச் சங்கடத் தில் ஆழ்ந்திருக்க அவள் விடவில்லை. அந்த ஸெமஸ்டர் முடியுமுன்பே அவள் அந்தப் பல்கலைக்கழகத்தை விட்டும் அந்த ஊரை விட்டும் சென்று விட்டாள்.

நான் இந்தியாவுக்குக் கப்பலில் திரும்புவதும் மாற்றத்துக் குள்ளாயிற்று. மைக்கேல் ஆஞ்சலோ கப்பலில் எனக்கு இடம் கிடைக்கவில்லை. நானும் நெபோலி போகவில்லை.

ஆறு

வீழ்ச்சி

அந்த ஆண்டு அயோவா சிடியில் உறைபனி பெய்த முதல் நாளன்றே நான் சறுக்கி விழுந்தேன்.

இருந்த மரங்களின் இலைகளெல்லாம் உதிர்ந்து விட்டன. சிறிதும் பெரிதுமான கிளைகள் வானத்தை நோக்கிக் கெஞ்சிக் கதறுவது போல் வெவ்வேறு கோணங் களில் நீண்டு தெரிந்தன. கீழே உதிர்ந்த இலைகள் பசுமை–மஞ்சள் நிறம் மாறிச் சிவக்கத் தொடங்கி விட்டன. வீட்டையொட்டியிருந்த நடைபாதையில் கம்பளம் போலப் படர்ந்து கிடந்த இலைகளைத் திரட்டி மூட்டையாகப் பிளாஸ்டிக் பைகளில் கட்டி அந்த வீட்டுக்காரர்கள் தெருவோரமாக வைத்துவிட வேண்டும். நகரசபைக்காரர் கள் மூட்டைகளை அகற்றி விடுவார்கள்.

'தாங்க்ஸ்கிவிங்' நாளன்றே உறைபனி பெய்யும் என்று எல்லாரும் எதிர்பார்த்தார்கள். நன்றாகக் குளிர ஆரம்பித்து விட்டது. கம்பளிக் கோட்டுகளும் குல்லாய்களும் பயன் படத் தொடங்கிவிட்டன. வீட்டின் உட்புறத்தைக் குளிரா மல் வைக்கச் சூடேற்றும் சாதனங்கள் முடுக்கிவிடப்பட் டன. அரபு – இஸ்ரேலிய யுத்தம் மேலைநாட்டு மக்கள் வாழ்க்கையைப் பாதிக்கத் தொடங்கிவிட்டது. அவர்கள் வாழ்க்கைக்கு அத்யாவசிய எரி எண்ணெய் இனி தாராள மாய்க் கிடைப்பது சந்தேகந்தான். வெளியுலகம் பற்றி அதிகம் சிந்தனை கொள்ளத் தேவையற்ற நிலையிலிருந்த

உள்ளூர் அமெரிக்கக் குடிமக்கள்கூட எண்ணெய் விஷயத்தில் கட்டுப்பாடாக இருக்க வேண்டிய நிர்ப்பந்தத்தை உணர வேண்டியிருந்தது.

திடீரென்று அன்று காலை உறைபனி விழத் தொடங்கியது. அறை ஜன்னல்களுக்கு இரட்டைக் கதவுகள் ஏன் என்று எனக்குத் தெரிந்தது. அவற்றை மூடி வைக்காததால் நான் நடுநடுங்கிக்கொண்டிருந்தேன். நன்றாக அவற்றை இழுத்து மூடி ஜன்னல் கண்ணாடி மீது படர்ந்திருந்த ஈரத்தைத் துடைத்துக் கீழே பார்த்தேன். எட்டாவது மாடியிலிருந்த என் அறையிலிருந்து கீழே நிறுத்திவைக்கப்பட்டிருக்கும் கார்களின் கூரைகள், பூமியில் வரிசைவரிசையாகப் பதித்த வெவ்வேறு வண்ணத் தகடுகள் போலத் தெரியும். ஆனால் இப்போது வெள்ளைப் போர்வைக்கடியில் பதுங்கிக் கிடந்த அவற்றைச் சற்றுச் சிரமப்பட்டுத்தான் கண்டுகொள்ள முடிந்தது. ஒன்றிரண்டு கார்கள் அப்போதே வெளியே எடுக்கப்பட்டிருந்ததால் அந்த இடங்கள் மட்டும் சிறு இடைவெளிகளாகப் பழுப்பு நிறத்தில் தெரிந்தன. ஆனால் அந்த இடைவெளியும் இன்னும் சற்று நேரத்தில் வெள்ளைப் போர்வைக்குள் அடக்கமாகி விடும்.

என் அறையின் சூடேற்றும் விசையை முடுக்கிவிட்டு உஷ்ணக்காற்று வரும் பிளவுகள் மீது என் கையைச் சூடுபடுத்திக் கொண்டேன். என் அறைக் குளிர் குறையத் தொடங்கியது ஆறுதலளித்தது. முகச் சவரம் செய்துகொண்டு, சுருக்கமாகக் குளியலை முடித்துக்கொண்டு ஒரு கப் காப்பி கலந்துகொண்டேன். மீண்டும் ஜன்னல் கண்ணாடி வழியாக வெளியே பார்த்தேன். இலேசாக உறைபனி பெய்துகொண்டிருந்தது. வெட்ட வெளிக்குப் போகவேண்டுமென்று குழந்தைத்தனமான ஆர்வம் எழுந்தது. இந்தியாவில் நான் நினைத்துப் பார்க்க முடியாத விநோதக் கம்பளிக் கோட்டும் குல்லாயும் அணிந்து கொண்டு நான் வெளியே அடியெடுத்து வைத்தேன்.

உறைபனி அகற்றும் வண்டி கொண்டு சாலை நடுவிலும், நடைபாதைப் பகுதியிலேயே ஓரடி அகலத்திற்கு உள்ள சிமெண்ட் பாதையிலும் உறைபனியை அகற்றிப் பக்கத்தில் நடைபாதையின் புல் பகுதியில் கரை போலக் குவித்து வைத்திருந்தார்கள். அயோவா சிடி நகர்ப்புறத்திற்குப் போக நான் சாலையின் மறுபுறத்திலிருந்துதான் பஸ் ஏறவேண்டும். ஆதலால், கரைகட்டிய பனியில் இரு முறையாவது காலை வைக்காமல் சாலையைக் கடக்க முடியாது. என் காலடியில் உறைபனித்துகள் நொறுங்குவது அற்புதமான அனுபவமாயிருந்தது. உறைபனி பெய்வது சற்று நின்றிருந்தது. என் உடை

மீது விழுந்திருந்த சில பனித் துகள்களை உதறிவிட்டுப் பஸ்ஸில் ஏறினேன். பஸ்ஸினுள் அடியெடுத்து வைத்தபோது உள்ளங்கால் சிலீரென்றது. உறைபனி உருகி என் ஜோடுகளுக் குள் புகுந்திருந்தது.

அயோவா சிடியில் எந்த இடத்திற்குப் போகும் பஸ்ஸா யிருந்தாலும் வெட்ஸ்டன் முனையில் நின்று விட்டுத்தான் மேற்கொண்டு செல்ல வேண்டும். பஸ் மாற வேண்டிய இடமும் அதுதான். அந்த இடத்தைப் பெண்டாகிரஸ்ட் என்றும் அழைப்பார்கள். அதன் இரு புறங்களிலும் சாலை திடீரென்று இறங்குமுகமாகச் சரிந்து, சற்றுத் தள்ளியிருந்த இரயில் பாதைப் பாலத்துக்கடியில் சென்று மீண்டும் உயரத் தொடங்கும்.

நான் வெட்ஸ்டன் முனையில் இறங்கி இரயில் பாலத் துக்கு மறுபுறத்திலிருந்த பல்கலைக்கழக ஆங்கிலப் பிரிவு பக்கம் நடந்தேன். நடைபாதையின் சிமெண்ட் பகுதி மட்டும் உறைபனி அகற்றப்பட்டு இருந்தது. ஆனால் அதிலும் இருந்த சில சிறு பள்ளங்களில் தேங்கிய உறைபனி மேலும் உறைந்து ஐஸாக மாறியிருந்தது. ஐஸ் மீது அடியெடுத்து வைத்தால் எப்படி இருக்கும் என்று ஆர்வம் கொண்ட எனக்கு அது நொறுங்கக்கூடிய பளுகூட நான் இல்லாதது ஏமாற்றமா யிருந்தது. பொதுவாக அந்தச் சரிவான சாலையில் என் நடையின் வேகத்தை மட்டுப்படுத்த நான் நடைபாதையின் புல் பகுதியில்தான் நடப்பேன். ஆனால் இன்று அதெல்லாம் உறைபனி அடியில் மூடிக்கிடந்தது. என் ஜோடுகள் ஏற்கெ னவே நனைந்திருந்தன. ஆதலால் நான் நடைபாதை சிமெண்ட் பகுதியிலேயே நடந்தேன். சாலையின் இறக்கம் என் நடையின் வேகத்தை அதிகப்படுத்தியவண்ணமிருந்தது. சிமெண்ட் பாதை யிலேயே ஐஸாக உறைந்திருந்த ஒரு சிறு பகுதியில் காலை வைத்தேன். என்ன நடந்தது என்று அறிய முடியாமல் கணப்போதில் என் கை கால்கள் வெவ்வேறு திசையில் உதறிக்கொண்டன. நான் அப்படியே தடாலென்று மல்லாந்து விழுந்துவிட்டேன்.

கணமாயுமிருக்கலாம், மணியாயுமிருக்கலாம். என் தலையைத் தூக்கினேன். சாலையில் நிறைய மனிதர்கள் போய்க்கொண்டிருந்தார்கள். என்னைச் சிலராவது பார்த் திருக்கவேண்டும். நான் தட்டுத்தடுமாறி நிற்க முயற்சி செய்து கொண்டிருந்த நேரத்தில் யாராவது உதவ வந்தால் எப்படி நன்றி சொல்வது என்று சங்கடப்பட்டுக்கொண்டிருந்தேன். கீழே விழுந்தால் வேறு யாராவது வந்துதான் தூக்கி நிறுத்த வேண்டியிருக்கிறது. ஆனால் அப்படி நிறுத்தப்படுவது சங்கடம்

விளைவிக்கிறது. சென்னையில் சைக்கிள்விடக் கற்றுக்கொள்ளும் சிறுவர்கள்கூடக் கீழே விழுந்து யாராவது தூக்கிவிட்டால் உடனே உதறித் தள்ளுகிறார்கள். எனக்கு ஏமாற்றமாயும் ஆறுதலாயும் இருந்தது. என் அருகில் யாரும் வரவில்லை.

ஒரு மாதிரியாக எழுந்து நின்றுவிட்டேன். பெரும் வெற்றிகண்ட நேரத்தில் ஆரவாரமிடுவதற்குப் பதிலாகக் கைவிட்டுச் சென்றுவிடும் படைகளை ஏக்கத்துடன் பார்க்கும் தளபதி போல நான் நின்றேன். என் அனுபவத்திலறியாத எதிரியால் நான் வீழ்த்தப்பட்டிருக்கிறேன். என் தலையிலும் முழங்காலிலும் இன்னும் எங்கெங்கெல்லாமோ அடிபட்டிருக்கிறது. ஆனால் எனக்கு உதவ ஒரு ஜீவன்கூட அடியெடுத்து வைக்கவில்லை.

என் ஜோடுகளும், உள் ஜோடுகளும் நனைவதையும் பாராட்டாமல் நான் புல் மீது படர்ந்திருந்த பனி மீது அடி மேல் அடி எடுத்து வைத்து ஆங்கிலப் பிரிவுக் கட்டடத் திசையில் நகர்ந்தேன். இனிமேல் சிறிது ஐஸ் இருந்தால்கூட நடைபாதை மீது நடக்கமாட்டேன். என் நெற்றி புடைத்து ஒரு பந்து போல் மாறிக்கொண்டிருந்தது. உடல் வலி தாளாமல் நான் அங்குலம்அங்குலமாக முன்னேறினேன். ஒருவரும் என்னை ஒரு பொருட்டாக மதித்ததாகத் தெரியவில்லை. ஆங்கிலப் பிரிவுக் கட்டடத்தில் என் கண்ணில் பட்ட முதல் நபரிடம் 'குட்மார்னிங்'கூடச் சொல்லாமல், "நான் சறுக்கி விழுந்து விட்டேன்" என்று சொன்னேன். அவர், 'சாரி,' என்று முணுமுணுத்துவிட்டுப் போய்விட்டார். இன்னொருவரிடம் சொன்னேன். அவரும் பெரிதாகக் கவலைப் பட்டதாகத் தெரியவில்லை. குளிர்கால உறைபனியில் சறுக்கி விழுவது அவ்வளவு சர்வ சகஜமான நிகழ்ச்சியா?

நான் விழுந்தது பற்றி என் மனம் திரும்பத்திரும்ப ஓலமிட்டுக்கொண்டிருந்தது. மனிதன் செங்குத்தாக நின்று இரு கால்களில் நடக்கக் கற்றுக்கொண்ட நாளிலிருந்தே அவன் பூமியின் ஈர்ப்பு சக்திக்கு எதிராகத்தான் செயல்பட்டு வருகிறான். இயற்கையின் ஓர் அம்சமாகிய ஈர்ப்பு சக்தி, மனிதன் மனிதனாகப் பரிணாமம் அடைவதற்குப் பல கோடி ஆண்டு முன்னிருந்தே இருக்க வேண்டும். மனிதன் கீழே விழுவதுதான் இயற்கை. ஆனால் அதற்குத்தான் அவன் அளவுக்கு மீறி அலட்டிக் கொள்கிறான். மாமலைகள் சரிந்து விழுந்திருக்கின்றன. வானளாவிய மரங்கள் வேரோடு சாய்ந்திருக்கின்றன. மேகத்தை முட்டும் கூடகோபுரங்கள் இடிந்து விழுந்திருக்கின்றன. கோட்டை கொத்தளங்கள் நொறுங்கிப் புழுதியாய்ப் போயிருக்கின்றன. உலகத்தின் ஏழு விந்தைகளில்

அசோகமித்திரன்

ஒன்றான ரோட்ஸ் சிலை இருந்த இடமே தெரியவில்லை. ஆனால் நான் விழுந்தது பற்றி நான் விழுந்துவிழுந்து மாய்ந்து போகிறேன்.

ஓர் இந்திய நண்பரிடமிருந்துதான் சிறிதளவு ஆறுதல் சொற்கள் கிடைத்தன. ஆனால் அவரும் பெரிதாகக் கவலைப் பட்டதாகத் தெரியவில்லை. "நான் பல முறை விழுந்திருக் கிறேன்," என்றார். அவர் மட்டுமில்லை, அவர் மனைவியும், அவருடைய குழந்தைகளும்.

என் பதற்றத்தை அவர் ஒரு மாதிரி உணர்ந்திருக்க வேண்டும். "எங்கே, உங்கள் ஜோடுகளைப் பார்ப்போம்," என்றார்.

நான் காண்பித்தேன்.

"இதைப் போட்டுக்கொண்டா பனியில் போனீர்கள்?" என்று கேட்டார்.

"ஆமாம். இதைத்தான் பல வருடங்களாகப் பயன்படுத்து கிறேன்."

"இது இங்கே சரிப்படாது. ஒரே சப்பையாக இருக்கிறது. கீழே பிடிப்பே இல்லை. இங்குள்ள சூழ்நிலைக்குத் தகுந்த ஜோடுகள் பயன்படுத்த வேண்டும்."

"இங்குள்ள சூழ்நிலைக்குத் தகுந்தபடி என்றால் எப்படி?"

"முதலில் ஜோடுகள் கனமாக உறுதியாக இருக்க வேண் டும். நடக்கும்போது காலடியில் நல்ல பிடிப்பு தரவேண்டும். லைப்ரரி அருகே விழுந்ததாக நீங்கள் கூறுகிறீர்கள். நீங்கள் வெளியே காலடி எடுத்த உடனேயே விழாதது பெரிய ஆச்சரியம்."

"சரி, இங்குள்ள சூழ்நிலைக்குத் தகுந்த ஜோடுகள் எங்கே கிடைக்கும்?"

"கே-மார்ட்டில்தான்."

'கே-மார்ட்' என்பது அமெரிக்காவெங்கிலும் பல கிளை கள் உடைய ஒரு மாபெரும் டிபார்ட்மெண்ட் ஸ்டோர். வாழ்க்கைக்குத் தேவையான, தேவையற்ற எல்லாப் பொருள்களும் அங்கு கிடைக்கும். அந்த நாளில் அயோவா சிடியில் கே-மார்ட் இருந்த பகுதிக்கு பஸ் இருந்தாலும் அது கடைக்கு அருகே நிற்காது. அதே நேரத்தில் அயோவா சிடியில் இன்னொரு பெரிய கடைத்தெருவான 'மால்' என்னும் இடத்திற்கு வாயிற்படியிலேயே போய் நிற்கும்.

மால் கடைத்தெருவில் உயர்ந்தரகப் பொருள்கள் உயர்ந்த விலைக்குக் கிடைக்கும். கே–மார்ட் கடையில் எல்லாப் பொருள்களுக்கும் கழிவு உண்டு. சில சந்தர்ப்பங்களில் திடீரென்று மணி அடித்து ஏதாவது ஒரு அலமாரியில் இருக்கும் பொருள்களை ஐந்து நிமிடங்களுக்கு அற்ப விலைக்குத் தருவார்கள். நானே ஒரு முறை அப்படித்தான் ஒரு புது மாதிரியான ஷர்ட்டை ஒரு டாலருக்கு வாங்கினேன். அதை அணியப் போதிய தைரியம் இல்லாமல் அது இன்னும் புத்தம்புதிதாக என் துணிமணிகளுக்கடியில் கிடக்கிறது. ஒரு சங்கடம், இந்த அடி பாதாள விலை விற்பனை எந்தப் பொருளுக்கு எப்போது நடக்கும் என்று யாரும் முன்கூட்டியே கூற முடியாது.

ஒரு மணி நேரம் அனுமதி கேட்டுக்கொண்டு நண்பர் என்னை அவருடைய காரில் கே–மார்ட் கடைக்கு அழைத்துச் சென்றார். அவருக்கு அதிக அவகாசமில்லாததால் நேராக ஜோடுகள் அலமாரிக்குச் சென்று அவராகவே எனக்கு ஒரு ஜதை தேர்ந்தெடுத்தார். மேற்பாகம் பழுப்பு நிறத்தோல். அடிப்பாகம் தடிமனான ரப்பர். காலில் போட்டுப் பார்த்தேன். ஈயம் தோல் – ரப்பர் மாறு வேடத்தில் வந்திருந்தது போலிருந்தது. உள் காலளவு சரியாக இருந்தாலும் வெளிப்புறம் பெரிதாக நீட்டிக்கொண்டிருந்தது. அவ்வளவு பெரிய ஜோட்டைப் போட்டுக்கொண்டு யார் மீதும் எதன் மீதும் இடிக்காமல் கொள்ளாமல் நடக்க நான் வெகு கவனமாகப் பழக்கப்படுத்திக்கொள்ள வேண்டும். என் செங்குத்து நிலை பற்றி இனிக் கவலையில்லை. ஈயத்தைக் காலில் கட்டிக்கொண்டால் தரையிலென்ன, தண்ணீரிலும் நான் செங்குத்தாகத்தான் மூழ்கவேண்டும்.

நான் அமெரிக்காவில் இருந்த மேற்கொண்டு பல மாதங்களிலும் அந்த ஜோடுகளைக் கழற்றவே இல்லை. கர்ணனின் கவச குண்டலம் போல அது என்னில் ஒரு பாகமாகிவிட்டது. ஒரு நான்கு நாட்கள் தவிர. அந்த நான்கு நாட்கள் இன்னொரு கதை.

ஏழு

அந்த இன்னொரு பஸ் நிலையம்

பஸ் நிலையத்திற்கென நான் காலை ஆறு மணிக்குக் கிளம்பியபோது வெளியே ஐஸைக் காட்டிலும் அதிகமான குளிர். ஃபோர்ட் காலின்ஸில் நான் தங்கியிருந்த மூன்று தினங்களில் குளிர் சென்டிகிரேட் வரிசையில் பூஜ்யத் திற்குக் கீழே எட்டு, பத்து டிகிரி என்றிருந்தது. இன்று ஒரேயடியாக 21க்கு இறங்கிவிட்டது. தெருவில் வீடுகள் மிக இலேசான நிழல்களாய்த் தெரிந்தன. அந்தப் பின் னணியில் நான் விடும் மூச்சு சிறு மேகங்களாய் உறைந்து மறைந்தது. விசேஷ உள்ளணிக்கு மேல் பல அடுக்கு உடுப்பு அணிந்து எல்லாவற்றுக்கும் மேலாகத் தடிமனான கம்பளி ஓவர்கோட்டு ஒன்றும் போட்டுக்கொண்டிருந் தேன். கைகளில் தோலுறை, கால்களில் கனத்த பூட்ஸ்.

வீடுகளாக இருந்த தெருக்கள் இருட்டாக இருந்தன. ஆனால் கடைகள் நிறைந்த பெரிய சாலையில் விளக்குகள் எரிந்துகொண்டிருந்தன. அங்கும் அந்த நேரத்தில் ஈ காக்காய் கிடையாது.

ஒரு நாள் முன்னர்தான் என் பயணம் பற்றி விசாரிக்க பஸ் நிலையத்திற்குச் சென்றிருந்தேன். கிரீலீக்கா? அதி காலையில் ஒரே ஒரு பஸ், ஏழு மணிக்கு. டிக்கெட்டா? இப்போது வாங்க முடியாது. எல்லாம் பயண தினத்தன்று தான். இதெல்லாம் அவர்கள் சொன்னபோதே பஸ் நிலை யத்தை நான் இன்னும் சிறிது நிதானமாக, கவனமாகப் பார்த்திருக்க வேண்டும்.

அதோ இருக்கிறது பஸ் நிலையம். இதோ வந்தே விட்டது ஆனால் . . .

பஸ் நிலையம் பூட்டியிருந்தது.

○

பஸ் நிலையத்தின் வெளியே இருந்த டெலிபோன் கூண்டுக்குள் நுழைந்துகொண்டு என் மணிபர்ஸை துழாவிக்கொண்டிருந்தேன். கையுறையைக் கழற்றாமல் டெலிபோனைச் சமாளிக்க முடியாது. உறை இல்லாமல் விரல்கள் இரு நிமிடங்களில் விறைத்துப் போய்விடும். சாலை விளக்குகளும், நான் திரும்பும் திசைக்கேற்பக் கடைக் கண்ணாடிகள் பிரதி பலிக்கும் நியான் விளக்குகளும் வெளிச்சம் போன்ற பிரமையை ஏற்படுத்திக்கொண்டிருந்தன. அது பிரமைதான் என்பது டெலிபோன் டைரக்டரியைப் புரட்டிப் பார்க்கும் போது தெரிகிறது. அங்கிருந்த கட்டடங்களில் பஸ் நிலையம் ஒன்றுதான் கதவுக்கு வெளியே ஒரு ஸன்ஷேட் அல்லது சார்பு இல்லாமல் மொட்டையாக அமையப் பெற்றிருந்தது. பூட்டிய கதவருகே ஒண்டுவதுகூடத் தவறு என்பது போலக் குளிர்காற்று என்னைக் கூறுபோட்டுக்கொண்டிருந்தது. நெடுந் தூரம் செல்லும் எல்லா பஸ்களுக்கும் பஸ் நிலையத்திலேயே எல்லாப் பயணிகளுக்கும் டிக்கெட் தந்த பிறகுதான் வண்டி புறப்படும். ஆனால் இங்கே பஸ் கிளம்புவதற்கு அரை மணி நேரம்கூட இல்லை, நிலையம் பூட்டிக் கிடக்கிறது. அப்படியென்றால் ஏழு மணிக்கு பஸ் கிடையாது. அப்படியே இருந்தாலும் அது வேறெங்கிருந்தோ கிளம்புவதாக இருக்க வேண்டும். எங்கே என்றுதான் தெரியவில்லை.

சில மாதங்கள் முன்னால் இது முன்பின் தெரியாத நாடு என்ற உணர்வில் எது எப்படி எல்லாம் இருக்குமோ என்று கவலைப்படுவதிலேயே இந்த இக்கட்டைக்கூட நான் ஊகித் திருப்பேன். ஆனால் அமெரிக்கா வந்து இந்த நான்கு மாதங் களில் நான் நிறையவே பஸ் பிரயாணம் செய்துவிட்டேன். பலமுறை அயோவா சிடி, டெமாயின், கான்ஸாஸ் சிடி போன்ற நகரங்களில் பஸ்ஸுக்காகக் காத்திருக்கையில் அமெரிக்க பஸ் நிலையங்கள் செயல்படுவதை நன்கு கவனிக்க வாய்ப்பு கிடைத்திருக்கிறது. கான்ஸாஸ் சிடி பஸ் நிலையத்தின் பரபரப்பையும் சுறுசுறுப்பையும் எளிதில் விவரித்துக்கூற முடியாது. பஸ் நிலையம் ஒரு பெரிய விமானநிலையம் போல இருக்கும். அந்தப் பல மாடிக் கட்டடத்தில் பலவிதமான கடைகள், பகுதிகள். எப்போதும் கூட்டம்கூட்டமாக மக்கள் பேசிக்கொண்டு, சிரித்துக்கொண்டு, அலைந்து திரிந்துகொண்டு,

தூங்கி வழிந்துகொண்டு, சாப்பிட்டுக்கொண்டு, குடித்துக் கொண்டு, நாற்காலியில் பதிந்த டெலிவிஷன் பெட்டியில் காசு போட்டு டிவி காட்சி ரசித்துக்கொண்டு, தானியங்கிப் புகைப்படக் காமிராவில் தன்னையே புகைப்படம் எடுத்துக் கொண்டு, காசு போட்டால் இயங்கும் பந்தய விளையாட்டு மேஜைகளில் விளையாடிக்கொண்டு, பஸ்களில் ஏறிக்கொண்டு, இறங்கிக்கொண்டு... இது தவிர, எந்நேரமும் ஏராளமான துப்புரவாளர்கள், ஷூ பாலிஷ் போடுபவர்கள், டிக்கெட் தரும் ஜன்னல்களில் பணியாளர்கள்... பஸ் நிலையத்தின் விசால மான குளியலறைகளில் இரவு ஒரு மணிக்கும் இரண்டு மணிக்கும்கூட யாராவது தலையை வாரிக்கொண்டு இருப் பார்கள். முகச் சவரம் செய்துகொண்டு இருப்பார்கள். பஸ்கள் வருவதும் போவதும் பற்றிய அறிவிப்புகள் ஓயாமல் ஒலிபெருக்கியில் வந்துகொண்டே இருக்கும். இவ்வளவையும் பார்த்த பிறகு அமெரிக்காவில் ஒரு பஸ் நிலையம் எந்த நேரத்திலாவது மூடியிருக்கும் என்று நினைத்துப் பார்க்க முடியாது.

ஆனால் இங்கே ஃபோர்ட் காலின்ஸில் என் நண்பரிடம் ஆறு மணிக்கு விடை பெற்றுக்கொண்டு தன்னந்தனியாகக் குளிரிலும் காற்றிலும் உறைபனியிலும் தட்டுத் தடுமாறிக் கொண்டு பஸ் நிலையத்தை ஆறரைக்கு வந்தடைகிறேன். அங்கே விளக்கு கிடையாது, ஆள் கிடையாது, அரவம் கிடையாது, ஒரு அசைவும் கிடையாது. காரணம் கதவே பூட்டிக் கிடக்கிறது. கிரீலி செல்லும் பஸ்ஸைப் பற்றி மூன்று வெவ்வேறு இடங்களில் விசாரித்திருக்கிறேன். எல்லாரும் காலை ஏழு மணிக்கு பஸ், அதை விட்டால் மறுபடியும் அடுத்த நாள் காலை ஏழு மணிக்குத்தான் என்று கூறியிருக் கிறார்கள். அந்த பஸ்ஸைப் பிடித்து கிரீலி சென்று உடனே அங்கிருந்து சான்பிரான்ஸிஸ்கோ செல்லும் ரயிலைப் பதி னோரு மணிக்குப் பிடித்தாக வேண்டும். இங்கே பஸ் நிலையம் பூட்டிக் கிடக்கிறது.

சான்பிரான்ஸிஸ்கோவில் நான் தங்குவதற்கு ஒரு குடும் பத்தை ஏற்பாடு செய்திருந்த சர்வதேச மாணவர் அமைப்பு திரும்பத்திரும்ப எச்சரித்திருந்தது: "உன் பயண திட்டத்தை மாற்றாதே. மாற்றவே மாற்றாதே. ஒரு சிறு மாறுதல் இருந்தால் கூட உடனே டிரங்கால் மூலமாகவோ தந்தி மூலமாகவோ உனக்காகக் காத்திருப்பவர்களுக்குத் தகவல் தெரிவித்துவிடு" அமெரிக்காவில் தந்தியை உபயோகிப்பவர்களை நான் பார்த்த தில்லை. எவ்வளவு ஆயிரம் மைல் தொலைவிலிருக்கும் இடத் திற்கும் டெலிபோனிலேயே பேசி முடித்துவிடுவார்கள்.

எனக்கு என்ன காரணமோ டெலிபோன் பழக்கப்படவில்லை. டெலிபோனை எடுத்தால் பேச்சு எழுவதில்லை. அப்படித் திக்குமுக்காடிப் பேசினால் பேசுவது ஒரே அபத்தமாகப் போய்விடுகிறது. ஆனால் அதுகூட இந்த சான்பிரான்ஸிஸ்கோ காரர்களுக்குக் கிடைக்காது. ஏனென்றால், அவர்கள் யார் என்று எனக்குத் தெரியாது. அவர்கள் மட்டும் என்னை அடையாளம் கண்டுகொள்ள நான் ஒரு பெரிய அடையாள அட்டையைக் கோட்டில் அணிந்துகொள்ள வேண்டும். அவர்கள் சான்பிரான்ஸிஸ்கோவில் எனக்காகக் காத்திருப்பார்கள். நிச்சயம் காத்திருப்பார்கள். குறித்திருந்தபடி நான் வந்து சேராததற்கு மிகக் கோபமாக சர்வதேச மாணவர் அமைப்புக்குக் கடிதம் எழுதுவார்கள். "நீ எவ்வளவு விபரீதத்தையும் வேதனையையும் உண்டுபண்ணிவிட்டாய் தெரியுமா? ஒரு விருந்தினன் வரப்போகிறான் என்று தெரிந்தவுடனேயே ஓர் அமெரிக்கக் குடும்பம் எவ்வளவோ மாறுதல்களுக்கு உட்படுகிறது! குடும்பத்தினர் எல்லோரும் பரபரப்புடன் விருந்தாளியை வரவேற்கத் தயாராகிறார்கள். அவ்வீட்டுக் குழந்தைகள் விருந்தாளியின் நாடு, அதன் இயற்கை அமைப்பு, வரலாறு போன்றவற்றை அறிந்துகொள்ள நூல்களைத் தேடிப் பிடித்துப் படிக்கிறார்கள். வீட்டுத் தலைவி விருந்தாளிக்கு உகந்ததும் பழக்கமானதுமான உணவளிக்க வேண்டும் என்று பண்டங்களை வாங்கிச் சேகரிக்கிறாள். எதை எப்படிச் சமைக்கவேண்டும் என்று விசாரித்தறிய அங்குமிங்கும் அலைகிறாள். இவ்வளவுக்குப் பிறகு ஒரு காரணமும் தெரிவிக்காமல் விருந்தாளி வராமல் போய் விட்டால் அவளுக்கு ஏற்படும் சோர்வையும் ஏமாற்றத்தையும் சொல்லி முடியாது."

நான் டெலிபோனை இயக்கிப் பேசுவதற்கு என் மணிபர்ஸைத் துழாவிக்கொண்டிருந்தேன். அமெரிக்க டெலிபோன்களை ஒரு 'டைம்' அல்லது பத்து செண்டு நாணயம் கொண்டு இயக்க வேண்டும். என் பர்ஸில் ஒரு தங்கசாலையே இருப்பது போல ஏகப்பட்ட நாணயங்கள். ஆனால் பத்து செண்டு நாணயம் ஒன்று கிடைக்க மறுக்கிறது. நான் சான்பிரான்ஸிஸ்கோவுக்குப் போகாது போனாலும் இங்கே யாரிடமாவது பேசியாக வேண்டும். கிரீலிக்கு பஸ் எங்கிருந்து கிளம்புகிறது என்று தெரிந்துகொள்ள வேண்டும். ஏழு மணிக்கு இன்னும் பதினைந்து நிமிடங்களே பாக்கியிருக்கின்றன.

நல்ல வேளையாக ஒரு 'டைம்' நாணயம் கிடைத்து விடுகிறது.

டெலிபோன் டைரக்டரியைப் புரட்டிப் பார்த்தேன். வெளிச்சமாயிருக்கிறது என்ற மாய நிலையிலும் எப்படியோ

'பஸ்' என்ற பகுதியைக் கண்டுபிடித்து விடுகிறேன். இரு எண்கள் இருக்கின்றன. முதல் எண்ணைத் திருப்புகிறேன். மணி அடிக்கிறது. அடித்துக்கொண்டேயிருக்கிறது. டெலிபோனைத் திரும்பக் கொக்கியில் மாட்டுகிறேன். என் காசு கீழே ஒரு திறந்த குப்பியில் உருண்டு விழுகிறது. அதை எடுத்து இரண்டாம் எண்ணைச் சுழற்றுகிறேன். மீண்டும் மணி அடித்துக்கொண்டே இருக்கிறது. அங்கேயும் டெலிபோன் எடுப்பார் யாரும் காணோம். டெலிபோனைக் கொக்கியில் மாட்டுகிறேன். மறுபடியும் கிளிங் என்று காசு குப்பியில் விழுகிறது.

எனக்கு ஒரு சந்தேகம் தோன்றியது. நான் ஒவ்வொரு முறை டெலிபோனைச் சுற்றினாலும் வேறெங்கிருந்தோ டெலிபோன் மணி அடிப்பது இலேசாக கேட்டது. டெலிபோன் இணைப்பைத் துண்டித்ததும் அதுவும் நின்று விடுகிறது. நான் டெலிபோன் டைரக்டரியை எடுத்துக் கண்களை இடுக்கிக்கொண்டு மீண்டும் 'பஸ்' பக்கத்தைப் புரட்டிப் பார்க்கிறேன். அப்போதுதான் தெரிந்தது, இரு எண்களும் ஒரே முகவரியைக் கொண்டது என்று. அந்த முகவரி நான் நின்றுகொண்டிருந்த இடமேதான். பஸ் நிலையம் முழுக்க முழுக்க பஸ் நிலையம் மட்டுமே என்றில்லை. ஃபோர்ட் காலின்ஸுக்குத் தனியாக பஸ் நிலையம் என்று கிடையாது. ஒரு டிராவல் ஏஜென்ஸி அலுவலகத்தைத்தான் பஸ் நிலைய மாகவும் பயன்படுத்திக் கொண்டிருக்கிறார்கள். அந்த அலுவல கத்தின் இரு டெலிபோன் எண்கள்தான் 'பஸ்' என்ற தலைப் புக்குக் கீழ் டெலிபோன் டைரக்டரியில் கொடுக்கப்பட்டிருந் தன. அது எல்லா அலுவலகங்கள் போல எட்டு மணிக்கோ பத்து மணிக்கோதான் திறக்கக்கூடும்.

எப்படியானாலும் கிரீலிக்குப் போக முடியாது. அந்தப் பதினொரு மணி ரயிலைப் பிடிக்க முடியாது. ஒரு பெரும் ஏமாற்றத்தை சான்பிரான்ஸிஸ்கோ குடும்பத்தினருக்கு உண்டு பண்ணுவதைத் தவிர்க்க முடியாது. என் பெயரும் விருந்தோம் பும் அமெரிக்கக் குடும்பங்களை ஏய்க்கும் கயவர்கள் பட்டிய லில் சேர்ந்துவிடும்.

நான் டெலிபோன் கூண்டை விட்டு வெளியே வந்தேன். இனி என் சக்திக்கு உட்பட்டது ஒன்றும் இல்லை. நான் செய்யக் கூடியது ஒன்றுமே இல்லை. அந்த உணர்வு ஆழ்ந்த அமைதியை ஏற்படுத்தியது. சாலை நெடுகப் பார்வையை ஓட்டினேன். இரு வரிசைகளாகக் கடை முன்புறக் கண்ணாடி கள் நீண்டு நெடுகப் போய் எங்கோ தொலைவில் இணைந்து மறைந்தன. ஒவ்வொரு கடைக்கும் ஒவ்வொரு விதமான

நியான் விளக்கு. ஒவ்வொரு நியான் விளக்கும் ஒவ்வொரு விதமாக இயங்குவது; அணைந்துஅணைந்து எரிவது; ஒவ்வொரு எழுத்தாகத் தோன்றி அணைந்து எரிவது; வெவ்வேறு நிறத்தில் மாறிமாறி அணைந்து எரிவது; கண்ணாமூச்சி ஆடுவது போல ஒரு திரி, இன்னொரு நிறத் திரியைத் துரத்தி வட்டமாகச் சுற்றுவது; சதுரமாகச் சுற்றுவது, முக்கோணம், செவ்வகமாகச் சுற்றுவது; எழுத்துடன் உருவங்கள் வந்துபோவது; கோலங்கள் தோன்றி மறைவது; இக்கோலாகல வண்ணஜாலம் பூமியின் மீதும் சுவர்கள் கூரைகள் மீதும் எங்கும் விழுந்து படிந்திருக்கும் வெண் உறைபனி மீதும் விழுந்து சிதறி ஜொலித்தது.

என் காலடியில் உறைபனி நொறுங்கியது. நான் நடைபாதைக்கு வந்தேன். சீக்கிரமே உதயம் ஆகிவிடும். அடிவானத்து வெண்ணிற ஒட்டியாணம் உயரக் கிளம்ப ஆரம்பித்துவிட்டது.

ஏதோ கனமாக ஊர்ந்து உறைபனி அழுந்துவது கேட்டது. சிறிது எட்டிப் போய்ப் பார்த்தேன். ஒரு சிறு லாரி, பஸ் நிலையக் கட்டிடத்தின் பக்கவாட்டுச் சுவரருகே வந்து நின்றது. லாரியிலிருந்து ஒருவர் இறங்கிச் சுவர்ப்பக்கம் சென்றார். உடனே மறைந்துவிட்டார். இருட்டில் சரியாகத் தெரியவில்லை. அங்கு கதவு ஏதாவது இருக்க வேண்டும். நான் கண்களை அகலத் திறந்துகொண்டு காத்திருந்தேன். சில விநாடிகளில் அவர் தோன்றிப் பெரிய பார்சல்களாக நான்கைந்து கொண்டுவந்து வண்டியில் ஏற்றினார்.

நான் அவரிடம் விரைந்தேன். வண்டியில் ஏறிக்கொண்டார். என்னைப் பார்த்து வண்டி ஜன்னல் கண்ணாடியைத் தழைத்தார்.

"இங்கு வேறெதாவது பஸ் நிலையம் இருக்கிறதா?" என்றேன்.

"எனக்குத் தெரிந்து ஒன்றுமில்லையே."

"எது பஸ் நிலையம்?"

"இதுதான்."

"இதை எப்போது திறப்பார்கள்?"

"எட்டு அல்லது எட்டரை மணிக்குத் திறக்கலாம்."

"அட கடவுளே!"

"என்ன விஷயம்?"

"நான் கிரீலிக்குப் போகவேண்டும். ஏழு மணிக்கு பஸ் என்றார்கள்."

"ஆமாம்,"

"ஆனால் எங்கே பஸ் ஏறுவது?"

"இங்கேயேதான்."

"இங்கேயா?"

"ஆமாம்."

"அப்படியென்றால் இங்கே பஸ் வரும் என்கிறீர்களா?"

"பஸ்ஸா?"

"ஆமாம். மணி ஏழாகிறதே?"

"இதுதான் பஸ்."

"என்ன?"

"இது பஸ் இல்லைதான். ஆனாலும் கிரீலீக்குப் போகிற வர்களும் அதிகம் கிடையாது பாருங்கள். லக்கேஜ் ஏதாவது இருக்கிறதா?"

எட்டு

கே – மார்ட் ஷூ

இந்த வலி எப்போது தொடங்கியது என்று யோசித்துப் பார்த்தேன். பதினைந்து நாட்களுக்கு முன்பு. அன்றுதான் நானும் வபின்ஸ்கியும் பிகாஸோ படங்கள் கண்காட்சி என்ற விளம்பரத்தைக் காலைப் பத்திரிகையில் பார்த்துவிட்டுப் பகல் உணவு வேளை வரை கோரல்வில் லில் அந்த முகவரியைத் தேடி அலைந்தோம். அங்கு ஏதேதோ படங்களுடன் ஒரே ஒரு பிகாஸோ படத்தின் அச்சுப் பிரதியும் இருந்தது. அந்தக் கண்காட்சி அறையில் காவல் மாதிரி இருந்த ஒரே பெண்ணிடம் 'இது என்ன மோசடி' என்று கேட்டோம். முதலில் அவளுக்கு அது புரியவில்லை. அப்புறம் எங்கள் முன்னிலையிலேயே அந்த விளம்பரத்தை எடுத்துப் படித்தாள். 'பிகாஸோவும்' என்றிருந்தது – *Among others, Picasso.* ஒரு மணி நேரத்துக்கும் மேலாக ஓரடி உறைபனியில், ஐஸுக்கு இருபது டிகிரி அதிகக் குளிரில், ஜன சஞ்சாரமேயற்ற பிரதேசமோ என்று நினைக்கக்கூடிய காலித் தெருக்களில் தடுமாறிய பிறகு ஒரே ஒரு பிகாஸோ படத்தின் அச்சுப் பிரதியைப் பார்க்க நேர்ந்தபோது ஓவியக் கலை மனித குலத்துக்கு அப்படி யொன்றும் அத்தியாவசியமான அம்சமாகத் தோன்ற வில்லை.

கோரல்வில்லிலிருந்து அயோவா சிடிக்குத் திரும்பப் பஸ்ஸுக்காகக் காத்திருந்தபோதுதான் முதன்முறையாக

எனது வலது கால் கட்டை விரலும், அதற்கடுத்த விரலும் விட்டுவிட்டு வலிப்பது தெரிந்தது. இவ்வளவு தடி சாக்ஸ் போட்டுக்கொண்டிருக்கும்போதுகூடவா ஜோடுகள் காலைக் கடிக்கும் என்று வியப்பாக இருந்தது.

அயோவா சிடியில் என் அறைக்கு வந்து சேர்ந்தவுடன் ஜோடைக் கழற்றிப் பார்த்தேன். நான் அயோவா சிடியில் உறைபனி விழுந்த முதல் நாளன்று சறுக்கி விழுந்தவுடனேயே கே – மார்ட் கடைக்குப் போய்ப் பனிக் காலத்திற்கென்றே வாங்கிய புது ஜோடு அது. அதைப் போட்டுக்கொண்டு முத்துக் குளிக்கப் போகக்கூடிய அளவுக்குக் கனம். பனிக்கால ஜோடு என்று சொல்லி எனக்கு வாங்கித்தந்த நண்பரே அதைச் சற்றுப் பெரியதாகத்தான் தேர்ந்தெடுத்தார். தடிக் கம்பள சாக்ஸ் போட்டுக் கொண்டு அணிய வேண்டியதல்லவா? உண்மையில் அதன் பெரிய அளவு முதலில் சில நாட்களுக்கு எனக்குத் தொந்தரவாக இருந்தது. எங்கே போனாலும் இடித்துக் கொண்டிருந்தேன். இப்போது வெளிப் பக்கம் பழக்கமாகிவிட்டது. ஆனால் உள்ளே காலைக் கடிக் கிறது போலிருக்கிறதே?

என் கால் கட்டைவிரல், அடுத்த விரல் இரண்டும் சிவந்திருந்தன. முக்கியமாக அவை ஒன்றையொன்று தொட்டுக் கொள்ளும் இடம் ரணமாகப் போயிருந்தது. இவ்வளவு பெரிய ஜோடு காலை அழுத்தி இப்படி விளைவிக்க வழி யில்லை. ஆதலால் இது ஏதோ தோல் சம்பந்தப்பட்ட உபாதை. எங்கே போய்ப் பிடித்து வைத்திருக்கிறேன்?

எனக்கு வேதனையாக இருந்தது. அமெரிக்காவில் வைத் தியரைப் பார்த்துச் சிகிச்சை செய்துகொள்வதற்குக்கூட ஒரு குறைந்த அளவு மனஉறுதியும், உடல் உறுதியும் தேவை. நான் இரு நாட்கள் என் அறை இருந்த கட்டடத்தை விட்டு வெளியே போகவில்லை.

ஆனால் வெளியே போகாமல் காலம் தள்ளிவிட முடி யாது. காய்கறிச் சாமான்கள் வாங்க வேண்டும். சில புத்தகங் களுக்குக் கடையில் சொல்லி வைத்திருந்தேன். அவற்றை வாங்கி வர வேண்டும். அந்த வாரக் கருத்தரங்குக்கு லைப்ரரி சென்று சில குறிப்புகள் எடுக்க வேண்டும். எல்லாவற்றுக்கும் மேலாகப் பல்கலைக்கழகத்துக்குச் சென்று 'செக்' வாங்கிக் கொண்டு பணம் மாற்றி வரவேண்டும். ஒரு மாதம் முன்பே திட்டமிட்டு டிராவல் ஏஜன்சியிடம் ஒப்படைத்த சுற்றுப் பயணத்துக்கான விமான – ரெயில் டிக்கெட்டுகளையும் பெற்றுக்கொள்ள வேண்டும்.

தயக்கத்துடன்தான் கே – மார்ட் ஜோட்டைப் போட்டுக் கொண்டேன். அன்று பனி பெய்யவில்லையெனினும் அதிகம் நடப்பதற்குத் தேவையில்லாத முறையில் என் காரியங்களுக்கு அட்டவணை போட்டுக்கொண்டேன். எல்லாவற்றையும் முடித்துக்கொண்டு அறைக்குத் திரும்பினேன். கால் வலிக்க வில்லை. ஆதலால் இது தோல் வியாதியல்ல, புதுச் செருப்புக் கடிதான். மனதுக்கு ஆறுதலாயிருந்தது.

கே–மார்ட் கடையைக் கடை என்று அழைப்பது நிஜம் பேசுவதாகாது. சுமார் கால் மைல் நீளமுள்ள கடைத் தெரு என்று கூறுவதுதான் நியாயமானது. முதல் முறை அங்கே போய் ஒரு கைக்குள் அடங்கும் பால்பாயிண்ட் பேனா ரீஃபில்களை வாங்கிப் பணம் கொடுத்து வரும்போது வெட்க மாகக்கூட இருந்தது.

கே–மார்ட் பணியாளர்கள், அரைச்சாக்கு அளவு காகித உறைகளில், வாங்கியவர்கள் பொருள்களை அடுக்கி வைத்து, அதை அப்படியே வெளியில் அவர்கள் கார்களில் கொண்டு போய் வைத்துவிட்டு வருவார்கள். எனக்கும் ஒரு முறையாவது பணியாளன் தூக்கி வரும் அளவுக்கு அந்தக் கடையில் பொருள்கள் வாங்க வேண்டும் என்று ஆசை. சிறிது திருத்தப் பட்ட வகையில் அது பூர்த்தியாயிற்று, அடௌ வென்டுரா என்ற பிரெஜில் இளம் கவிஞனால்.

❍

வென்டுரா சுமார் ஏழடி உயரம் இருப்பான். அதனாலேயே அவன் ஒடிந்து விழுபவன் போல் இருப்பான். ஒல்லியான கறுப்பர்கள் எல்லாருக்குமே குதித்துக் குதித்துப் போகிற மாதிரிதான் நடை இருக்கும். வென்டுரா தாவித்தாவிப் போவது போலத்தான் நடப்பான். ஆங்கிலச் சொற்கள் பத்துப் பதினைந்துதான் அவனுக்குத் தெரியும். அதில் ஒரு வாக்கியம், “நான் மிகவும் ஏழை.”

இந்த ஏழை பணக்காரன் விஷயம் அயோவா சிடியில் எங்களிடம் அதிகம் செல்லுபடியாகாது. நாங்கள் எல்லாருமே பல்கலைக்கழகம் தரும் ஐந்நூறு டாலரில், பல்கலைக்கழகம் ஏற்பாடு பண்ணின இடங்களில் தங்கி, பல்கலைக்கழகம் அழைத்துப் போகும் கடைகளில் குடித்தனப் பொருள்கள் வாங்கி, வசிக்க வேண்டியவர்கள். உண்மையில் ஒரு பரிபூரண பொருளாதாரச் சமத்துவம் ஒரு இருபது முப்பது பேர்களிடமா வது நிலவக்கூடுமானால் அது எங்கள் குழுவில்தான் சாத்தி யம். இரண்டு மூன்று துணிமணிகளையே மாற்றிப் போட்டுக் கொள்வதுடன் வென்டுரா அவனுடைய படுக்கை தலை

யணை முதலியவற்றுக்கு உறைகூட இல்லாமல் பயன்படுத்து வான். அவனுக்கு வயது இருபத்தைந்து முப்பதுதான் இருக்கும். ஆனால் நாற்பதாண்டுகள் முன்பு விற்பனைக்கு வந்த ஒரு பார்க்கர் பேனாதான் வைத்திருந்தான். அவனுடைய ஜோடு உறுதியாயிருந்தாலும் அதற்கும் அவன் வயதாவது இருக்கும் என்று தோன்றும். 'இதற்கு ஒரு முறை பாலிஷ் போடேன்' என்று நான் தனியாக இருக்கும்போது அவனிடம் சொன் னேன். அவன் உடனே, "நான் மிகவும் ஏழை," என்றான்.

இவ்வளவு பரம கஞ்சனான வென்டுராவுக்கு ஒரு பல வீனமான தருணத்தில் ஓர் ஆசை ஏற்பட்டுவிட்டது. என் அறைக் கதவைத் தட்டி நான் திறந்தவுடன், "டட்டட்டா!" என்றான். நான் புரியாமல் "என்ன?" என்றேன். அவன் என் டைப்ரைட்டரை ஒரு தட்டுத் தட்டி, "டட்டட்டா" என்றான். இன்னும் பாதி புரியாதவனாக "என்ன?" என்றேன்.

அவன் ஒரு டைப்ரைட்டர் வாங்கத் தீர்மானித்து விட்டான். வாங்கி வருவதற்காக என்னைக் கே–மார்ட்டுக்கு அழைக்கிறான்.

"கே–மார்ட் தரும் தள்ளுபடி யாரும் தருவதில்லை," என்றான். அது உண்மை என்று எனக்குப் போகப்போகத்தான் தெரிந்தது. எந்தப் பொருளுமே கே – மார்ட்டில் சற்று விலை குறைவு. ஆனால் அது வியக்கத்தக்கதல்ல என்றும் பிற்பாடு தெரிந்தது.

❍

நானும் வென்டுராவும் இரு பஸ்கள் மாறி கே–மார்ட் போனோம். நான்தான் டைப்ரைட்டரைத் தேர்ந்தெடுத்தேன். PACK MY BOX WITH FIVE DOZEN LIQUOR JUGS என்றும், *pack my box with five dozen liquor jugs* என்றும் அடித்துப் பார்த்தேன். வென்டுரா வெகுப் பத்திரமாகப் பணத்தைக் கல்லாப் பெட்டி யருகில் எண்ணித் தர, ஒரு பணியாளன், "இதை எந்தக் காரில் எடுத்து வைப்பது?" என்று கேட்டான். வென்டுரா பெட்டியை வாங்கிக்கொண்டான். அவன் கையில் அந்த டைப்ரைட்டர் பெட்டி வெற்றிலை பாக்குப் பெட்டி போல இருந்தது.

இவ்வளவு மாபெரும் செலவினத்துக்குப் பிறகு நான் கைந்து நாட்கள் வென்டுரா கண்ணில் தென்படவில்லை. டைப்ரைட்டர் வாங்கின தொகைக்கு ஈடுசெய்ய அவன் உபவாசம் இருந்திருக்கலாம். தியானத்தில் அமர்ந்திருக்கலாம். வீட்டுக்கு வெளியே வந்தால்தானே பண விரயம்? அவன்

அறிந்த ஆங்கிலச் சொற்களுக்கு டைப்ரைட்டர் எதற்கு? இந்த உபவாச நாட்களில் இராப் பகலாக அவன் பயிற்சி செய்து வரலாம். அடுத்த ஆண்டு உலக டைப்ரைட்டர் சாம்பியன்ஷிப் போட்டியில் அவன் கலந்துகொண்டாலும் ஆச்சரியப்படுவதற்கில்லை.

○

ஒரு நாள் காலை என் அறைக்கதவு துடிதுடித்தது. வென்டுரா வால்தான் இவ்வளவு தாராளமாகப் பிறர் அறைக் கதவு களைப் பதற அடிக்க முடியும். வழக்கம் போல அவன் முதலில் சொன்னது எனக்குப் புரியவில்லை. அவன் பொறு மையிழந்து, "என் அறைக்கு வா," என்றான்.

நான் சென்றேன்.

வென்டுரா டைப்ரைட்டரைக் காண்பித்தான். "ரொம்ப மோசம், ரொம்ப மோசம்," என்றான்.

நான் உட்கார்ந்து pack என்று ஆரம்பித்தேன். நான் ஓர் எழுத்து அடித்ததும் இயந்திரம் இரண்டிடம் மூன்று இடமாகத் தாவியது.

"ரொம்ப மோசம், ரொம்ப மோசம்," என்றான்.

"இன்று காலை நான் உன்னுடன் வர முடியாது. பிற்பகல் கே-மார்ட் போய்க் கேட்போம்," என்றேன். அவனுடைய கண்களில் கொலை வெறி இருந்தது. "சரி, வா இப்போதே போவோம்," என்றேன்.

கே-மார்ட் பணியாளனிடம் நான் அவ்வளவு கோப மாகப் பேசியிருக்க வேண்டியதில்லை. எங்கள் கையில் இருந்த பெட்டியை வாங்கி வைத்துக்கொண்டு உடனே வேறொரு டைப்ரைட்டர் எடுத்துக் கொடுத்தான். அதன் பிறகு அவன் செய்தது எனக்குச் சற்று ஏமாற்றமாக இருந்தது. வென்டுராவின் டைப்ரைட்டரை இதர டைப்ரைட்டர்களு டன் விற்பனைக்கு வைத்துவிட்டான்.

இம்முறை நான் வென்டுரா அறைக்குப் போனேன். புது டைப்ரைட்டரை அவனையே பரிசோதித்துப் பார்க்கச் சொன்னேன். அவன் ஒவ்வொரு முறையும் உலக்கையைத் தூக்கிக் குத்துவது போல எழுத்துத் தட்டுகளைத் தட்டினான். என் உயிரே போனாலும் இன்னொரு முறை வென்டுரா வுடன் கே-மார்ட் போகமாட்டேன் என்று மனதுக்குள் சொல்லிக்கொண்டேன். அந்த வாரமே வென்டுரா அவன்

ஊர் திரும்பிவிட்டான். என் உயிர் போகவில்லை. உறைபனி யில் சறுக்கி விழுந்தேன். பனிக் காலத்துக்குத் தகுந்த ஜோடுகள் வாங்க கே – மார்ட்டுக்கு நான் இன்னொரு முறை போகத் தான் வேண்டியிருந்தது.

○

என் சுற்றுப்பயணத்தில் முதலில் நான் போக ஏற்பாடானது ஃபோர்ட் காலின்ஸ். டென்வர் நகரம் வரை விமானத்தில் சென்று அங்கிருந்து பஸ் பிடித்து ஃபோர்ட் காலின்ஸ் செல்ல வேண்டும்.

டென்வர் விமான நிலையத்தில் என் இரு பைகளையும் தூக்கிக்கொண்டு அதே கட்டடத்தில் இருந்த பஸ் கம்பெனி ஜன்னலுக்குச் சென்றேன். "ஃபோர்ட் காலின்ஸுக்கு எங் கிருந்து பஸ் பிடிக்க வேண்டும்?" என்று கேட்டேன்.

"இங்கே, இதே இடத்தில்தான்," என்று அந்தப் பெண் புன்முறுவலோடு சொன்னாள். பணம் கொடுத்தேன். டிக்கெட் எழுதிக் கொடுத்தாள்.

"எப்போது பஸ் வரும்?" என்று கேட்டேன்.

"சிறிது நேரத்தில்."

"எப்போது?"

"நீங்கள் கவலைப்படாதீர்கள், உட்காருங்கள்," என்று மிகுந்த நட்புணர்வோடு அவள் சொன்னாள்.

என் கவலையை எல்லாம் விடுத்து அவள் கண்களில் படும்படியாக ஓரிடத்தில் உட்கார்ந்தேன். அந்தப் பிரம்மாண் டமான ஹால் ஏர்-கண்டிஷன் செய்யப்பட்டது. எனக்கும் ஜன்னலுக்கும் இடையே பதினைந்து இருபது கஜம் இருக்கும். எனக்குப் பின்னால் இன்னொரு பதினைந்து இருபது கஜ தூரத்தில் ஒரு பெரிய கண்ணாடிக் கதவு இருந்தது. அதன் நிலைப்படிக்கு மேல் 'கேட் 2' என்றிருந்தது. கதவுக்கு மறுபக்கத் தில் உறைபனி விழுந்து குவிந்திருந்த வெட்டவெளியில் பஸ்கள் வந்து நின்று சிறிது நேரத்துக்குப் பிறகு கிளம்பிப் போவது தெரிந்தது.

முதல் பஸ் வந்தபோதே நான் அந்தப் பெண்ணைப் பார்த்தேன். ஜவுளிக்கடை பொம்மை மாதிரி அவள் முகம் ஒரே பாவத்தைக் காட்டியது. அப்புறம் இன்னொரு பஸ். இன்னொரு பஸ். யாராரோ வந்தார்கள், போனார்கள், பஸ்களில் ஏறிக்கொண்டார்கள். எனக்கு ஒரு மணி நேரமாக

உட்கார்ந்து அலுத்துப் போய் எழுந்து 'கேட் 2' அருகே சென்றேன். ஒரு பஸ் நின்றுகொண்டிருந்தது. நிலையக் கதவைத் திறந்து கொண்டு வெளியே போனேன். உறைபனி பெய்ய வில்லை. ஆனால் குளிர் மூக்கு நுனியைத் துடிக்கச் செய்தது. மீண்டும் நிலையத்துக்கு உள்ளே வந்தேன். பஸ்ஸில் யாரையோ வழியனுப்ப வந்தவர் குளிருக்கு அடக்கமாகக் கதவருகே நின்று கொண்டிருந்தார். அவரிடம் 'அந்தப் பஸ் எங்கே போகிறது' என்று கேட்டேன். அவர் ஏதோ பெயர் சொன்னார். 'ஃபோர்ட் காலின்ஸுக்கு எப்போது பஸ்' என்று கேட்டேன்.

"ஃபோர்ட் காலின்ஸ்?"

"ஆமாம்."

"இப்போது விட்டால் நாளைதான்."

"நாளையா?"

"இதுதான் இன்றைய பஸ். ஒரு நாளைக்கு ஒரு பஸ்தான் இங்கிருந்து ஃபோர்ட் காலின்ஸுக்கு."

"ஐயயோ, நான் இதில்தான் போக வேண்டும்."

"அப்போது சீக்கிரம்! பஸ் கிளம்பப் போகிறது."

நான் அந்த ஜன்னல் பெண்ணைப் 'பாவி, படுபாவி, மகாபாவி' என்றெல்லாம் வைதேன். அவற்றை அவளிடம் நேரில் தெரிவிக்க நேரம் இல்லாது என் பைகளைத் தூக்கிக் கொண்டு ஓடினேன். அவசரத்தில் சரியாகப் பாதையைக் கவனிக்காமல் உறைபனியாக இருந்த இடத்திலெல்லாம் கணுக்கால் வரை புதைய, பஸ்ஸிடம் சென்றேன்.

பஸ் டிரைவர் என் பைகளை ஒரு சுரங்க அறை போன்றதில் வைத்துவிட்டு என் டிக்கெட்டில் ஒரு பகுதியைக் கிழித்து வைத்துக்கொண்டு பஸ்ஸையும் கிளப்ப அரை நிமிடம் கூட ஆகவில்லை. பஸ்ஸில் ஓரிடத்தில் உட்கார்ந்து என் தலைக்குல்லாய், கிழிந்த மஃப்ளர், கம்பள ஓவர்கோட் எல்லாவற்றையும் தளர்த்திக்கொண்டேன். காலில் சங்கடம். தண்ணீர் புகாத ஜோடு என்றுதான் பெயர். ஆனால் பனி உருகி ஜோடு உள்ளே ஈரம் கசிந்து கால் ஈரமாயிருந்தது. இரண்டு மணி நேரப் பயணத்துக்குப் பிறகு ஃபோர்ட் காலின்ஸில் இறங்கியபோது கால் கட்டைவிரலும் அதற்கு அடுத்த விரலும் வலிக்கத் தொடங்கியிருந்தன.

○

அசோகமித்திரன்

என் நண்பன் காலை ஏழு மணிக்கே கல்லூரிக்குக் கிளம்பி விட்டான். "நீ கிளம்பவில்லை? உனக்கு டென்வருக்கு ஏழே முக்காலுக்குப் பஸ்," என்றான்.

"இன்றைக்கு நான் எங்கும் போகவில்லை."

"ஏன்? உனக்கு அப்புறம் எதையும் பார்ப்பதற்கு நேரம் இருக்காது."

"இன்று நான் அலைய முடியாது போலிருக்கிறது. நாளை கிளம்புகிறேன். பார்த்தமட்டில் போதும்."

அவன் போய்விட்டான். ஜன்னல் அருகில் வெளிப்புற சீதோஷ்ண நிலையைக் காட்டும் ஒரு தெர்மாமீட்டர் இருந்தது பார்த்தேன். அன்று காலையும் மைனஸ் 20°. வெளியே எங்கும் உறைபனி குவிந்திருந்தது.

என் காலைப் பார்த்தேன். விரல்களின் இடுக்கில் ரணமாக இருந்தது. வலியில் என் கண்கள் சுருங்கின.

சாக்ஸ் அணிந்துகொண்டேன். ஜோட்டினுள் காலை நுழைத்துக்கொண்டேன். வெளியே பார்ப்பதற்கு எவ்வளவு பெரிதாக இருக்கிறது இந்தச் சனியன்! ஏன் இப்படிக் கடித்துத் தொலைக்கிறது? செருப்புக்கடியா வேறு சரும வியாதியா?

ஃபோர்ட் காலின்ஸின் கடைகள் எல்லாம் இரண்டு மூன்று தெருக்களில் அடங்கியிருந்தன. மருந்துகள் விற்கப்படும் என்று போட்டிருந்த கடைக்குள் சென்று, "தோல் களிம்பு வேண்டும்," என்றேன்.

கடைக்காரர், "பிரிஸ்கிரிப்ஷன் எங்கே?" என்று கேட்டார்.

"பிரிஸ்கிரிப்ஷன் இல்லை. ஏதாவது சாதாரணப் புண் சிரங்கு மருந்து கொடுத்தால் போதும்."

"எதற்கும் டாக்டரைப் பார்த்துவிடுங்கள்."

நான் சோர்வுடன் திரும்பினேன். ஆனால் கடைக்காரர், "இங்கே இருக்கிறார்," என்றார். மருந்துக் கடையிலேயே ஒரு டாக்டரும் இருந்தார்.

நான் டாக்டர் அறைக்குச் சென்றேன். "ஜோடு கடித்தது போலிருக்கிறது. தொடர்ந்து வலிப்பதில்லை. ஏதோ சிற்சில நாட்களில்தான். நேற்று மாலையிலிருந்து வலி சற்று அதிகம்," என்றேன்.

"காண்பியுங்கள்," என்று டாக்டர் சொன்னார்.

நான் ஜோடைக் கழற்றினேன். "இது கடிக்காதே," என்று அவர் சொன்னார். நான் சாக்ஸையும் கழற்றினேன். அவர் என் கால் விரல்களைப் பரிசோதித்தார்.

"வெடிப்பு, கசிவு ஏதாவது இருக்கிறதா?"

"இல்லை என்றுதான் தோன்றுகிறது."

டாக்டருக்கே தயக்கமாகத்தான் இருந்தது. ஒரு பென்சிலின் களிம்பின் பெயரை எழுதித் தந்தார். அந்தக் கடையிலேயே அதை வாங்கிக்கொண்டு வெளியே வந்தேன். உறைபனி ஏகமாக விழ ஆரம்பித்திருந்தது.

பகலெல்லாம் அறையிலேயே கிடந்தேன். அந்த கே-மார்ட் ஜோடைப் பார்க்கும் போதெல்லாம் கால் விரல்கள் தாமாகவே முடங்கிக்கொண்டன. பென்சிலின் களிம்பைத் தாராளமாகவே எல்லா விரல்களுக்கும் தடவினேன். இரவு படுக்கும்போது வலி குறைந்திருந்தது போல் இருந்தது. அடுத்த நாள் காலை வலி மறைந்து இருந்தது.

உறைபனி தொடர்ந்து பெய்துகொண்டிருந்தது. எங்கே போவதானாலும் உடைகள் பனியில் நனையாமல், கால்கள் உறைபனிக் குவியல்களில் பதிக்காமல் சமாளிக்க முடியாது. டென்வர் நகரின் ரெயில் கண்காட்சியையும் கலைக் கண்காட்சியையும் பார்த்து வர, பஸ் நிலையத்துக்குச் சென்று பஸ்ஸிலும் ஏறிவிட்டேன். சுளீரென்று கால் வலித்தது.

பதினைந்தாண்டுக் காலத்தில் அம்முறை போல அவ்வளவு குளிர் அமெரிக்காவில் இருந்தது இல்லை என்று பேசிக்கொண்டார்கள். குளிர் என்றால் உறைபனி. உறைபனி என்றால் கே-மார்ட் ஜோடு. கே-மார்ட் ஜோடு என்றால் தாங்க முடியாத கால்வலி. என் முகத்தில் இனிப் புன்னகை கிடையாது. பிறரிடம் பேசுவதில் உற்சாகம் கிடையாது. புத்தகங்களில் அச்சு நிழலாடியது. உடைகள் தொளதொளக்க ஆரம்பித்தன. நான் மிகவும் பிரயாசைப்பட்டு எழுதிய சில வரிகள், கடிதங்கள் எல்லாம் எரிச்சலும் அவநம்பிக்கையும் கொண்டவையாக இருந்தன. பால் கசந்தது என்று கூற முடியாது. ஆனால் சர்க்கரை இனிக்கவில்லை. என் முகத்தைக் கண்ணாடியில் பார்க்கும்போது ஒவ்வொரு நாளும் புதுப்புதுப் பிரேதமாக நான் மாறிக்கொண்டு இருப்பதை உணர முடிந்தது. எண்ஜாண் உடம்புக்குச் சிரசே பிரதானம் என்பது எனக்குப் பொய்யாகப் பட்டது. என் துக்கத்துக்கு விடிவே இராது போலத் தோன்றியது. உலகத்தில் நொண்டிகள் உண்டு. அவர்கள் நடைதான் நொண்டுவதாக இருக்குமே தவிர,

அதில் அவர்களுக்கு வலி இருக்காது. நான் நொண்டவும், நொண்டித் தாங்கமுடியாத வலியையும் அனுபவித்தேன்.

ஒரு நாள் தவிர்க்க முடியாத நொண்டலுக்குப் பிறகு என் அறைக்கு வந்து அந்த கே-மார்ட் ஜோடைக் கழற்றி வீசினேன். ஈரமாக இருந்த சாக்ஸையும் காலில் இருந்து உரித்தேன். சாக்ஸ் அடியில் பஞ்சு மாதிரி ஏதோ ஒட்டிக் கொண்டிருந்தது. புத்தம்புது நைலான் சாக்ஸில் பஞ்சு எப்படி வர முடியும்? ஜோட்டின் உட்புறத்தைத் தடவிப் பார்த்தேன். என் கையிலும் சிறு சிறு துகள்கள் வந்தன. தோல் எப்படிப் பஞ்சுப் பஞ்சாக உதிர முடியும்? கையை இன்னும் அழுத்த மாகத் தேய்த்தேன். ஜோட்டின் உட்புறத்தில் இருந்த உள்தோல் அப்படியே கையோடு வந்துவிட்டது. அதை வெளியே எடுத்த பிறகுதான் இன்னொன்று தெரிய வந்தது. அது தோல் அல்ல, காகித அட்டை. அதனால்தான் ஒவ்வொரு முறையும் உள்ளே ஈரம் புகுந்தவுடன் அது உப்பிப்போய் என் காலை அழுத்தியிருக்கிறது.

இரு மாத காலம் ஏதேதோ நினைத்துத் தவித்த எனக்கு இந்தக் கண்டுபிடிப்பு முதலில் தலையைச் சுற்றியது. ஜோடி னுள் அட்டை ஒரு காலுக்கு மட்டும்தான் இருந்தது. இரு ஜோடுகளையும் நன்கு பரிசோதித்தேன். தயாரிப்பாளர்கள் மீது தவறில்லை. ஒழுங்காக இரு கால்களுக்கும் உட்புறம் ஒரே மாதிரி மெல்லிய தோல்தான் ஒட்டி இருந்தார்கள். அப்படியானால் வேறு யாரோதான், யாரோ சிறிது பெரி தாகப் பாதங்கள் உடையவர்தான், இந்த ஜோடைப் பயன் படுத்தியிருக்கிறார். ஒரு நாள் இதைத் தான் போட்டுப்பார்த்து ஏதோ காரணத்துக்காகத் திருப்பித் தந்து வேறு மாற்றிப் போயிருக்க வேண்டும். கே-மார்ட் அல்லவா?

எனக்கு உடனே வென்டுராவின் டைப்ரைட்டர் நினை வுக்கு வந்தது. அதைக்கூட அந்தக் கே-மார்ட் பணியாளன் உடனே விற்பனை அலமாரியில்தான் வைத்தான். அதை யாரும் வாங்கிப் போயிருக்கக் கூடாதே என்ற கவலை எனக்கு வந்தது.

ஒன்பது

இப்போது நேரமில்லை

பீடரிடம் இப்படிச் சொல்லிவிட்டு மேஃப்ளவர் கட்டடத்தை விட்டு அவசரமாக வெளியேறினேன். வெளிக் கதவைத் திறந்து வெட்டவெளிக்கு வந்தவுடன்தான் என் கையுறைகளைப் பீடர் அறையிலேயே மறந்துவிட்டு வந்தது தெரிந்தது. அமெரிக்கக் குளிர்காலத்துக் குளிரைக் கையுறை கள் இல்லாமல் சமாளிக்க முடியாது.

பொதுவாக அயோவா சிடியில் நான் மறதிக்கு இடம் கொடுத்ததில்லை. எங்குமே மறுமுறை போவோம் என்ற எதிர்பார்ப்பே இருக்க முடியாது. எல்லாமே வாழ் விலே ஒருமுறை. எதையாவது மறந்துவிட்டு வந்தால் அதை இழந்தவிட்ட மாதிரிதான். நல்லவேளை, பீடர் அறைக்கு நான் மீண்டும் செல்லலாம். அதில் ஒரு சிரமம், பீடர் பேசுவான். பேசிக்கொண்டேயிருப்பான்.

பீடரை மனதிற்குள் ஒருமுறை வைதுவிட்டு, கைகள் இரண்டையும் என் பெரிய கம்பளி ஓவர்கோட்டின் பைகளுக்குள் விட்டுக்கொண்டு பஸ் ஸ்டாப் நோக்கிச் சென்றேன். உறைபனி சற்றே நனைந்த பஞ்சுக் கொத்துகள் போல விழுந்து கொண்டிருந்தது. என்னுடைய உள் பனியன், சட்டை, ஸ்வெட்டர், கோட், அதன் மீது மஃப்ளர் இவ்வளவுக்கும் மீது பெரிய கம்பளிக் கோட். அவ்வளவும் எம்மாத்திரம் என்று கேலி செய்வது போலக் குளிர் நிலவியது.

தலைக் குல்லாயை முகமெல்லாம் மூடிவிடும்படி இழுத்து விட்டுக்கொண்டு சாலையைக் கடந்தேன். நன்கு பழக்கப்பட்ட வர்களைக்கூடச் சமயத்தில் உறைபனி காலை வாரி விடுவதை அறிந்திருந்தேன். குதிகாலை நன்றாகப் பதிந்து நடந்து பஸ் ஸ்டாப்பை அடைந்தேன். சற்று நேரத்திற்குள் வந்த பஸ்ஸில் ஏறினேன். தூக்குக் கயிறு போலக் கழுத்தை அழுத்திப் பிடித்துக்கொண்டிருந்த மஃப்ளரைச் சற்றுத் தளர்த்திக் கொண்டு அப்படியே கைக்கடிகாரத்தைப் பார்த்தேன். எட்டு மணி என்று காட்டியது. மூன்று மணி நேரத்துக்கு முன்பும் அதைத்தான் காட்டியிருந்தது.

முதல் காரியமாகக் கடிகாரத்தைக் கழற்றி வேகமாகக் குலுக்கினேன். ஆட்டோமாடிக் கடிகாரங்களுக்குச் சாவி கொடுக்கத் தேவையில்லை. ஆனால் அவை ஓடிக்கொண்டே யிருக்க ஒருவன் சர்க்கஸ் தெரிந்தவனாக இருக்க வேண்டியிருக் கிறது.

மணி பதினொன்றரை காட்டத் திருத்தி கடிகாரத்தை அணிந்துகொண்டேன். டிரைவர் பக்கத்தில் உண்டியல் பெட்டி போன்றிருந்ததில் சில்லறையைப் போட்டுவிட்டு ஞாபகமாக ‘டிரான்ஸ்பர்’ சீட்டு வாங்கிக்கொண்டேன். அயோவா சிடியில் ஓரிடத்திலிருந்து இன்னொரு இடத்திற்குச் செல்ல பஸ் மாற வேண்டுமானால் இந்த டிரான்ஸ்பர் சீட்டு உதவியுடன் மறுபடி கட்டணம் செலுத்தாமல் போகலாம்.

ஐந்தடிகூட உயரமில்லாத அந்தச் சீனப் பெண் ‘ஓரியண் டல் ஸ்டோர்ஸ்’ என்று ஒரு கடை வைத்திருந்தாள். என்ன என்று எனக்குத் தெரியாத உணவுப் பொருள்கள், என்ன பாஷை என்று தெரியாத வில்லைகள் ஒட்டி அவளுடைய கடையில் நிறைந்திருக்கும். எனக்குத் தேவைப்படும் உளுத்தம் பருப்பு அவள் கடையில்தான் கிடைக்கும்.

“உனக்கு என்னாயிற்று?” என்று என் உதடுகளைச் சுட்டிக் காட்டி அவள் கேட்டாள்.

எனக்கு முதலில் புரியவில்லை. அப்புறம் சொன்னேன். பனியால் உதட்டில் வெடிப்புகள்.

“உடனே கவனித்துக்கொள். இல்லாதுபோனால் மிகவும் சிரமப்படுவாய்” என்றாள்.

“என்ன என்று கவனித்துக்கொள்வது?”

அவள் மிகுந்த பரிதாபத்தோடு என்னைப் பார்த்தாள். இன்னொரு அறைக்குள் சென்று அங்கிருந்து ஒரு குப்பியை எடுத்து வந்தாள். “இந்தக் கிரீமைத் தடவிக் கொள்” என்றாள்.

நான் குப்பியை வாங்கி மூடியைத் திறந்தேன். அதில் வெண்ணெய் போலிருந்ததை விரல் நுனியால் சிறிது எடுத்து உதடுகளில் தடவிக்கொண்டு குப்பியை மூடி அவளிடம் தந்தேன்.

"நீயே வைத்துக்கொள். உனக்கு நிறையவே தேவைப்படும். விலை ஒன்றும் இல்லை. நீ எடுத்துக்கொள்" என்றாள்.

"நான் வாங்கும் சல்லிக் காசுப் பருப்புக்கு இவ்வளவு பெரிய பரிசுப் பொருளா?"

"அப்படித்தான் நினைத்துக்கொள்ளேன்" என்று சொல்லிப் புன்முறுவல் செய்தாள்.

அவள் அமெரிக்கன் ஒருவனை மணந்துகொண்டிருந் தாள். அவன் ஆறரையடி உயரமுள்ள போலீஸ்காரன். நான் அவளிடம் அதிகம் பேச்சு வளர்க்காமல் குப்பியைப் பையில் போட்டுக்கொண்டேன். கடைக்கு வெளியே வந்து கடிகாரத்தைப் பார்த்தேன். பதினொன்றரை காட்டியது.

அதன் பிறகு ஒரு மணி நேரத்துக்கு நான் தெருவெல்லாம், பஸ்ஸிலெல்லாம் கையை வீசிக் குலுக்கியவண்ணம் இருந் தேன். குழந்தைகள் விளையாட்டுக் கடிகாரம் போல அது முள்ளை எங்கு திருப்பிவைத்தாலும் அதே நேரத்தைக் காட்டிக் கொண்டிருந்தது. கடிகாரம் நின்றுவிட்டது.

எனக்குத் தெரிந்தவர்களை விசாரித்தேன். ஒருவருக்கும் கடிகார ரிப்பேர் பற்றி யோசனை கூற முடியவில்லை. டெலிபோன் டைரக்டரியில் இரு கடைகள் குறித்திருந்தன. அவர்களிடம் டெலிபோனில் விசாரித்தேன். அவர்கள் நேரடி யாக ரிப்பேர் செய்வதில்லை. கடிகாரத்தை வாங்கி சிகாகோ நகரத்துக்கு அனுப்புவார்கள். எட்டு வாரத்துக்குப் பிறகு கடிகாரம் பற்றித் தகவல் கிடைக்கும். ஓடாத கடிகாரத்தைத் தூர எறிந்துவிட்டுப் புதிது வாங்கிக்கொள்வதுதான் உண்மை யிலேயே சிக்கனமானது.

புதுக் கடிகாரம். இந்த ஊரில் எனக்குத் தகுந்த புதுக் கடிகாரம் எங்கு எப்படி வாங்குவது?

அயோவா சிடியில் ஓரிரு நகைக்கடை அலமாரிகளில் கடிகாரங்களைப் பார்த்திருக்கிறேன். அந்தக் கடைகளில் காலெடுத்து வைக்கக்கூட எனக்குத் துணிவு ஏற்பட்டதில்லை. மேலும் நகையும் நான் அதுவரை புதிதாக வாங்கியதில்லை.

திரும்பத்திரும்ப கே—மார்ட் கடைதான் மனதில் தோன்றியது. கடையின் பெயரிலேயே 'டிஸ்கவுண்ட்' என்ற

பதம் சேர்ந்திருக்கும். மலிவு விலை. மலிவுச் சாமான்கள். மிகவும் விஸ்தாரமான கடை என்றாலும் பயமோ கூச்சமோ ஏற்படுத்தாது.

என் பண நிலையை நிதானமாகக் கணக்குப் பார்த்தேன். கொஞ்சம் இழுபறிதான். திடீரென்று புதுக் கடிகாரம் வாங்கி அணிந்துகொள்வதற்கு வாய்ப்புக் கிடையாது. ஆனால் இன்னும் இங்கு நான் இருக்க வேண்டிய காலத்தைக் கடிகாரம் இல்லாமல் சமாளித்துவிட முடியுமா?

அப்படியும் முயற்சி செய்து பார்த்தேன். ஒருநாள் பஸ்ஸைத் தவறவிட்டேன். ஐந்து மணிக்கு ஒரு வீட்டிற்குப் போக வேண்டியதற்கு நான்கு மணிக்கே அங்கு போய்த் தெருவில் குளிரில் தடுமாறினேன். இதெல்லாம்கூடப் பரவாயில்லை. விடியற்காலை என்று எண்ணி நள்ளிரவில் எழுந்து காப்பி போட்டுக் குடித்துவிட்டேன். அடுத்த நாள் முழுதும் இந்த அகால காப்பியின் விளைவுகளால் அவதிப்பட்டேன். ஒருவன் ஒழுங்காக உயிர் தரித்து இருப்பதற்குப் பிராண வாயுவுக்கு அடுத்தபடி கடிகாரந்தான் என்று தோன்றியது. மீண்டும் கே-மார்ட் கடைக்குத்தான் போக வேண்டும்.

கே-மார்ட் கைகடிகாரப் பகுதியில் நான் திட்டமிட்டிருந்த பதினைந்து டாலர் விலையில் சில கடிகாரங்கள் கேவலமாகக் கிடந்தன. ஒன்றையும் அதிலுள்ள சங்கிலி கொண்டு என் மணிக்கட்டில் கட்டிக்கொள்ள முடியாது. முழங்கை அருகில் வேண்டுமானால் அச்சங்கிலி பிடிப்பாகப் பொருத்திக்கொள்ளும். அந்தக் கடிகாரச் சங்கிலிகள் ஒரு சராசரி அமெரிக்கனின் உடல் வளர்ச்சிக்குப் பெருமைக்குரிய எடுத்துக்காட்டாக இருந்தன.

கடிகாரப் பிரிவுப் பெண்ணுக்கு வருத்தமாயிருந்தது. என் கைக்குப் பெண்கள் கடிகாரம் சரியாயிருக்கும். ஆனால் முப்பது டாலருக்குக் குறைந்து நம்பகமான கடிகாரம் ஒன்றும் கிடையாது.

"உங்களுக்குக் கைகடிகாரந்தான் வேண்டுமா?" என்று அவள் கேட்டாள்.

"பையில் போட்டுக்கொள்ளும் கடிகாரம் இருந்தாலும் பரவாயில்லை. ஆனால் இந்த நாளில் அப்படிப்பட்ட கடிகாரங்களைத் தயார் செய்வதுகூடக் கிடையாது அல்லவா?"

"பேனா கடிகாரம் காட்டட்டுமா?"

இன்னொரு அலமாரிக்கு என்னை அழைத்துச் சென்று அவள் அந்தப் பேனா கடிகாரத்தை எடுத்துக்காட்டினாள்.

எனக்குப் புதுமையாக இருந்தது. ஒரு பக்கம் பேனா, மறுபக்கம் எண்களாக மணி காட்டும் கடிகாரம். மணி, நிமிடம் தனித் தனி எண்களாக. இரண்டுக்கும் நடுவில் இரு புள்ளிகள் கண் சிமிட்டியபடி கடிகாரம் உயிரோடு இருப்பதை நிரூபித்துக் கொண்டிருந்தன. கடிகாரப் பேனாவில் சிறிய எழுத்தில் 'ஹாங்காங்கில் செய்யப்பட்டது' என்றிருந்தது.

"எவ்வளவு?" என்று கேட்டேன்.

தேன் வந்து காதில் பாய்ந்தது.

"பதினைந்து டாலர்."

அவள் கடிகாரப் பேனாவுடன் ஒரு உத்திரவாதப் பத்திரம், கடிகாரத்தைத் திருத்தி வைக்கப் பயன்படுத்த வேண்டிய ஒரு கொக்கி, கடிகாரம் நின்று போய்விட்டால் நான் அதை அனுப்பக்கூடிய கடைகளின் முகவரிகள் – இவையெல்லாம் கொண்ட அட்டைப் பெட்டியும் கொடுத்தாள். முதலில் பெட்டியில் நான் பேனாவை வைத்தேன். ஆனால் இதை வாங்கியதின் காரணமே கடிகாரத்துக்காகத் தானே என்று மூளையில் ஒரு பகுதி என்னைக் கிண்டல் செய்தது. உடனே கடிகாரப் பேனாவை என் கோட்டின் உள்பையில் போட்டேன். அட்டைப் பெட்டியை ஓவர்கோட் பையில் நுழைத்துக் கொண்டு கடையை விட்டு வெளியேறினேன்.

நான் கடைக்கு வந்தபோது ஓரளவு பகல்; வெளிச்சமிருந்தது. இப்போது இருட்டிவிட்டது. கே-மார்ட் கடையின் பிரகாசமான விளக்குகளும் இருட்டை இன்னும் அதிக மாக்கிக் காட்டின. அந்தப் பகுதியில் கார்கள் போக்குவரத்துக் கூட அதிகம் கிடையாது.

குல்லாயை நன்றாக இழுத்துக் காதெல்லாம் மூடிக் கொண்டு நான் உறைபனி விழுந்து கிடந்த பாதையில் மெதுவாக நடந்துபோனேன். அரை மணிக்கு ஒரு பஸ். அரை மணி கழித்து வந்தது. அதுவரையில் குளிரில் விறைத்துப் போகாமலிருப்பதற்காக நின்ற இடத்திலேயே காலை மாறி மாறித் தூக்கி உதைத்துக்கொண்டிருந்தேன். பஸ்ஸில் ஏறி மிகுந்த சிரமத்தோடு பையிலிருந்து சில்லறை எடுத்து டிரைவர் பக்கத்திலிருந்த உண்டியலுக்குள் போட்டேன். டிரான்ஸ்பர் சீட்டு வாங்கிக்கொண்டேன். அந்த நேரத்தில் அவ்வளவு பெரிய பஸ்ஸில் ஒருவர்தான் பயணம் செய்துகொண்டிருந் தார். நாங்கள் ஒருவரையொருவர் சந்தேகத்துடனும் பாசத் துடனும் பார்த்துக்கொண்டோம்.

பெண்டகிரஸ்ட் என்னுமிடத்தில் நான் பஸ் மாறவேண் டும். இரண்டாம் பஸ்ஸில் நான் ஒருவன்தான் பயணம். நான் இறங்கிய பிறகு காலியாகத்தான் அது போகும்.

என் அறையை அடைந்து தொப்பி, பெரிய கோட், ஜோடு எல்லாவற்றையும் கழற்றி எறிந்தேன். ஒரு கப் காப்பி குடிக்கலாமென்று அடுப்பு மூட்டித் தண்ணீர் வைத்தேன். இப்போது நேரம் பார்க்கப் பேனா – கடிகாரத்திற்காகக் கோட்டின் உட்பையினுள் கைவிட்டேன். பை காலியாக இருந்தது.

அடுப்பில் தண்ணீர் கொதித்துக்கொண்டேயிருக்க நான் மீண்டும் என் ஜோடுகளைக் காலில் மாட்டிக்கொள்ளத் தொடங்கினேன். போயிற்று. போயிற்று. பதினைந்து டாலர் போயிற்று. அந்தப் பேனா கடிகாரத்தில் ஒருமுறைகூட நேரம் பார்க்கவில்லை. அதற்குள் தொலைத்தாகிவிட்டது.

என் உடுப்பின் எல்லாப் பைகளையும் தேடிப் பார்த்து விட்டேன். கோட்டின் உட்புறப் பையில் வெறும் பேனா – கடிகாரமாக வைத்தது நன்கு நினைவிருந்தாலும் கடைப் பெண் கொடுத்த அட்டைப் பெட்டியைத் திறந்து பார்த்தேன். என் ஓவர்கோட் பைகளில் தேடினேன். இல்லை. எங்கோ கீழேதான் விழுந்திருக்கிறது. இந்தக் குளிரிலும் இருட்டிலும் எப்படித் தேடுவது?

என்னைக் கொண்டு வந்த பஸ் அதனுடைய அன்றையக் கடைசிப் பயணத்திற்கு திரும்பிப் போய்க்கொண்டிருந்தது. நான் ஏறிக்கொண்டேன். டிக்கெட்டுக்காகச் சில்லறை போடா மல் நேராக நான் முன்பு உட்கார்ந்த இடத்திற்கு அடியில் தேடிப் பார்த்தேன். பஸ் டிரைவர் வண்டியைக் கிளப்பாமல் அப்படியே நிறுத்தி வைத்திருந்தான்.

“என் பேனா ஒன்று தொலைந்துவிட்டது” என்று அவனி டமே சொன்னேன். அவன் பதிலேதும் சொல்லாமல் உண்டி யல் பெட்டியில் நான் பயணக்காசு போடுவதற்காகக் காத் திருந்தான். பஸ் மிகவும் சுத்தமாக இருந்தது.

பெண்டகிரஸ்ட் போயடைந்தபோது அங்கிருந்து கே–மார்ட் திசை போகும் கடைசி பஸ் காத்திருந்தது. அதில் ஏறித் தரையில் தேடிப்பார்த்தேன். அதுவும் சுத்தமாக இருந்தது. சந்தேகமேயில்லை. கே–மார்ட்டிலிருந்து திரும்பி வரும்போது அரைமணி நேரம் அந்த பஸ் ஸ்டாப்பில் காலை உதைத்துக் கொண்டு காத்திருந்தபோதுதான் பேனா கடிகாரம் கீழே விழுந்திருக்கிறது.

முன் பஸ்ஸில் நான் டிரான்ஸ்பர் சீட்டு வாங்க மறந்திருந்த படியால் இன்னொரு முறை பஸ் கட்டணம் செலுத்தினேன். கே-மார்ட் பஸ் ஸ்டாப் வந்தவுடன் கீழேயிறங்கி அதற்கு எதிர்த்திசை பஸ் நிற்கும் பஸ் ஸ்டாப்புக்கு ஓடினேன். அந்த இடமெல்லாம் நிறைய உறைபனி விழுந்து கால் வைத்தபோது அரையடிக்கும் குறையாமல் புதைந்தது. இருட்டு. சகிக்க முடியாத குளிர். ஒரு பயனுமில்லாமல் அழுத்தமாகப் பதினைந்து டாலர் இழந்த வருத்தம். ஓடாத கடிகாரத்தை ரிப்பேரும் செய்ய முடியாது; கடிகாரமும் இல்லை.

என் கையுறைகள் பாழாவதைக்கூடப் பொருட்படுத்தாமல் உறைபனியில் கையைவிட்டு நாலாபுறமும் துழாவிப் பார்த்தேன். இருட்டிலும் பனி கரைந்து மண்ணோடு சேர்ந்து சேறாவதை உணர முடிந்தது. பேனா கிடைக்கவில்லை.

நான் எழுந்து நின்றேன். அந்தக் குளிரிலும் என் கழுத்துப் பக்கத்தில் வியர்த்திருந்தது. தூரத்தில் கே-மார்ட் கடையின் விளக்குகள் தெரிந்தன. அயோவா சிடியின் விளக்குகள் இன்னொரு புறத்தில் வெகு தூரத்தில் மங்கலாகத் தெரிந்தன.

எனக்குப் பேனா கடிகாரம் தொலைந்துபோன வருத்தத்தோடு ஒரு புதுக் கவலையும் பிடித்துக்கொண்டது. இந்த இருட்டிலும் குளிரிலும் எப்படி என் அறையைப் போய்ச் சேர்வது? இப்படி இருட்டில் தன்னந்தனியாக மாட்டிக் கொள்ளலாமா?

அமெரிக்காவில் எந்த ஊரிலுமே தனியாக, பாதசாரியாக, ஆறு மணிக்குப் பிறகு வெளியே செல்வது பைத்தியக்காரத் தனம் என்று ஒருவர் இல்லை ஒன்பது பேர் சொல்லியிருக்கிறார்கள்; அமெரிக்கர்களே சொல்லியிருக்கிறார்கள். பகல் வேளையில் ஜன நடமாட்டம் உள்ள சாலைகளில் அயோவா சிடியைப் போலச் சாதுவான இடம் உலகில் எங்குமே இருக்க முடியாது என்று தோன்றும். ஆனால் வழிப்பறி, கொலைக்கு இந்த கே-மார்ட் சுற்றுப்புறத்திற்கு இணையாக இன்னொரு இடம் அமைவது அவ்வளவு எளிதல்ல.

என் பைகளைத் தடவிப் பார்த்துக்கொண்டேன். பர்ஸ், பாஸ்போர்ட், ஒரு கைக்குட்டை, சில காகிதங்கள் இவைதான் இருந்தன. வழிப்பறிக்குப் பணம் இருந்தாலும் கஷ்டம், இல்லாதுபோனாலும் கஷ்டம். பர்ஸில் பணம் நிறைய இருந்தால் எல்லாம் போயிற்று. பணம் இல்லாதுபோனால் வழிப்பறிக்காரன் கோபத்தில் என்ன செய்வான் என்று சொல்ல முடியாது. பாஸ்போர்ட்டைக் கிழித்துப் போடலாம். சுண்டுவிரலை வெட்டித் தள்ளலாம். காதில் துளை போடுவது போலச் சுட்டுவிட்டுப் போகலாம்.

அசோகமித்திரன்

சாகத் துணிந்தவனுக்கு சமுத்திரம் முழங்கால் வரை. எனக்கு உறைபனி கணுக்கால் வரை இருந்தது. கே–மார்ட்டிலிருந்து என் அறைக்குள்ள ஐந்து மைல் தூரத்தை ஐஸை விடக் குளிரும் வெட்ட வெளியில் கால் நடையில் கடக்கத் துவங்கியபோது என்னுடைய சிந்தனையெல்லாம் அடுத்த அடி எடுத்து வைப்பதைத் தாண்டிச் செல்லவில்லை. அவ்வப்போது அறுபது மைல் வேகத்தில் கார் என்னைத் தாண்டிச் செல்லும். அல்லது எதிர்ப்புறமிருந்து என்னைக் கடந்து போகும். அதில் ஏதாவது ஒன்று நின்று அதிலிருந்து ஒருவன் என்னைத் தாக்க வரக்கூடும். அதே நேரத்தில் அந்தக் கார்களில் போகிறவர்களும் ஒரு பயங்கரக் கொலைகாரன், கொலை செய்துவிட்டோ அல்லது கொலை செய்யவோ பதுங்கிப்பதுங்கிப் போகிறான் என்று என்னைப் பற்றி நினைக்கக்கூடும்.

சிறிது சிறிதாக நான் என் தெருவை நெருங்கிக்கொண்டு வரும்போது என்னால் வேறு சில விஷயங்களைப் பற்றியும் யோசிக்க முடிந்தது. எவ்வளவோ பணம் தொலைந்து போயிருக்கிறது. எவ்வளவோ பொருள்கள் பறிபோயிருக்கின்றன. பேனாவும் அவற்றோடு சேர்ந்துகொள்ளட்டும். இது பேனாவா? இல்லை. கடிகாரம். பேனா கடிகாரம். அல்லது கடிகாரப் பேனா. மிகவும் அழகாகத்தான் இருந்தது. ஒருமுறை அதை வைத்து எழுதவில்லை. ஒருமுறை நேரம் பார்க்கவில்லை. அதற்குள் தொலைந்து போய்விட்டது. எங்கோ உறைபனியில் விழுந்து கிடக்கும். அல்லது யாராவது தூக்கிப் போயிருக்கக்கூடும். அதை ஏன் நான் கோட்டின் உள்பையில் போட்டேன்? பேனா போலத்தான் கிளிப் இருந்ததே. சட்டைப் பையில் அல்லது கோட்டுப் பையில் குத்தி வைத்துக்கொண்டிருக்கக் கூடாது? ஏனோ கோட்டுப் பையினுள் என் கையை மீண்டும் விட்டுத் துழாவினேன். கோட்டு பழையது. உள் பையில் விரல் போகும்படியாக ஓட்டை விழுந்திருக்கிறது. வழவழவென்றிருந்த பேனா ஓட்டை வழியாகச் சந்தோஷமாக வழுக்கிக்கொண்டு விழுந்துவிட்டது. அறைக்குப் போனவுடன் கோட் உள்பையில் ஓட்டையைச் சரி செய்ய வேண்டும். ஓட்டை இருப்பது இப்போதுதான் தெரிகிறது. இதற்கு முன்னால் இன்னும் என்னென்ன விழுந்து தொலைந்திருக்கிறதோ?

என் அறையை இன்னும் நெருங்கி வரும் வேளையில் மூளை உற்சாகமாகக்கூட இருந்தது. ஒரு மணி நேரம் அதைக் கடுமையாக நடத்திக் கதறக்கதற அடித்தாயிற்று. நன்றாக அழுது ஓய்ந்த நிம்மதியை அது இப்போது அனுபவித்துக்கொண்டிருந்தது.

இப்போது எனக்கு ஒரு சந்தேகம் வந்தது. கோட்டுகளின் உள்பைகள் வெளியே தெரிவதில்லை. பை இருக்கும் இடமே ஒரு நீளக் கீறல் மூலம்தான் தெரியும். அதாவது கோட்டுக்கு உட்புறம் லைனிங் என இருக்கும் துணிக்குள் இந்தப் பை இருக்கும்.

எனக்குச் சற்றுப் பரபரத்தது. லைனிங் துணிக்குள் கோட்டின் உள்பை இருந்தால் பேனா கடிகாரம் கோட்டுக்கு வெளியே விழுந்திருக்க நியாயமில்லை. பையில் என்ன ஓட்டை இருந்தாலும் விழுந்த பொருள்கள் லைனிங் துணிக் குள்ளேயே சிறைப்பட்டிருக்க வேண்டும்.

குளிரைப் பாராட்டாமல் அவசரம் அவசரமாக ஓவர் கோட் பொத்தான்களை விலக்கி என் கோட்டின் பொத்தான் களையும் நெகிழ்த்தினேன். கோட்டின் அடிப்புறம் தடவிப் பார்த்தேன். பேனா கடிகாரம் ஓரிடத்தில் சிக்கிக்கொண் டிருந்தது.

பத்து

ஓற்றன்

புதுடில்லி 'உலகப் புத்தகச் சந்தை'யில் அயல் தேசத்துப் பதிப்பாளர்களுக்குத் தனியிடம் கொடுத்துவிடு கிறார்கள். அங்குள்ள கடைகளில் புத்தகங்களின் தோற்றத் துக்கும் விலைக்கும் பொருத்தமாக அவர்கள் விலைப்பட் டியல்களையும் நூல் விவரங்களையும் கை வழுக்கும் தாள்களில் அச்சடித்துத் தாராளமாக விநியோகம் செய் வார்கள். சென்ற ஆண்டு நடந்த சந்தைக்குப் போகச் சந்தர்ப்பம் கிடைத்தபோது நானும் நிறையப் பட்டியல் களைச் சேகரித்து வெகு கவனமாக எல்லாவற்றையும் படித்தேன். ஒரு பதிப்பகத்தின் புனைகதைப் பட்டியலில் எனக்கு ஒரு பெயர் விசேஷமாகப்பட்டது. அந்த நூல் அங்கு கிடைக்குமா என்று விசாரித்தேன், இல்லை. அவர் கள் அந்த நாவலை இந்தியாவுக்குத் தருவிக்கவில்லை. நாவலின் பெயர் 'ஒற்றன்.' ஆசிரியர், அபே குபேக்னா.

❍

அந்த ஆண்டு எங்கள் குழுவில் தாமதமாக வந்துசேருபவர் களும் வந்து சேர்ந்தாயிற்று. அயோவா சிடியின் மரங்கள் இலைகளை இழக்க ஆரம்பித்தன. நன்றாகக் குளிரத் தொடங்கியது. மேபிளவர் கட்டடத்தில் அறைகளைச் சூடு செய்யும் சாதனத்தை இயக்கிவிட்டார்கள். நாங்கள் எல்லாரும் ஓவர் கோட், தொப்பி அணியத் தொடங்கி

விட்டோம். அந்த ஊரும், பல்கலைக்கழக வாழ்க்கையும், பஸ்கள் வரும் போகும் நேரமும், எந்தக் கடையில் என்ன பொருள்கள் எந்தப் பகுதியில் வைக்கப்பட்டிருக்கும் என்பதும் பழகிப் போய்விட்ட நாளில் அவன் வந்து சேர்ந்தான்.

நான் காலை ஒன்பது – முப்பது பஸ்ஸைப் பிடிக்க மேபிளவர் கட்டடத்தின் லவுஞ்சை வந்தடைந்தேன். விசால மான லவுஞ்சில் அந்த வேளையில் இருபது முப்பது பேர் பஸ்ஸுக்காகக் காத்திருந்தார்கள். சாலையில் ஒரு திசையி லிருந்து அந்த பஸ் வேகமாக வரும். எங்கள் கட்டடத்தைத் தாண்டி ஒரு பர்லாங்கு தள்ளி அது திரும்பி மீண்டும் சாலையின் மறுபுறத்தில் எங்கள் கட்டடத்திற்கு எதிரே வந்து நிற்கும். முதல் முறை அது எங்கள் கட்டடத்தைத் தாண்டியவுடன் நாங்கள் வெளியே சென்று சாலையின் மறுபுறத்தைப் போய்ச் சேர்ந்தால் பஸ் திரும்பி வருவதற்குச் சரியாயிருக்கும். பத்து நிமிடத்தில் பல்கலைக்கழகத்திற்குப் போய்ச் சேர்ந்துவிடலாம்.

லவுஞ்சில் நின்றவர்களின் பரபரப்பின்மையிலிருந்து பஸ் இன்னும் கண்ணில் படவில்லை என்று தெரிந்தது. அப்படி நிற்பவர்களிலும் ஒருவன் மட்டும் கோட் சூட் வெயிஸ்ட் கோட்டையணிந்து தனியனாக நின்றான். என்னைக் கண்டதும் பலகீனமாகப் புன்னகை புரிந்தான்.

அயோவா சிடியில் யாரும் யாரைப் பார்த்தும் புன்னகை புரிவதற்குக் கேள்வியே கிடையாது.

'இன்று காலை மிக அழகாக இல்லை?' என்று கேட்பார் கள். 'குளிர் இப்போதே தொடங்கிவிட்டது' என்று அறிவிப் பார்கள்.

புன்னகையும் பருவ நிலையும் தபால் பெட்டியில் தபாலைப் போடுவதைப் போலக் கடிதத்தைப் பெட்டியின் வாயில் நுழைத்தவுடன் விஷயம் முடிந்துவிடும்.

ஆனால் இந்த நபர் என்னிடம் விரைந்து வந்து கையைக் குலுக்கினான். அவனுடைய முகமும் கண்களும் வாயும், கறுப்பு சிவப்பு வெளுப்பாக என் முன் மின்னின. அவன் குறைந்தது இரு இரவுகளாவது தூங்காமல் இருந்திருக்க வேண்டும்.

அவன் என் கையைப் பிடித்துக் குலுக்கித் தோளைத் தடவிக் கொடுத்த ஆர்வத்திற்கு அவனிடமிருந்து பேச்சு ஏதும் வரவில்லை. "தங்களை யார் என்று தெரிந்து கொள்ள லாமா?" என்று கேட்டேன்.

“நான் டாக்டர் பால் எங்கிளைப் பார்க்க வந்திருக்கிறேன்,” என்றான்.

“பத்தரை மணிக்குப் பல்கலைக்கழகத்தில் அவரைப் பார்க்கலாம்.”

“நேற்றே நான் டாக்டர் பால் எங்கிளைப் பார்த்து விட்டேன்.”

“அப்படியா? நீங்கள் பார்க்க வேண்டும் என்று சொன்னது போலிருந்தது.”

“இல்லை. மறுபடியும் நான் டாக்டர் பால் எங்கிளைப் பார்க்க வேண்டும்.”

என்னுடைய ஆங்கிலமும் சிறிது நாட்களுக்கு அங்கு குழப்பம் விளைவித்தது. இவனும் திண்டாடிப் பிறரையும் திண்டாட வைக்கப் போகிறான் என்று நினைத்துக் கொண்டேன். அப்போது பஸ் முதல்முறையாக மேபிளவரைத் தாண்டிச் சென்றது.

“என் பஸ் வந்துவிட்டது. நான் போகிறேன்,” என்று சொல்லி நகர முயன்றேன். அவன் என் கையைக் கெட்டியாகப் பிடித்துக்கொண்டான்.

“போகாதீர்கள். தயவு செய்து போகாதீர்கள்,” என்றான்.

“ஐயோ, இதைவிட்டால் இன்னும் அரை மணிக்கு பஸ் கிடையாது. அப்புறம் நடக்க வேண்டும்,” என்றேன்.

“இல்லை. டாக்சியில் போகலாம்.”

“டாக்சிக்கு எவ்வளவு ஆகும் தெரியுமா? ஒன்றரை டாலருக்குக் குறையாது.”

“நான் கொடுத்து விடுகிறேன். தயவு செய்து போகாதே.”

ஐம்பது ஐம்பத்தைந்து வயது மனிதன் கெஞ்சுகிறான்!

“நீ உன் பெயரைக்கூடச் சொல்லவில்லை.”

“நான் அபே குபேக்னா. எத்தியோப்பியாவிலிருந்து வந்திருக்கிறேன். டாக்டர் பால் எங்கிள் என்னை அழைத்திருக்கிறார்.”

“நீயும் எழுத்தாளனா?”

“ஆமாம். டாக்டர் பால் எங்கிள் என்னை அழைத்திருக்கிறார்.”

"இதோ பார், இங்கே இந்த டாக்டர் புரபொஸர் பட்டங்களை எல்லாம் யாரும் திரும்பத்திரும்பச் சொல்லிக் கொள்வதில்லை. நாங்கள் எல்லாரும் பால் எங்கிளை வெறும் 'பால்' என்றுதான் அழைக்கிறோம். உனக்கும் இங்கேதானே தங்குவதற்கு இடம் தந்திருக்கிறார்கள்? உன் அறை எண் என்ன?"

"318."

"மூன்றாவது மாடி. ரொம்ப சௌகரியமாக இருக்கும். உன் அறை அயோவா நதியைப் பார்த்தபடி இருக்கிறதா?"

"நான் பார்க்கவில்லை."

"நேற்றே வந்துவிட்டேன் என்றாயே? நீ இரவில் வந்து சேர்ந்தாயா?"

"பகலில்தான் வந்தேன். வந்தபோது அறையைப் பார்க்க வில்லை. நேற்று இரவு டாக்டர் பால் எங்கிள் விருந்தளித்தார். அதன் பிறகு அறைக்குப் போகவில்லை."

"பால் விடியவிடிய விருந்தளிக்கமாட்டாரே?"

"இல்லை, பன்னிரெண்டு மணிக்குக் கொண்டுவந்து விட்டார். அதன் பிறகு அறைக்குப் போகவில்லை."

"அட கடவுளே! இரவு அறைக்கே போகவில்லையா, ஏன்?"

"சாவியை அறையிலேயே எங்கோ வைத்துவிட்டேன். கதவைத் திறக்க முடியவில்லை."

மேபிளவர் கட்டடத்தின் அறைகளுக்கு அப்படி ஒரு அமைப்பு. கதவுச் சாவியை உட்புறம் பூட்டில் வைத்திருந்தால் கதவை வெளியிலிருந்தும் திறந்து விடலாம். ஆனால் சாவியைத் தனியாக எடுத்து வைத்துவிட்டால் கதவு தாளிட்டுப் பூட்டிக் கொள்ளும். வெளியிலிருந்து யாரும் உள்ளே நுழையவே முடியாது.

"இதை ஜானிடம் சொல்லியிருக்கலாமே?"

(ஜான், எங்கள் தேவைகளைக் கவனித்துக்கொள்ள நியமிக்கப்பட்ட இளம் ஆங்கில விரிவுரையாளர்.)

"யார் ஜான்?"

"ஜான் பீன். சரி, நீ அவனைச் சந்திக்கவில்லை போலி ருக்கிறது. பாலிடமே சொல்லியிருக்கலாமே?"

"டாக்டர் பால் எங்கிளிடம் இதை எப்படிச் சொல்வது?"

‘என்னிடம் எப்படிச் சொல்கிறாய்?’ என்று எனக்குக் கேட்கத் தோன்றியது. ஆனால், அபேயின் கண்களில் தோன்றிய கெஞ்சல் என்னைத் தடுத்தது.

நான் அவனை அழைத்துக்கொண்டு மேபிளவர் கட்டடத்தின் மானேஜர் அறைக்குச் சென்றேன். ஜார்ஜ் ஸ்டூவர்ட் அங்கு இருந்தான். “ஹை,” என்றான்.

மேபிளவர் கட்டடத்திலேயே மிகவும் வெறுக்கத்தக்க ஆளுக்குப் போட்டி நடத்தினால் எல்லாரும் ஒருமித்த மனதுடன் மானேஜர் ஜார்ஜைத் தேர்ந்தெடுப்பார்கள். அவன் வியட்நாம் போரில் நிறைய மெடல்கள் வாங்கியதால்தான் இப்படி அகம்பாவம் பிடித்தவனாகி விட்டான் என்றும் சிலர் சொல்லுவார்கள். அயோவா சிடியில் வியட்நாம் போர் யாருக்கும் சம்மதமில்லாமல் போனதற்கு ஜார்ஜ் ஸ்டூவர்ட்டும் ஒரு காரணமாயிருக்க வேண்டும். ஐந்தடி உயரமேயுள்ள அவன் ஐம்பது பேரையும் ஆட்டிப் படைப்பான். அதற்கு நேர்மாறாக அவனுக்கு உதவியாளராக இருந்த பெண்கள் சாதுவாக இருப்பார்கள். ஆனால், இப்போது அவன் மட்டுமே அறையில் இருந்தான்.

“இவர் சாவியை உள்ளே வைத்தபடியே கதவைப் பூட்டிக் கொண்டுவிட்டார்,” என்றேன்.

“ஏன் என்னிடம் முன்பே வரவில்லை?” என்று ஜார்ஜ் கேட்டான்.

“தெரியாது. இப்போதுதான் அது நேர்ந்திருக்க வேண்டும் என்று நினைக்கிறேன்,” என்றேன்.

“நீ என்னிடம் என்ன சொல்கிறாய்? இந்த ஆள் இரவு முழுதும் லவுஞ்சிலேயே சுற்றிச்சுற்றி வந்தான்.”

நான் அபேயின் முகத்தைப் பார்த்தேன். அபே துர்ப்பலமாக ஒரு புன்னகை புரிந்தான்.

ஜார்ஜ் அவனுடைய மேஜை டிராயரைத் திறந்து ஒரு சாவியை எடுத்தான். “எனக்கு ஒருவருக்காக இன்னொருவர் சிபார்சுக்கு வருவது பிடிக்காது,” என்றான்.

“இதில் சிபார்சு என்ன இருக்கிறது? புதியவர்கள் என்ன செய்வார்கள்?”

“நேரே என்னிடம் வந்திருக்க வேண்டும்.”

“இதோ பார், ஜார்ஜ். நானும் போன மாதமே உன்னிடம் தான் வந்தேன். என் அறையில் இப்போதும் இரவில் ஏதேதோ சப்தம் வருகிறது.”

ஜார்ஜ் கண்களைச் சிமிட்டிக்கொண்டு, "பிசாசு," என்றான்.

"எனக்கு இந்த ஊர் பிசாசுகளைத் தெரியாது. நீதான் அவற்றை விரட்டவேண்டும்."

"ஓகே. ஓகே. உன் அறை மேல் நிறையக் குழாய்கள் போகிறது. அப்படித்தான் சப்தம் வரும்."

"அப்போது உன்னிடம் உதவிக்கு வந்து என்ன பிரயோசனம்?"

"கோபித்துக்கொள்ளாதே, புரபொஸர்."

"நான் புரபொஸர் இல்லை."

ஜார்ஜ் எழுந்தான். "வா, போகலாம்," என்றான்.

நாங்கள் மூவரும் லிப்ட் இருக்குமிடத்திற்குச் சென்றோம். லிப்டில் ஏறியவுடன் நான் மூன்றாம் மாடிப் பொத்தானை அழுத்தினேன். ஜார்ஜ் இரண்டாம் எண் பொத்தானை அழுத்தினான். "என்ன?" என்றேன்.

"இரண்டாம் மாடியில் எனக்குச் சிறிது வேலை இருக்கிறது," என்று ஜார்ஜ் சொன்னான்.

லிப்ட் இரண்டாம் மாடியில் நின்றது. "நீங்களும் கூட வாருங்கள்," என்று ஜார்ஜ் சொன்னான். நாங்கள் மூவரும் காரிடாரில் நடந்தோம். ஐந்தாறு அறைக் கதவுகளைத் தாண்டியவுடன் ஜார்ஜ் ஒரு கதவு முன் நின்றான். அவன் கையிலிருந்த சாவியைக் கொண்டு அதைத் திறந்தான்.

"நீ இங்கேயே வசிக்கிறாயா? எனக்குத் தெரியாது," என்றேன்.

"நான் இங்கே வசிப்பதில்லை," என்று ஜார்ஜ் சொன்னான்.

"அப்படியானால்..." நான் மேற்கொண்டு பேசுவதற்குள் ஜார்ஜ் அந்த அறையினுள் நுழைந்தான். அது ஒரு மாணவனின் அறையாக இருக்கவேண்டும். மிகக் குறைந்த சாமான்கள் – புத்தகங்கள் அங்குமிங்கும் இருந்தன. ஒரு சைக்கிள் மூலையில் கிடந்தது.

ஜார்ஜ் அந்த அறையிலிருந்த குப்பைக் கூடையைக் கிளறிப் பார்த்தான். படுக்கையடியில் கையைத் துழாவிப் பார்த்தான்.

"என்ன தேடுகிறாய்?" என்று கேட்டேன். அவன் எனக்குப் பதில் சொல்லாமல் ஒரு மேஜை மீதிருந்த ஆஷ்டி

அசோகமித்திரன் / 100

ரேயை எடுத்துப் பார்த்தான். அது சுத்தமாகக் கழுவப்பட்டு வைக்கப்பட்டிருந்தது.

"இந்தப் பெண் பொல்லாதவள்," என்று ஜார்ஜ் சொன்னான்.

"இது ஒரு பெண்ணுடைய அறையா?" என்று கேட்டேன்.

"நேற்று இரவு இவள் ஒரு பார்ட்டி கொடுத்திருக்கிறாள்."

"அதிலென்ன தவறு?"

"இங்கே போதைப் பொருள்கள் அனுமதிக்கப்படுவதில்லை."

"நீ அவளில்லாதபோது இப்படிச் சோதனை போடுவது சரியில்லை."

"அவளிருக்கும்போது சோதனை போட்டால் என்ன கிடைக்கும்?"

"இப்போது என்ன கிடைத்தது ... ?"

ஜார்ஜ் அவன் வழக்கமாகப் பயன்படுத்தும் வசவைச் சொல்லித் திரும்பினான். இப்போது நாங்கள் மூன்றாவது மாடிக்குப் போனோம். அங்கு 318 எண் அறைக்கு வந்தவுடன் ஜார்ஜ் அதே சாவியைக் கொண்டு அந்தக் கதவையும் திறந்தான். அபே பாய்ந்து உள்ளே சென்றான்.

"இந்தச் சாவி எல்லாக் கதவையும் திறக்குமா?" என்று ஜார்ஜைக் கேட்டேன்.

"ஆமாம்."

"அப்படியானால் என் அறையையும் நீ சோதனை போட்டிருக்கிறாயா?"

"கட்டட மானேஜர் என்றால் குடியிருப்பவர்கள் என்னென்ன செய்கிறார்கள் என்று தெரிந்துகொள்ள வேண்டும்."

"நீ இப்படி எல்லாமும் செய்வாய் என்று நான் எதிர்பார்க்கவில்லை."

"ஸாரி, புரபொஸர்," என்று சொன்னான். அறை உள்ளே தலையை நீட்டி, "எல்லாம் சரியாயிருக்கிறதா?" என்று கத்தினான்.

அந்த அறைக்குள்ள பாத்ரூமிலிருந்து பிளஷ் அவுட் பீச்சியடிக்கும் சப்தம் கேட்டது. ஜார்ஜ் என்னைப் பார்த்துப்

புன்னகை புரிந்தான். பிறகு வேகமாகத் திரும்பிச் சென்று விட்டான்.

அபே குபேக்னா முகத்தையும் கழுவிக்கொண்டு வெளியே வந்தான். அவன் தோற்றம் இப்போது சிறிது அமைதி கொண்டதாக இருந்தது.

"நான் போகிறேன். அடுத்த பஸ்ஸையாவது பிடிக்க வேண்டும்," என்றேன்.

"போகாதே, தயவு செய்து போகாதே," என்று அபே கெஞ்சினான்.

"இன்னும் என்ன செய்ய வேண்டும்?" என்று கேட்டேன்.

"ஏதாவது சாப்பிட வேண்டும்."

"இப்போது கீழே காண்டீன் திறந்திருக்கும், போய்ச் சாப்பிடு. நல்லதாக ஏதாவது வேண்டுமென்றால் டௌண் டவுன் போகவேண்டும்."

"இங்கேயே சாப்பிடலாம், நீ இரு."

"நான் சாப்பிட்டாகிவிட்டது."

"பரவாயில்லை. நீ இரு."

அபே குபேக்னா முதலில் அணிந்த உடையே அணிந்து கொண்டு வந்தான்.

"சாவி பத்திரம்," என்றேன்.

நாங்கள் மீண்டும் லவுஞ்சுக்கு வந்தோம். சாலையில் பஸ் வந்துகொண்டிருந்தது.

"இதோ லவுஞ்சுக்கு மறுபுறத்தில் காண்டீன். அதோ என் பஸ் வந்துவிட்டது. நான் போகிறேன்," என்றேன். "போகாதே, போகாதே!" என்று வெறி கலந்த பயத்துடன் அபே என் கையைக் கெட்டியாகப் பிடித்துக்கொண்டான்.

என் கோபத்தை வெளிக்காட்டாமல் அவனுடன் மேபிளவர் காண்டீனுக்குச் சென்றேன். நான் அயோவா சிடி போய்ச் சேர்ந்த முதல் நாளன்று அங்குதான் பகலுணவு என்று பெயருக்குச் சாப்பிட்டேன். எனக்குச் சைவ உணவாக அங்கு கிடைத்ததெல்லாம் ஒரு தட்டு நிறைய எண்ணெய் சொட்டும் பிரெஞ்ச் பிரைஸ் எனும் உருளைக் கிழங்கு வறுவல். அதன் விளைவுகளிலிருந்து என் உடல் விடுபட மூன்று நாட்களாயின.

அபே குபேக்னாவுக்கு எதைச் சாப்பிடக்கூடாது என்ற சங்கடம் கிடையாது. இஸ்லாமிய உணவு நிபந்தனைகளை முற்றிலும் அனுஷ்டிப்பவர்களுக்குச் சிறிது தயக்கம் இருக்கலாம்.

நான் ஒரு காகிதக் குப்பி நிறையக் காபியை நிரப்பிக் கொண்டு அவன் முன் உட்கார்ந்தேன். அமெரிக்கக் காப்பியும் தமிழர் ரசிக்கக் கூடியது அல்ல; ஆனால் சகித்துக்கொள்ளலாம்.

"டாக்டர் பால் எங்கிள் எனக்கு மிகவும் நண்பராகிவிட்டார். என்னுடைய நாவலை இங்கேயே வெளியிட ஏற்பாடு செய்வதாக உறுதியளித்திருக்கிறார்."

"அப்படியா?" என்றேன்.

"ஆமாம். அதன் கதையைச் சொன்னேன். உடனே படிக்க வேண்டும் என்றார்."

"அப்படியா?"

"டாக்டர் பால் எங்கிள் கதை முழுக்கவும் கேட்டார்."

"சாப்பிட உட்கார்ந்தவுடனேயே ஆரம்பித்திருப்பாய்."

"ஆமாம், டாக்டர் பால் எங்கிள்..."

"சாவியைப் பத்திரமாக வைத்துக்கொள்."

"வைத்துக்கொண்டிருக்கிறேன். டாக்டர் பால் எங்கிள்..."

"உனக்கு இந்த உணவு பிடிக்கிறதா? பாத்திரம் பண்டங்கள் வாங்கிக்கொண்டு நீயே சமைத்துக்கொள்ளலாம்."

"எனக்குச் சமைக்கத் தெரியாது. இந்த நாவல் இருக்கிறதே, இதைப் பத்து வருடங்கள் முன்பு எழுதினேன். அதன் ஆங்கில மொழிபெயர்ப்பு தயாராக இவ்வளவு நாட்களாயிற்று. அது முடிந்தது. இங்கு வந்தேன். இங்கே பிரசுரமாகப்போகிறது."

"ரொம்ப சந்தோஷம். இன்னும் எவ்வளவு நாவல்கள் எழுதியிருக்கிறாய்?"

"நான் அடிஸ் அபாபாவை விட்டுக் கிளம்புவதற்கு முன்புதான் என்னுடைய இருபத்தேழாவது நாவல் வெளியாயிற்று."

"எத்தியோப்பியாவில் பிரசுர நிலைமை எப்படி? உனக்குப் பிரசுரகர்த்தர்கள் நிறைய பேர் இருக்க வேண்டும். இருபத்தேழு நாவல்கள்!"

“என் நாவல்களை நானேதான் வெளியிட்டுக்கொள்கி றேன். நான் எத்தியோப்பியாவில் மிகப் பிரபலமான எழுத் தாளன்.”

“உங்கள் ராஜாவைச் சக்கரவர்த்தி என்றுதான் அழைக் கிறீர்கள் அல்லவா?”

“ஆமாம். அவருடைய மகன் என்னுடைய நெருங்கிய நண்பன்.”

“உங்கள் சக்கரவர்த்திக்கு ஏதோ ‘சிங்கம்’ என்ற பட்டப் பெயர் உண்டு, இல்லையா?”

“ஆமாம். ஜுடாயா சிங்கம்.”

“அப்போது நீ சிங்கக்குட்டியின் தோழன்.”

அபே சிரித்துக்கொண்டான். “நீ இப்படியெல்லாம் பேசக்கூடாது,” என்றான்.

“நல்லவேளை, எத்தியோப்பியாவுக்கு அமெரிக்காவில் சிறைகளும் ஒற்றர்களும் இல்லை.”

“என் நாவல் பெயரே ஒற்றன்.”

“எந்த நாவல்?”

“டாக்டர் பால் எங்கிள் வெளியிட உறுதி தந்த நாவல்.”

“நீ அவரை அடிக்கொரு தடவை இப்படி டாக்டர் டாக்டர் என்றால் அவருடைய உறுதிமொழியை மாற்றிக் கொண்டு விடுவார்.”

அபே சாப்பிட்டு முடித்தான். “அபே, இனிமேல் நான் போகிறேன். நீ பஸ் ஏறிப் பல்கலைக்கழகம் சென்று டாக்டர் பால் எங்கிளைச் சந்திக்கக் கிளம்பு” என்றேன்.

“நீயும் டாக்டர் என்றுதான் கூறுகிறாய்,” என்று அவன் சொன்னான்.

நான் நாக்கைக் கடித்துக்கொண்டேன். அபே அதைக் கவனிக்கவில்லை. மீண்டும் என் கைகளைப் பிடித்துக்கொண் டான்.

“அபே . . . அபே . . . தயவுசெய்து, தயவுசெய்து . . .” என் கைகளை விடுவித்துக் கொண்டேன். அமெரிக்காவில் ஆணும் பெண்ணும் கட்டிப்பிடித்துக்கொள்ளலாம். ஆனால், ஆணும் ஆணும் அடிக்கடி கைபிடித்துக்கொண்டால் ஏதேதோ நினைத்துவிட இடமுண்டு.

"எனக்கு இன்னொரு உதவியும் நீ செய்ய வேண்டும்," அபே கெஞ்சினான்.

"என்ன?"

"ஒரு சூட் தைத்துக்கொள்ள வேண்டும்."

"எனக்குத் தெரிந்து இங்கு யாரும் உடை தைத்துக்கொள்வது கிடையாது. தைத்த உடைகளைத்தான் வாங்குகிறார்கள்."

"இல்லை. எனக்குத் தைத்துக்கொண்டால்தான் சரியாயிருக்கும்."

"ராக்பெல்லவர், ஹியூக்ஸ் போன்ற கோடீசுவரர்கள்தான் உடை தைத்துப் போட்டுக்கொள்ள முடியும்."

"என்னிடம் நிறையப் பணம் இருக்கிறது!" – அபே அவனுடைய பையிலிருந்து ஒரு கத்தை நோட்டை எடுத்துக் காட்டினான்.

"இங்கே பணமும் நிறையச் செலவழியும். உனக்குப் பிடித்த மாதிரி தைத்த உடைகளே கிடைக்கும்போது ஏன் வீணாகப் பணத்தைக் கொட்டுகிறாய்?"

"இல்லை, இல்லை. எனக்கு அளவு கொடுத்துத் தைத்த உடைதான் சரியாயிருக்கும். என் உடம்பு கொஞ்சம் வித்தியாசமானது."

"உன்னை விட அசாதாரண உடம்பு உள்ளவர்களுக்குக் கூட இங்கு உடைகள் கிடைக்கும். நான் அழைத்துப்போகிறேன்."

"இல்லை. எனக்குத் தைத்துக்கொள்ள வேண்டும்."

அயோவா சிடியில் இரண்டே இடங்களில்தான் தையற் கடைகள் என்று உண்டு. அந்தக் கடைகளின் தடபுடல் தோற்றம் என்னை அங்கே செல்ல அனுமதித்ததில்லை. இப்போது அபேயை அழைத்துக்கொண்டு போகும்போதுகூட எங்களை யாராவது அடித்துத் துரத்தியிருந்தால் நான் திடுக்குற்றிருக்க மாட்டேன்.

அப்படிச் செய்யவில்லை. பளபளவென்று விலையுயர்ந்த உடுப்பு அணிந்தவன் ஒருவன் எங்களை நெருங்கி மத்திய காலத்துக்குரிய ராஜசபை பாவனையில், "தங்களுக்கு நான் என்ன பணிபுரிய இயலும்?" என்று கேட்டான். நான் பதில் பேசாமல் அபேயைப் பார்த்து நின்றேன். நான் பேசப் போவதில்லை என்று உறுதியானவுடன், அபே அவனுக்குப் பதில் சொன்னான். அபேயின் ஆங்கில மொழி நடையும்

உச்சரிப்பும் ஒருவாறு தெளிவுற எனக்கு இரண்டு மணி நேரம் தேவைப்பட்டிருந்தது. அந்தக் கடைக்காரன் விழித்தான். பிறகு, "துப்பாக்கிகள் கடை இங்கு இல்லை என்று நினைக்கிறேன். இதோ கேட்டுச் சொல்கிறேன்," என்று நகர்ந்தான்.

"இல்லை. இவர் சூட் தைக்க வேண்டும் என்றுதான் கூறினார்," என்று நான் சொன்னேன்.

முதலில் துணியைத் தேர்ந்தெடுக்க நாங்கள் அழைத்துச் செல்லப்பட்டோம். அந்தக் கடைக்காரனுக்குச் சந்தேகந்தான். அபே துணி வகைகளைப் பார்த்திருக்கையில் கடைக்காரன் சொன்னான்: "இரு அடையாள அத்தாட்சிகள் இருந்தாலொழிய, நாங்கள் புது மனிதர்களிடம் செக் வாங்கிக்கொள்வதில்லை."

"கவலை வேண்டாம். நாங்கள் எங்கள் கடன்களைத் தீர்க்காமல் இந்த நாட்டை விட்டு வெளியேற முடியாது."

அபே ஒரு துணியைத் தேர்ந்தெடுத்தான். எனக்கு அதைத் தொடவே பயமாக இருந்தது. அந்த மாதிரித் துணியில் தைத்த ரெடிமேட் சூட்டே இருநூறு டாலருக்கு மேலாகும். அபேக்காகத் தனியாக தைக்க எல்லாம் சேர்ந்து முன்னூறு நானூறு கூட ஆகலாம்.

அபே சூட் மட்டும் போதும் என்று சொல்லவில்லை. அதே துணியில் ஓவர்கோட்டும் வேண்டும் என்றான். எங்களைக் கவனித்துக்கொண்டிருந்த கடைக்காரர் "ஒரு நிமிடம்," சொல்லி மறைந்து போனான். சற்றைக்கெல்லாம் அந்தக் கடை மானேஜரே அங்கு வந்தான்.

"நீங்கள் எங்கள் கடையில் உடுப்பு தைத்துக்கொள்ள எண்ணியதில் நாங்கள் மகிழ்ச்சி அடைகிறோம். இந்த ஊரில் உங்களுக்கு அறிமுகமளிக்க யாராவது இருந்தால் நாங்கள் பெரிதும் கடமைப்பட்டவர்களாக இருப்போம்."

நான் அபேயைக் கேட்டேன், "உனக்கு இங்கு பாங்க் எதிலாவது கணக்குத் தொடங்கியாயிற்றா?"

அபே, "என்ன?" என்றான்.

அவன் இன்னும் ஜான் பீனைச் சந்திக்கவில்லை. ஜான் பீன்தான் இம்மாதிரியான நடைமுறை ஏற்பாடுகளைச் செய்து தருபவன்.

"அபே, நாம் பல்கலைக்கழகம் சென்று பால் எங்கிளைப் பார்த்து வழக்கமான ஏற்பாடுகளையெல்லாம் செய்துகொண்ட பின் இந்தக் கடைக்கு வருவோம்."

"இல்லை, இல்லை. எனக்கு முதலில் சூட் வேண்டும். இந்த உடுப்பில் எனக்கு யாரையும் சென்று சந்திக்க முடியாது."

"அப்போது பணமாக ஐந்நூறு டாலராவது வேண்டும்."

"என்னிடம் ஆயிரம் இருக்கிறது."

எனக்குப் பயமாக இருந்தது. அயோவா சிடி வரை வழிப்பறி என்று ஏதும் நான் காது கேட்க நடந்ததில்லை. ஆனால், பையில் ஆயிரம் டாலர் வைத்திருப்பவனை யார் என்ன செய்வார்கள் என்று தெரியாது.

அன்று பிற்பகலே புது சூட், புது ஜோடு, புது ஓவர்கோட், புதுத் தொப்பி அணிந்துகொண்டு அபே குபேக்னா, பால் எங்கிளைப் பார்க்கச் சென்றான். வழிப்பறிக்குத் தூண்டும் அளவுக்கு அவனிடம் பணம் மிஞ்சியிருக்காது.

❍

புதன்கிழமை பிற்பகலில் எங்களை ஒரு கடைக்கு அழைத்துச் செல்வார்கள். கடையின் பெயரே ஈகிள்ஸ் டிஸ்கவுண்ட் ஸ்டோர்ஸ். மளிகை மற்றும் பிற குடித்தனப் பொருள்கள் அங்கு மலிவு விலையில் கிடைக்கும். வாரத்திற்கு ஒரு முறை எங்களுக்குத் தேவைப்பட்டதை வாங்கிக்கொள்ள வேண்டும்.

நான் லவுஞ்சில் காத்துக்கொண்டிருந்தேன். ஒவ்வொரு வராக எங்கள் எழுத்தாளர் குழுவில் உள்ளவர்கள் அங்கு வந்து சேர்ந்தார்கள். நாங்கள் ஒருவரை ஒருவர் சந்தித்துப் பேச இது ஒரு நல்ல சந்தர்ப்பம். கடையில் பொருள்களைத் தேர்ந்தெடுத்து வாங்கும்போது ஒவ்வொருவருடைய கெட்டிக் காரத்தனத்துடன் அசட்டுத்தனமும் நன்கு தெரியவரும் சந்தர்ப்பம். முதல் சில வாரங்களில் நானும் பிறர் வாங்குகிறார் கள் என்று நிறைய பயனற்ற பொருள்களை வாங்கிச் சேர்த்து வைத்திருந்தேன்.

எங்களை அழைத்துப் போக ஜான் பீனும் பர்ட் புளூமும் இரு பெரிய கார்களைக் கொண்டுவந்து விட்டார்கள். எல்லாருமாக வண்டிகளில் ஏறிக்கொண்டோம். நான் ஜான் பீனிடம் சொன்னேன்: "புதிதாக எத்தியோப்பியாவிலிருந்து ஒருவர் வந்திருக்கிறார். அவருக்கு இந்த ஏற்பாடு தெரியுமோ தெரியாதோ."

"யார்? அபேதானே? அபே வரவில்லை?"

"காணோமே."

ஜான் பீன் வண்டியிலிருந்து கீழிறங்கி மேபிளவர் கட்டடத்தினுள் சென்றான். என் வண்டியில் இருந்தவர்கள், "என்ன தாமதம்?" என்று விசாரித்தார்கள்.

"புதிதாக ஒருவர் வந்திருக்கிறார். அவரை அழைத்து வர ஜான் போயிருக்கிறான்."

எல்லாரும் அந்தப் புது மனிதனை எதிர்பார்த்துக் காத்திருந்தார்கள். ஜான், அபேயை அழைத்து வந்தான். அபே புத்தம் புதிய உடையில் பளபளவென்றிருந்தான்.

ஜான், அபேயை ஒரு பொது அறிமுகம் செய்து விட்டான். "எத்தியோப்பியாவிலிருந்து வந்திருக்கும் அபே குபேக்னா."

அபே பலகீனமான புன்னகையொன்று புரிந்தான். ஜான் அபேயிடம், "நீ அந்த வண்டியில் ஏறிக்கொள்!" என்று சொல்லிவிட்டு வண்டி முன்கதவைத் திறந்து டிரைவர் சீட்டில் உட்கார்ந்தான்.

"இல்லை, நான் இதிலேயே வருகிறேன்," என்று அபே காரின் பின் கதவைத் திறக்க முயன்றான். நாங்கள் ஏற்கெனவே உள்ளே அடைந்து கிடந்தோம். ஆனால், அபே என்னுடன் வர விரும்பினான் என்று எனக்குத் தெரிந்துவிட்டது. நான் கதவைத் திறந்து அவன் உள்ளே நுழைய வழி செய்தேன். வண்டி கிளம்பியவுடன் இருபுறமும் பார்த்தேன். என் வண்டியில் இருந்தவர்கள் எல்லாரும் கடுமையான முகத்தோடு இருந்தார்கள்.

ஈகிள்ஸ் ஸ்டோரில் ஒவ்வொருவரும் ஒரு தள்ளுவண்டியைத் தள்ளிக்கொண்டு அலமாரிகளிலிருந்து அவரவர்க்கு வேண்டியதை வண்டியில் எடுத்துப் போட்டுக்கொள்ள வேண்டும். வெளியே வருவதற்கு இருந்த வழியில் கல்லாப் பெட்டி. அங்கு எல்லாவற்றுக்கும் பில் போட்டுப் பணம் வாங்குவார்கள்.

நான் ஒரு வண்டியை எடுத்துக்கொண்டேன். என்னுடனேயே அபேயும் வந்தான். அபேயின் கண்களில் முதலில் பச்சை மிளகாய்தான் தென்பட்டது.

"எனக்கு ரொம்பப் பிடிக்கும். எனக்கு ரொம்பப் பிடிக்கும்," என்று இரு கைகளாலும் வண்டியில் மிளகாயை அள்ளிப் போட்டுக்கொண்டான்.

"இந்த மிளகாய்க்குக் காரம் மிக அதிகம்," என்றேன்.

"எனக்குக் காரம் மிகவும் பிடிக்கும்."

"அப்படியா? இருந்தாலும் நீ ஒரு வருடத்திற்கு வேண்டியதை இப்போதே வாங்கிக்கொள்ள வேண்டாம்."

"இல்லை, எனக்கு ரொம்பப் பிடிக்கும். நானே சமையல் செய்து சாப்பிடப் போகிறேன்."

அபே மிளகாயுடன் நிற்கவில்லை. இறைச்சி வகைகள், காய்கறி, பால், முட்டை, வெண்ணெய், மீன் எல்லாவற்றையும் அவனுடைய வண்டியில் குவித்துக்கொண்டான்.

"இதோ பார் அபே, நாம் வாராவாரம் இங்கு வரப்போகிறோம்," என்றேன்.

"இல்லை, இல்லை. எனக்கு எல்லாம் நிறைய வேண்டும். உன் மாதிரி காப்பியைக் குடித்துக்கொண்டு பட்டினி கிடக்க முடியாது."

நான் என் வண்டியை உடனே வேகமாகத் தள்ளிக்கொண்டு போய்விட்டேன். எங்கள் குழுவில் கணவன் – மனைவியாக வந்தவர்களுக்குக்கூட இருபது முப்பது டாலரில் முடிந்துவிட்டது. அபேவுக்கு எண்பத்திரண்டு டாலர் பில் வந்தது. நாங்கள் எல்லோரும் செக் மூலம் பில் பணத்தைக் கொடுத்தோம். அபே பணமாக எண்ணிக் கொடுத்தான். கல்லாப்பெட்டிப் பெண், "நீங்கள் செக் கொடுக்கலாம்," என்றாள். அபே ஏதோ சொல்லிப் பணமாக நீட்டினான். அவனுடைய பொருள்கள் மட்டும் ஐந்து பெரிய காகிதப் பைகளில் காரில் கொண்டுபோய் வைக்கப்பட்டன. நான் வெளியில் காத்திருந்து எல்லாரும் கிளம்பிப்போகும் நேரத்தில் வேறு வண்டியில் ஏறிக்கொண்டேன். ஆனால், மேபிளவர் லிப்டில் அபேயைத் தவிர்க்க முடியவில்லை. அவ்வளவு பேர் மத்தியில் அபே, "நீ என்னை வேண்டுமென்றே தவிர்க்கிறாய்," என்றான். நான் பதில் பேசாமல் இருந்தேன். லிப்டே மௌனத்தில் ஆழ்ந்தது. லிப்ட் மூன்றாவது மாடியில் நின்றது. யாரும் அசையவில்லை. நான், "அபே, நீ இறங்க வேண்டிய இடம்," என்றேன்.

"நான் உன் அறைக்கு வருகிறேன்," என்றான்.

"யூ ஆர் வெல்கம்," என்றேன்.

எட்டாவது மாடியில் நான் லிப்டிலிருந்து வெளியேறினேன். என்னைப் பின்தொடர்ந்து அபேயும் வந்தான். மேபிளவருக்குச் சொந்தமான ஒரு தள்ளுவண்டி நிறைய அவன் வாங்கிய சாமான்கள். என்னுடையதை ஒரே பையில் நானே சுமந்து கொண்டிருந்தேன்.

என் அறையைத் திறந்தேன். அபேயும் வந்தான். இருவரும் உள்ளே நுழைந்தவுடன் நான் கதவைச் சாத்தி என் பையைச் சமையல் பகுதியில் வைத்தேன். “உட்கார்ந்து கொள். ஏதாவது சாப்பிடுகிறாயா?” என்று அபேயைக் கேட்டேன்.

“நானே நிறைய பீர் வாங்கியிருக்கிறேன்” என்றான்.

“பார்த்தேன். ஆனால் நான் இப்போது காப்பி தயாரிக்கப் போகிறேன். உனக்கும் வேண்டுமென்றால் இரண்டு கப்பாகத் தயாரிக்கிறேன்.”

அபே பதில் சொல்லவில்லை. நான் எனக்கு மட்டும் காபி கலந்துகொண்டேன்.

“நாவல் பிரதியை இன்னும் டாக்டர் பால் எங்கிள் திருப்பித் தரவில்லை” என்றான்.

“நாவலல்லவா? படிக்கச் சிறிது நேரம் பிடிக்கும்.”

“பத்து நாட்களாகிறது.”

“வேறு வேலை இருக்கலாம். எனக்குக்கூடச் சில சமயங்களில் ஒரு பக்கம் படிக்கப் பத்து நாட்களாகின்றன.”

“டாக்டர் பால் எங்கிள் அதைத் திருப்பித் தந்தவுடன் புதிதாக டைப் செய்யவேண்டும்.”

“உனக்கு டைப் அடிக்கத் தெரியுமா?”

“தெரியாது.”

“அப்படியானால் நிறையச் செலவாகுமே? இங்கு டைப் அடிப்பவர்கள் கட்டணமே மிக அதிகம். ஆனால் உனக்கென்ன, நீ பணக்காரன்.”

“நீ என்னை எப்போதும் கிண்டல் செய்தவண்ணமே இருக்கிறாய்.”

“உன்னைக் கிண்டல் செய்ய நான் யார்? நீ கேட்டாய், நான் சொன்னேன்.”

“இங்கே நான் சந்தித்த முதல் நபர் நீதான்.”

“சரி சரி, பால் திருப்பித் தரட்டும், நான் முடிந்தவரை டைப் அடித்துத் தருகிறேன்.”

“கொஞ்சம் பீர் எடுத்துக்கொள்ளேன். நான் நிறைய வாங்கியிருக்கிறேன்.”

“என்னிடமும் நிறைய இருக்கிறது.”

"கொஞ்சம் பழம்? குக்கீஸ்?"

அமெரிக்காவில் பிஸ்கோத்துக்களைக் குக்கீஸ் என்று சொல்வார்கள்.

"எல்லாம் நிறைய என்னிடம் இருக்கின்றன. முதலில் நீ இந்தத் தள்ளுவண்டியைக் கீழே திருப்பித் தர வேண்டும். இன்னும் யாருக்காவது தேவைப்படும். திண்டாடுவார்கள்."

"நீ என்னை வேண்டுமென்றே தவிர்க்கப் பார்க்கிறாய்."

"அட கடவுளே! நீ வேண்டுமானால் எப்போதும் இங் கேயே இருந்துகொள். நான் வேண்டாமென்று சொல்ல வில்லை. ஆனால் இந்தத் தள்ளுவண்டி பொதுவானது. உன் மாதிரி சாமான் வாங்கி வருபவர்கள் வண்டி இல்லாமல் அவதிப்படுவார்கள், அதற்காகச் சொன்னேன்."

அபே மேஜை மீதிருந்த சாவியை எடுத்துக்கொண்டான். முகத்தை உர்ரென்று வைத்துக்கொண்டு வெளியே போனான்.

எனக்குப் பசித்தது. சாதம் சமைக்க நேரமாகும். அப் படியே சமைத்தாலும் அது எப்படி அமையும் என்ற நிச்சய மில்லை. ரொட்டியை விண்டு தின்று இன்னொரு கப் காப்பி சாப்பிட்டேன். படுத்துக்கொண்டேன். பகல் மூன்று மணிக்கு அது சாத்தியப்படவில்லை. லைப்ரரிக்குப் போகலாம் என்று கோட், ஜோடு அணிந்து கொண்டேன். அறை சாவிக்காக மேஜை மீது பார்த்தேன். மேஜை ஒரு பாவமும் அறியாததாக இருந்தது. என் அறைச் சாவியை அபே தூக்கிக் கொண்டு போய் விட்டான்.

நான் அறையைச் சாத்திக்கொண்டு லிப்டிடம் விரைந் தேன். அப்போது சந்தேகம் வந்தது. சாவி ஒரு வேளை அபேயிடம் இல்லாதிருந்தால்? 'பிசாசு' என்று கண் சிமிட்டிய ஜார்ஜ் ஸ்டூவர்ட் முகம் ஒரு கணம் என் மனதைச் சுளீரென்று வலிக்கச் செய்தது.

அபேயின் அறைக் கதவைத் தட்டினேன். பல முறை தட்டிய பிறகு கதவு திறந்தது. அபே வெறும் உள்ளாடைகள் மட்டும் அணிந்தபடி நின்றான். உள்ளே சாமானுடன் தள்ளுவண்டி அப்படியே இருந்தது.

"நீ என் சாவியைத் தூக்கிக்கொண்டு வந்துவிட்டாய்," என்றேன்.

"ஓகோ! அதான் என்னிடம் இரண்டு சாவிகள் இருக் கின்றன."

எனக்கு அந்த நேரத்தில் தமிழில்தான் வையத் தோன்றியது.

"என்ன சொல்கிறாய், என்ன சொல்கிறாய்?"

"ஒன்றும் இல்லை. நீயும் உன் சக்கரவர்த்தியும் உன் சக்கரவர்த்தி திருமகனும் நீடூழி வாழ வேண்டும் என்று பிரார்த்தனை புரிந்தேன்."

அபே சந்தேகத்துடன் இரு சாவிகளை நீட்டினான். நான் இரண்டையும் எடுத்துக் கொண்டேன். "ஏன் இரண்டையும் எடுத்துக்கொள்கிறாய்?" என்று கேட்டான்.

"முதலில் எது உன்னுடையது, எது என்னுடையது என்று கண்டுபிடிக்க வேண்டும்."

நான் மட்டும் வெளியே வந்து கதவைச் சாத்தினேன். ஒரு கணம் இப்படியே இவனைப் பூட்டிவிட்டுப் போய் விட்டால் என்ன என்றுகூடத் தோன்றியது. ஆனால், வெளியே பூட்டினாலும் உள்ளேயிருந்து திறந்துகொண்டு வந்துவிடலாம். நான் அவனுடைய சாவியைத் திருப்பித் தந்தேன். "முதலில் தள்ளுவண்டியைக் காலி பண்ணு. நான் கீழே லவுஞ்சில் சேர்ப்பித்து விடுகிறேன்," என்றேன்.

"நீ என்ன இப்படி இங்கு இருப்பவர்களுக்காக ஒரேயடியாக அங்கலாய்க்கிறாய்?"

"இது அங்கலாய்ப்பு இல்லையப்பா. ஒரு காரணமும் இல்லாமல் பிறரை நாம் திண்டாட விடலாமா?"

"நீ என்னைத் திண்டாட வைக்கிறாயே?"

எனக்குக் கடவுள் பக்தி அதிகமாயிற்று.

"சரி, என்னை என்ன செய்ய வேண்டும் என்கிறாய்?"

அபேயிக்கும் அது சுருக்கென்று பட்டிருக்க வேண்டும். அவன் திரும்பிக் கொண்டான். எனக்கும் பரிதாபமாக இருந்தது. அந்த அறை அவன் குடிபுகுந்ததிலிருந்து சுத்தம் செய்யப்படவில்லை. பாத்ரூம் எதிரிலும் சமையல் பகுதி செல்லுமிடமும் தரை மிகவும் அழுக்கடைந்திருந்தது. கட்டில், கட்டில் மீது அவன் போட்டிருந்த துணிமணிகள், மேஜை, அலமாரி எல்லாமே அழுக்காக இருந்தன. ஜார்ஜ் ஸ்டூவர்ட் அப்போது அந்த அறைக்கு வர நேர்ந்தால் நிச்சயம் பெரிய கலவரம் நடக்கும்.

நான் அபே அருகில் சென்றேன். "இதோ பார் அபே, இந்த ஊரில் நீயும் புதிது. நானும் புதிது. இந்த ஊர்க்காரர்கள்

வாழ்க்கை முறை வேறு. ஒரு நாட்டின் மிகப் பிரபலமான நாவலாசிரியனான உனக்கு, நான் இதெல்லாம் சொல்லத் தேவையில்லை. இங்கே நாம் இருக்கப்போவது இன்னும் சில நாட்களுக்குத்தான். இருக்கும் வரையில் நம்மால் இயன்ற அளவு உற்சாகமாக இருந்துவிட்டுப் போகலாம். எனக்கு இதைத் தவிர வேறு சொல்வதற்கு ஏதும் இருப்பதாகத் தெரியவில்லை."

"ரொம்ப சரி. ரொம்ப சரி."

"என்னிடம் கோபித்துக்கொள்வதில் என்ன பயன்?"

"ரொம்ப சரி . . . ரொம்ப சரி."

"நீ இன்னும் கோபமாகத்தான் இருக்கிறாய். சரி, இப் போது உன் விருந்தோம்பலைக் காண்பி."

அபே அவனிடத்திலிருந்து நகராமல் இருந்தான். நானாகத் தள்ளுவண்டிக்குச் சென்று அதிலிருந்த ஐந்து பெரிய காகிதப் பைகளையும் கீழிறக்கி வைத்தேன். கோகோ கோலா டின்கள் இரு டஜன் அவன் வாங்கியிருந்தான். அதில் ஒன்றை எடுத்து நானாகத் திறந்துகொண்டேன். "உன் பொருள்களை ரெப்ரிஜரேட்டரில் வைத்து விடட்டுமா?" என்று கேட்டேன். அவன் பதில் சொல்லவில்லை. அவன் வாங்கியிருந்த பீர், கோகோகோலா, காய்கறி, இறைச்சி வகைகளை எல்லாம் நேர்த்தியாக அவனுடைய ரெப்ரிஜ ரேட்டரில் எடுத்து வைத்தேன். பச்சைமிளகாயை எடுத்து வைக்கும்போது எனக்குச் சிரிப்பு வரவில்லை.

"நீ உன் அழுக்குத் துணிகளை உன்னுடைய மாடியிலேயே சுத்தம் செய்து கொள்ளலாம். ஒவ்வொரு மாடியிலும் துணி தோய்க்கும் இயந்திரமும், ஈரமகற்றும் இயந்திரமும் இருக்கிறது. நீ இவ்வளவு சாமான் வாங்கியிருக்கிறாய், சோப் பவுடர் வாங்கவில்லை."

அபே ஒரு முறை என்னைப் பார்த்துவிட்டுப் பேசாம லிருந்தான்.

"சரி, சரி. என்னிடம் இருக்கிறது. இப்போதைக்கு அதை நீ உபயோகித்துக் கொள்ளலாம. முதலில் தரையை நீ சுத்தம் செய்ய வேண்டும். இப்படி அழுக்குப் படிந்துவிட்டால் அப்புறம் சுத்தம் செய்வது மிகவும் கடினமாகிவிடும். அதற்காக ஜார்ஜ் ஸ்டூவர்ட் பத்து டாலர் பிடுங்கிக்கொண்டு விடுவான். சரி, சரி. நீ பணக்காரன்தான். இருந்தாலும் சில காரியங்களை நீயேதான் செய்துகொள்ள வேண்டும் என்று எதிர்பார்ப் பார்கள்."

நான் அவனுடைய பாத்ரூம் கதவைத் திறந்து பார்த்தேன். ஜார்ஜ் ஸ்டூவர்ட் அவனுக்கு நூறு டாலர் அபராதம் போடுவான் என்று தோன்றியது.

"உன் டெலிபோன் நம்பர் என்ன?"

அபே பதில் சொல்லவில்லை. நானாக டெலிபோனிடம் சென்று அந்த எண்ணைக் குறித்துக்கொண்டேன். "உனக்கு என்னுடையது தெரியாது என்று நினைக்கிறேன். இதுதான் என் நம்பர்." – நான் ஒரு காகிதத்தில் எழுதி மேஜை மீது வைத்தேன்.

"ஏதாவது தேவைப்பட்டால் அவசியம் டெலிபோன் பண்ணு. பால் எங்கிள் உன் நாவலைத் திருப்பித்தந்த பிறகு டைப் அடிக்க ஏற்பாடு செய்வோம். எனக்குச் சுமாராகத்தான் அடிக்கத் தெரியும். நூறு பக்கம், இருநூறு பக்கமெல்லாம் முடியாது. எங்காவது சிக்கனமாக அடித்து வாங்க முடியுமா வென்று விசாரித்துப் பார்ப்போம்."

நான் என் அறைக்குத் திரும்பினேன்.

○

அடுத்த புதன்கிழமை நாங்கள் மளிகைப் பொருள்கள் வாங்கச் சென்றபோது அபே குபேக்னா வரவில்லை. அதற்கடுத்த புதன்கிழமையும் வரவில்லை. பல்கலைக்கழகம் ஏற்பாடு செய்யும் வாராந்திரக் கருத்தரங்குகளுக்கும் வரவில்லை. ஒரு முறை ஒரு பார்ட்டிக்கு வந்திருந்தான். இன்னொரு முறை அவன் ஒரு மெக்ஸிகன் உணவு விடுதிக்குள் நுழைவதைப் பார்த்தேன். சந்தித்துப் பேசச் சந்தர்ப்பம் நேரவில்லை. ஒன்று மட்டும் தெரிந்தது. அவன் அயோவா சிடியில் முதல் நாள் அளவெடுத்துத் தைத்துக்கொண்ட உடையிலேயே எப்போதும் காணப்பட்டான்.

பத்திரிகையில் ஒரு விளம்பரத்தைப் பார்த்து அங்கு போய் விசாரித்தேன். பிற இடங்களைவிட அங்கு பாதிக் கட்டணத்தில் டைப் அடித்துக் கொடுத்தார்கள். நான் அபே அறைக்குச் சென்று கதவைத் தட்டினேன். இம்முறையும் ஐந்தாறு தடவை தட்டிய பிறகுதான் அவன் கதவைத் திறந்தான். இம்முறையும் அவன் உள்ளாடைகளுடன்தான் இருந்தான்.

"ஹலோ," என்றேன்.

"வா, உள்ளே வா," என்றான்.

நான் உள்ளே சென்றேன். அறை பீதியெழுப்பும்படியாக அலங்கோலமாக இருந்தது. ஜார்ஜ் ஸ்டூவர்ட்கூட அவனுடைய கடமைகளிலிருந்து தவறிக்கொண்டிருந்தான்.

"நான் உனக்காக ஓரிடத்தில் பேசி வைத்திருக்கிறேன். மிகக் குறைந்த கட்டணத்தில் உன்னுடைய நாவலை டைப் அடித்துத் தருவார்கள்," என்றேன்.

அவன் உடனே பதில் பேசவில்லை. பிறகு சொன்னான்: "நான் வாஷிங்டனுக்குப் போகிறேன். அங்கு டைப் செய்து கொள்ளப் போகிறேன்."

"அங்கு தெரிந்தவர்கள் இருக்கிறார்களா?"

"நிறையப் பேர் இருக்கிறார்கள். இங்கு மாதிரி இல்லை."

"அப்படியானால் சரி."

சிறிது நேரம் இருவரும் மௌனமாக இருந்தோம். நான் கேட்டேன், "எப்படி இருக்கிறாய்?"

"நன்றாக இருக்கிறேன்."

"உன் சமையலெல்லாம் எப்படி இருக்கிறது?"

அபே எழுந்து சென்று அவனுடைய ரெப்ரிஜரேட்டரைத் திறந்து காட்டினான். அவன் எப்போதோ வாங்கின காய்கறிகளும் இறைச்சியும் அப்படியே இருந்தன. ஆனால், இம்முறை நிறைய மது வகைகளும் நான் அதுவரை பார்த்திராத வேறு சில பாக்கெட்டுகளும் இருந்தன.

"இவை என்ன?" என்று கேட்டேன்.

"இது சாப்பாடு. ஓவனில் அரை மணி நேரம் வைத்திருந்தால் ஒரு முழுச்சாப்பாடு தயாராகிவிடும்."

"பலே. ஆனால் இந்த இறைச்சி, காய்கறிகளை எல்லாம் அகற்றிவிடு. இப்போதே கெட்டுப்போயிருக்கும்."

"ஆமாம். அகற்ற வேண்டும்."

"எல்லாவற்றையும் பெரிய காகிதப் பைகளில் அடைத்துக் கீழே குப்பைத் தொட்டியில் சேர்ப்பித்து விடு."

"சரி."

"ஆமாம், நீயேன் வாராந்திரக் கருத்தரங்குக்கு வருவதில்லை. உனக்குத் தெரியுமா? கஜூகோவுடைய கருத்தரங்கு ஒரு பாரில் நடக்கப்போகிறது. அதற்காக ஒரு ஜாஸ் வாத்திய கோஷ்டியை ஏற்பாடு பண்ணியிருக்கிறாள்."

"அந்த ஜப்பானியப் பெண்தானே?"

"ஆமாம். அவளுக்கு நீக்ரோக்கள் மீது அபாரக் காதல். இந்த பார்கூடக் கறுப்பர்கள் அதிகம் பயன்படுத்துமிடம்."

"நீ எனக்கு அவளை அறிமுகப்படுத்தவில்லையே?"

"நீ வந்தால்தானே? எனக்கு மட்டும் அவள் இரண்டு தலைமுறை உறவா? இங்கு வந்த பிறகுதான் எனக்கும் அவளைத் தெரியும்."

"இருந்தாலும் அவள் எப்போதும் உன்னிடம்தான் பேசிக் கொண்டிருக்கிறாள்."

"அவள் பேசாத ஆள் யாரிருக்கிறார்கள்? நீ இந்த முறை கருத்தரங்குக்குக் கட்டாயம் வா. அதோடு இந்தப் புதன்கிழமை நீ கடைக்கு வந்தால் எல்லாரையும் சந்திக்க வசதியாயிருக்கும்."

"நான் எனக்கு வேண்டியதை எல்லாம் தனியாகத்தான் வாங்கிக்கொள்வேன்."

"சரி, உன் இஷ்டம்."

"நீ என்னைக் கஜுகோவுக்கு அறிமுகம் செய்யவேண்டும்."

"இன்றைக்கேகூட அது முடியும். இன்று நானும் அவளும் வெளியே போகப் போகிறோம். நீயும் கூட வரலாம்."

நான் அவன் அறையிலிருந்தே கஜுகோவுக்கு டெலிபோன் செய்தேன். அவள் அறையில் இல்லை.

நான் அபேயிடம், "இன்று மூன்று மணிக்கு நீ லவுஞ்சுக்கு வந்துவிடு. கொஞ்சம் உன் அறையைச் சுத்தம் செய்ய முயற்சி செய். எனக்குப் பயமாக இருக்கிறது," என்றேன்.

நான் சொன்னது அபேவுக்குப் பிடிக்கவில்லை என்று தெரிந்தது.

○

இரண்டே முக்காலுக்கு என் அறை டெலிபோன் ஒலித்தது. 'டகரஜான்' என்று ஒரு பெண் குரல் கேட்டது.

"கஜுகோ!" என்றேன்.

"ஆமாம், கஜுகோ. எப்படி இருக்கிறாய்?"

"நன்றாக இருக்கிறேன். இன்று மூன்று மணிக்குத்தானே நாம் சந்திப்பதாக ஏற்பாடு?"

"ஆமாம், டகரஜான். ஆனால், ஒரு சின்ன மாற்றம்."

"என்ன ?"

"இன்று நான் வர முடியாது."

"ஏன் ?"

"உனக்கு முன்பே சொல்லியிருக்கிறேனே, என் டெக்ஸாஸ் நண்பன், அவன் டெலிபோன் செய்தான்."

கஜுகோவுக்கு ஒரு கறுப்பு நண்பன் டெக்ஸாஸில் இருப்பதாக எல்லோரிடமும் சொல்லியிருந்தாள். அவன் 1951 கொரியா யுத்த நாட்களில் டோக்கியோவில் அவளைச் சந்தித்திருக்கிறான்.

"எங்கே, டெக்ஸாஸிலிருந்தா ?" என்று கேட்டேன்.

"ஆமாம். அவன் இன்று சிகாகோ போகிறானாம். எனக்காக அயோவா சிடியில் ஒரு மணி நேரம் தங்கப் போகிறான்."

"எப்போது வருகிறான் ?"

"மூன்று மணிக்கு."

"உனக்கு மூன்று மணிக்கு இன்னொரு ஆப்பிரிக்கரை அறிமுகப்படுத்த எண்ணியிருந்தேன்."

"யார் அது ?"

"உனக்குத் தெரிந்த நபர்தான் . . . அபே."

"ஓ, அந்த எத்தியோப்பியனா ?"

"என்ன ?"

"எனக்கு அவனைச் சந்திக்க விருப்பமில்லை. அவனோடு சேர்ந்திருக்கும் உன்னையும் இனிச் சந்திக்க விருப்பமில்லை. குட் பை."

"கஜுகோ ! கஜுகோ !"

அவள் டெலிபோனை வைத்துவிட்டாள். மூன்று மணிக்குச் சந்திப்பதாகச் சொல்லிவிட்டு அதைத் தவறுவதற்காக அவள் மன்னிப்புக் கேட்க வேண்டியிருக்க, அவள் என் மீது திடீரென்று சீறுகிறாள் !

நான் லவுஞ்சிற்குச் சென்றேன். அங்கே அபே குபேக்னா அவனுடைய புது சூட்டில் நின்றுகொண்டிருந்தான். ஒரு

புட்டி செண்ட்டை அவன் பூசிக்கொண்டிருப்பான் என்று தோன்றியது.

"கஜூகோ வருகிறாளா?" என்று ஆவலோடு கேட்டான்.

நான் அவனை உடனே ஏமாற்றத்தில் ஆழ்த்த விருப்பப் படவில்லை. "நீ அவளை ஏற்கெனவே சந்தித்திருக்கிறாய் போலிருக்கிறதே," என்றேன்.

"அப்படி எல்லாம் இல்லை."

"நிஜமாகவா?"

"நேற்று முன்தினம் அவளை வழியில் பார்த்தேன். ஆனால், அவள் என்னோடு பேசவில்லை"

"ஆனால், நீ பேசினாய்."

அபே அவனுடைய முகத்தைக் கடுமையாக வைத்துக் கொண்டான். "நீ என்ன தந்திரம் செய்கிறாய்?" என்று கேட்டான்.

"இதோ பார் அபே, இன்னொரு முறை இப்படி மரியாதை தவறிப் பேசினால் உன் சகவாசமே வேண்டாம்."

"நீதான் கஜூகோவை அறிமுகப்படுத்துகிறேன் என்று சொன்னாய்."

"வார்த்தைகளைப் புரட்டாதே. நீ அறிமுகப்படுத்து என்று கேட்டுக்கொண்டாய். நான் சரி என்றேன். அவள் இப்போது வரமாட்டேன் என்கிறாள்."

"நீதான் என்னைப் பற்றி ஏதோ சொல்லியிருக்கிறாய்."

"உன்னைப் பற்றி யாரிடமும் ஏதும் சொல்லவில்லை. அவளுக்கு இன்று வரச் சௌகரியப்படவில்லை. அவளைச் சந்திக்க அவளுடைய பழைய நண்பன் ஒருவன் வந்திருக் கிறான்."

"பிளடி பிச்."

நான் விடுக்கென்று அங்கிருந்து நகர்ந்துசென்றேன். அபே பாய்ந்து வந்து என் தோளைப் பிடித்தான்.

"தோளை விடு," என்றேன்.

"நீதான் என்னைச் சந்திக்க வரவேண்டாமென்று சொல்லியிருக்கிறாய்."

"உன்னுடைய கற்பனையெல்லாம் இப்படித் தறிகெட்டுப் போனால் என்னால் ஒன்றும் செய்ய முடியாது."

“நீ என்னை மோசம் செய்கிறாய்.”

ஆயிரக்கணக்கான மைல் தூரம் வந்து ஆயிரக்கணக்கான மைல் தூரத்திலிருந்து வந்த ஒரு பைத்தியக்காரனிடம் இப்படி மாட்டிக்கொண்டோமே என்று எனக்குச் சங்கடமாக இருந்தது. பயமாகவும் இருந்தது.

“அபே, இதைக் கவனமாகக் கேட்டுக்கொள். நீ யாரோ, நான் யாரோ. இன்று நானும் அவளும் வெளியே போவதாக இருந்தோம். அவளே சற்று முன் டெலிபோன் செய்து அவளால் இன்று வர முடியாது என்று சொல்லிவிட்டாள். நீ அவளைச் சந்திக்க விரும்புவதாகச் சொன்னேன். அவள் இனிமேல் என்னோடும் பேசப் போவதில்லை என்று அறிவித்துவிட்டாள்.”

லவுஞ்சில் இன்னும் ஐந்தாறு பேர் வந்து சேர்ந்து இருந்தார்கள். அவர்கள் எல்லோருமே எனக்குத் தெரிந்தவர்கள். ஒருவரால்கூட ஒரு சந்தர்ப்பத்தில்கூட எனக்கு மனச்சங்கடம் நேர்ந்ததில்லை. அபே என்னிடம் பேசிக்கொண்டிருந்த தோரணை அவர்களை என்னிடம் அப்போது அணுகவிடாமல் செய்திருக்க வேண்டும்.

“பிறகு பார்ப்போம். நான் வருகிறேன்,” என்று அபேயிடம் சொல்லிவிட்டு, நான் லிப்ட் அருகே சென்றேன். என் அறைக்குச் சென்று கஜூகோவுக்கு டெலிபோன் செய்தேன்.

“என்ன சமாச்சாரம், டகரஜான்?” என்று கஜூகோ கூவினாள்.

“உன் டெக்ஸாஸ் காதலன் வந்துவிட்டானா?”

“இதோ . . . இங்கே இருக்கிறான். பேசுகிறாயா, மார்ட்டின்?”

‘நான், ‘வேண்டாம்’ என்று சொல்வதற்குள் அவள் டெலிபோனை அந்த இன்னொருவனிடம் கொடுத்துவிட்டாள்.

“ஹலோ நண்பரே, நான்தான் மார்ட்டின் ஸ்மித். எப்படி இருக்கிறீர்கள்?”

“நன்றாக இருக்கிறேன். கஜூகோ உங்களுடைய அருமை பெருமைகளை நாளெல்லாம் கூறிக்கொண்டிருப்பாள். எவ்வளவு நாள் அயோவா சிடியில் இருக்கிறீர்கள்?”

“எவ்வளவு நாளா? இன்னும் பதினைந்து நிமிடத்தில் கிளம்ப வேண்டும். எங்கிருந்து பேசுகிறீர்கள்? வாருங்களேன், கஜூகோவின் அறைக்கு.”

“கஜுகோ என்ன சொல்கிறாள்?”

கஜுகோவே டெலிபோனில் கூவினாள். “நீ வா இங்கே. மார்ட்டின் உன்னைப் பார்க்க மிகவும் ஆசைப்படுகிறான்.”

கஜுகோவின் அறை ஐந்தாவது மாடியில் இருந்தது. அங்கு சென்றேன். மார்ட்டின் ஏழடி உயரமிருந்தான். “நான் இவளை இருபது வருஷங்களுக்கு முன்னால் பார்த்திருக்கிறேன். மீண்டும் பார்ப்பேன் என்று நான் நினைத்ததேயில்லை,” என்று சொல்லி என் கையைக் குலுக்கினான்.

“நீ இருக்கப்போவதே மிகக் குறைந்த நேரம். அதில் என்னை ஏன் கரடி மாதிரி செய்துவிடுகிறாய்?”

“கஜுகோ சொன்னாள், இன்று அவள் உன்னைச் சந்திக்கவிருந்ததாக. இருபது வருஷத்தில் இவள் சிறிதுகூட மாறவில்லை!”

“அப்படியா? எனக்கென்னவோ ... இவள் மணிக்கொரு தரம் மாறுவதாகத் தோன்றுகிறது.”

“அதுதான் கஜுகோ! அதுதான் என் கஜுகோ!” என்று கூறியபடியே அவளைத் தழுவிக்கொண்டான். அவளைப் பார்த்ததில் இவ்வளவு பரவசமடைந்தவன் என்னையும் ஏன் அழைத்தான் என்று ஆச்சரியமாக இருந்தது.

கஜுகோ, மார்ட்டின் தின்பதற்காக எதையோ எடுத்து வந்தாள். அவளுக்கு இறைச்சியைத் தவிர வேறெதையும் சமைக்கத் தெரியாது. மார்ட்டின், “நம் நண்பருக்குத் தரவில்லை? இதிலிருந்து எடுத்துக்கொள்ளுங்கள்,” என்று அவனுடைய தட்டை என்னிடம் நீட்டினான். கஜுகோ விஷமம் தோன்றும் கண்களுடன் என்னைப் பார்த்தபடி இருந்தாள்.

நான் தும்முவது போல ஒரு முறை முகத்தை உயரே தூக்கினேன். “ஒரு நிமிடம் மன்னியுங்கள்,” என்று கூறி பாத்ரூமிற்குச் சென்றேன். திரும்ப வெளியில் வந்து நானாகவே ஒரு கோகோகோலா டின்னை எடுத்துக்கொண்டேன். மார்ட்டின் கஜுகோவிடம் அந்த நேரத்தில் அவனுக்கு நினைவுக்கு வந்த ஜப்பானிய நபர்கள், இடங்கள் பற்றியெல்லாம் விசாரித்தான். நடுநடுவில் கஜுகோவைக் கட்டிக்கொண்டான்.

“நான் இவளைப் பார்த்தபோது கணுக்கால் வரை ஸ்கர்ட் அணிந்துகொண்ட சிறிய பெண்ணாக இருந்தாள். இப்போது பெரிய சீமாட்டியாகிவிட்டாள்!”

“அப்படியா?” என்றேன்.

"அப்போது இவளுக்கு எழுதப் படிக்கத் தெரியுமா என்றுகூட எனக்குச் சந்தேகம் உண்டு. இப்போதோ அவள் உலகப் புகழ்பெற்ற கவி!"

"ஸோ ஸ்வீட்!" என்று சொல்லி கஜூகோ மார்ட்டினைக் கட்டிக்கொண்டாள்.

மார்ட்டின் எழுந்துவிட்டான். "இனி நான் கிளம்ப வேண்டும்," என்றான். "ஒரு நிமிடம், மன்னியுங்கள்," என்று சொல்லி பாத்ரூமிற்குச் சென்றான்.

நான் கஜூகோவைப் பார்த்தேன். அவள் பெருமிதம் பொங்கச் சிரித்தாள். "யூ ஆர் ஸோ ஸ்வீட்!" என்று சொல்லி என்னைக் கட்டிக்கொண்டாள். நான் மெதுவாக என்னை விடுவித்துக்கொண்டேன். "சற்று முன்புதான் என் முகத்திலேயே விழிக்காதே என்று சொன்னாய்," என்றேன்.

"அடடா! என் குழந்தைக்கு என் மீது எவ்வளவு கோபம்!" என்று சொல்லி என்னை மீண்டும் கட்டிக்கொண்டாள்.

"இதெல்லாம் சரி, நீ ஏன் அபேயைச் சந்திக்க மாட்டேன் என்று மறுத்துவிட்டாய்?"

கஜூகோ முகத்தைத் தீவிரமாக ஆக்கிக்கொண்டாள். "நீ அவனைப் பற்றி மீண்டும் என்னிடம் பேச்சு எடுக்காதே!" என்றாள்.

"அவன் என்ன பாவம் செய்தான்? நீ இந்த மார்ட்டினுக்குக் கொடுத்த இந்த சகிக்க முடியாத உணவில், சிறிது அவனிடம் தந்தால் அவன் நாய்க்குட்டி போல் உன் பின்னாலேயே சுற்றிக்கொண்டு வருவான்."

"எனக்கு யாரையும் சந்திக்க விருப்பமில்லை. நான் அப்படிப்பட்டவளும் அல்ல. மறுபடியும் அவனைப் பற்றி என்னோடு பேச்செடுத்தால் நான் உன்னைக் கிழித்துப் போட்டுவிடுவேன்."

நான் அதை நம்புவதற்குத் தயாராக இருந்தேன். மார்ட்டின் பாத்ரூமிலிருந்து ஒழுங்காகத் தலையை வாரிக்கொண்டு வெளியே வந்தான்.

"சரி, நான் வருகிறேன்," என்று என் கையை நீட்டினேன்.

"உன்னைப் பார்த்ததில் எனக்கு மிகவும் சந்தோஷம். நீ அவசியம் டல்லாஸ் வரவேண்டும். என் முகவரி தெரியுமா?"

"கஜூகோவிடம் வாங்கிக்கொள்கிறேன்."

"நீ டல்லாஸ் வந்து சேர்ந்ததும் உடனே எனக்கு டெலி போன் செய். நான் வந்து என்னிடத்திற்கு அழைத்துப் போகிறேன்."

"ரொம்ப நன்றி. முடிந்தால் அவசியம் வருகிறேன். இப்போது எப்படிப் போகப் போகிறாய்? சிகாகோதானே நீ செல்ல வேண்டும்?"

"நான் காரில் வந்திருக்கிறேன். இரவுக்குள் சிகாகோ போய்ச் சேர்ந்துவிடுவேன்."

கஜூகோ என் கையைப் பிடித்தாள். "வா, நாம் கீழே போய் மார்ட்டினை வழியனுப்பிவிட்டு வருவோம்."

நான் தயங்கினேன். ஆனால் கஜூகோவை மறுதலித்துப் போவது எளிதல்ல.

நாங்கள் மூவரும் லவுஞ்சுக்கு வந்தோம். என் பயம் அதிகரித்துக்கொண்டே இருந்தது. லவுஞ்சுக்கு கீழ்த்தளத்தில் மார்ட்டின் காரை நிறுத்தியிருந்தான். நாங்கள் கட்டடத்திற்கு வெளியே வந்தோம். ஓவர்கோட் அணிந்திராததால் எனக்கு உடனே குளிர ஆரம்பித்தது.

மார்ட்டின் காரில் ஏறுமுன் மீண்டும் ஒரு முறை கஜூகோவைக் கட்டித் தழுவிக்கொண்டு முத்தமிட்டான். என் கையையும் குலுக்கிக் கட்டிக்கொண்டான். ஆனால் காரில் ஏறிக்கொண்டு அதைக் கிளப்பியவுடன் திரும்பிகூடப் பார்க்காமல் காரைச் சீறிச் செலுத்திச் சென்றுவிட்டான்.

கஜூகோ சிறிது நேரம் கையை ஆட்டியவண்ணம் நின்றாள். அவள் கண்களில் கண்ணீர் ததும்பி இருந்தது. நான் அவளைப் பார்த்தேன். அவளுக்குத் துக்கம் தாங்க முடியவில்லை. அப்படியே என்னை இறுகக் கட்டிக்கொண் டாள். நான் மெதுவாக அவளைப் படிக்கட்டுக்குக் கொண்டு வந்தேன். லவுஞ்சுக்கு வந்தடைந்தபோதும் என் மீது சாய்ந்த வண்ணமே இருந்தாள். எனக்கும் துக்கமாக இருந்தது. இந்த ஐந்தடி ஜப்பான்காரிக்கு இந்த ஏழடி கறுப்பு அமெரிக்கனிடம் எப்படி இவ்வளவு பிரியம் வந்தது! பதினைந்து நிமிடம் இவளைப் பார்ப்பதற்காக அவன் நேராக எங்கோ போக வேண்டியவன் இப்படிச் சுற்றியலைந்து வந்திருக்கிறான். அநேகமாக அந்தப் பதினைந்து நிமிட நேரம் முழுதும் நானும் அவர்கள் கூடவே இருந்திருக்கிறேன். ஆனால், யாரும் இவர்கள் சந்திப்பை எப்படி எல்லாமோ கற்பனை செய்துகொண்டிருக்க முடியும்.

அசோகமித்திரன்

கஜூகோவும் கோட் அணிந்திருக்கவில்லை. ஆதலால் அவளும் அவள் அறைக்குத்தான் செல்ல வேண்டும். நான் அவளுடைய அணைப்பை விலக்காமல் லிஃப்டருகே வந்தேன். லிஃப்ட்டிலும் நுழைந்து விட்டோம். அப்போது லவுஞ்சின் ஒரு கோடிக்கு என் பார்வை சென்றது. அபே குபேக்னா எங்களைத் துளைத்துவிடுவது போலப் பார்த்தவண்ணம் அங்கு நின்றுகொண்டிருந்தான்.

○

கஜூகோவின் கருத்தரங்குக்கு அயோவா சிடி பல்கலைக் கழகம் நிறைய விதிவிலக்குகள் செய்திருந்தது. பொதுவாகக் கருத்தரங்குகள், கருத்தரங்கு அறையில் நடக்கும். ஒரு எழுத் தாளர் ஒரு விரிவான கட்டுரை படிப்பார். அதைத் தொடர்ந்து ஒரு மணி நேரம் விவாதம் நடக்கும். கஜூகோ அவளுடைய கவிதைகளை வாசிப்பதாக அறிவித்திருந்தாள். வெறும் வாசிப்பு மட்டுமில்லை; பின்னணியில் ஜாஸ் சங்கீதம். இதற்கெல்லாம் ஜீவனற்ற ஒரு பல்கலைக்கழகக் கருத்தரங்கு அறை பொருத்த மில்லை. ஆதலால் அயோவா சிடியின் ஒரு உணவு விடுதியில் இதற்கு ஏற்பாடு செய்யப்பட்டிருந்தது. எல்லா எழுத்தாளர் களுக்கும் இரு கூப்பன்கள் கொடுக்கப்பட்டது. இரு முறை யாரும் இலவசமாக மதுபானம் பெறலாம்.

கஜூகோ அவளுடைய கவிதை வாசிப்பை ஒரு நாடகம் போல ஏற்பாடு செய்திருந்தாள். ஜாஸ் சங்கீதம் வாசிக்கும் மூவர் முதலில் அரங்குக்கு வருவார்கள். அவர்கள் அமர்ந்து 'சுருதி' சேர்த்துக்கொள்வார்கள். நானும் இன்னொரு பிலிப் பைன்ஸ் எழுத்தாளரும் உறைந்த முகத்தோடு அரங்கத்தின் நடுவில் வந்து நிற்போம். பிறகு ஒருவரையொருவர் பார்த்தபடி விலகி அரங்கத்தின் இரு ஓரத்தையடைவோம். சங்கீதம் நிறுத்தப்படும். ஒரு முறை விளக்குகள் அணையும். விளக்கு மீண்டும் எரிய ஆரம்பிக்கும்போது கஜூகோ ஜப்பானிய சம்பிரதாய உடை அணிந்துகொண்டு அரங்கத்தின் நடுவில் மண்டியிட்டு உட்கார்ந்திருப்பாள். ஓரங்களில் நின்றிருக்கும் நாங்கள் அவளை அணுகிக் கைகளை வயிறருகில் மடித்துக் கொண்டு வணக்கம் செய்வோம். கஜூகோ இப்போது எழுந்து நிற்பாள். நாங்கள் இருவரும் விலகி எங்கள் நாற்காலி களுக்குச் சென்று உட்கார்ந்துகொள்வோம். சங்கீதம் ஒலிக்கத் தொடங்கும். கஜூகோ அவளுடைய கவிதைகளை வாசிக்கத் தொடங்குவாள்.

நாங்கள் எல்லோரும் தங்கியிருந்த மேபிளவர் கட்டடத் திலிருந்து எங்களை அந்த உணவு விடுதிக்கு அழைத்துச்

செல்ல மூன்று நான்கு கார்கள் வந்துவிட்டன. ஆனால் நடந்தே போகலாம் என்று எண்ணிக் கிளம்பிவிட்டேன். தடிமனான ஓவர்கோட், கம்பளிக் குல்லாய், கையுறைகள் எல்லாம் அணிந்துகொண்டு, அயோவா நதிக்கரையோரமாக நடந்துகொண்டிருந்தேன். உணவு விடுதிக்குச் சாலையைக் கடந்து இன்னொரு வீதியில் திரும்ப வேண்டும். சாலையைக் கடந்த பிறகுதான் அங்கு அபே நிற்பதைக் கவனித்தேன். நாங்கள் எதிரும் புதிருமாக இருந்தோம். தவிர்க்க வழியே இல்லை.

“எங்கே, கஜூகோ கருத்தரங்குக்குத்தானே? நான் நடந்தே போகலாம் என்று கிளம்பினேன்,” என்று அவனிடம் சொன்னேன்.

“எனக்கு யார் கருத்தரங்குக்கும் போகவேண்டியதில்லை,” என்று அபே சொன்னான்.

“இது ஒரு பொது இடத்தில் நடக்கிறது. உனக்குக்கூட மதுபானக் கூப்பன்கள் வந்து சேர்ந்திருக்குமே?”

“எனக்கு யாரும் மதுபானம் வாங்கித் தரத் தேவையில்லை.”

“உன் இஷ்டம்.” நான் அவனைத் தாண்டிப் போனேன். அவன் என் தோளைப் பிடித்தான்.

“தயவு செய்து இனிமேல் என் தோளைப் பிடிக்காதே.”

“கன்னத்தைப் பிடிக்கலாமா?” என்று கேட்டபடி அபே மெதுவாக என் முகத்தைக் குத்தினான்.

நான் அதை விளையாட்டாகவே முடித்துவிட விரும்பினேன்.

“என் கன்னத்தில் என்ன இருக்கிறது? ஒட்டிப்போன கன்னம்,” என்றேன்.

“ஆனால், கஜூகோவின் முத்தங்களால் நிறைந்த கன்னம்.”

“இந்த அயோவா சிடியில் மிகவும் தாராளமாக விநியோகிக்கப்படுவது கஜூகோவின் முத்தங்கள்தான். நீ ஒருவன்தான் விதிவிலக்கு.”

“அது உன்னால்தான்.”

“இதோ பார், எனக்கு இந்த விஷயத்தில் எந்தச் சம்பந்தமுமில்லை. அக்கறையுமில்லை. உன்பாடு, கஜூகோபாடு. நீ அவளை என்ன தொந்தரவு செய்தாயோ, அவள் உன்னைச் சந்திக்கவேமாட்டேன் என்கிறாள்.”

"எல்லாம் உன்னால்தான்."

"இதோ பார். மீண்டும் சொல்கிறேன். எனக்கும் இதற்கும் எந்தச் சம்பந்தமும் இல்லை."

"நீ ஒரு தந்திரக்காரன்!"

"அப்படியே நினைத்துக்கொள். என்னால் ஒன்றுமே செய்ய முடியாது."

"இந்தியர்களே தந்திரக்காரர்கள்."

"இதோ பார் அபே, இதையே நான் திருப்பிச் சொல்ல முடியாது? எத்தியோப்பியக்காரர்களுக்கே மூளை விபரீதமாக வேலை செய்யும்."

"என்ன சொன்னாய்?"

"நீ சொன்னதிலிருந்து அதிகம் வித்தியாசமில்லை."

"தந்திரக்காரனே!" என்று அபே கத்தினான். அப்படியே என்னை ஓங்கி ஒரு குத்து விட்டான். நான் நடைபாதையோரமாக இருந்த புல்வெளியில் கீழே விழுந்தேன்.

"ஏய், என்ன இது?"

"பேசினாயோ உன்னை இங்கேயே கொன்றுபோட்டு விடுவேன்!"

அடி என் தோள்பட்டையில் பலமாக விழுந்திருந்தது. ஓவர்கோட் இல்லாதிருந்தால் எலும்புகூட முறிந்திருக்கும். நான் என் தலையைப் பிடித்துக்கொண்டு உட்கார்ந்திருந்தேன்.

அபே, "ஜாக்கிரதை!" என்று இன்னொரு முறை கூறிவிட்டுச் சென்றுவிட்டான். நான் எழுந்திருக்க முடியாமல் அப்படியே விழுந்து கிடந்தேன்.

ஐந்து நிமிடங்கள் கழித்து மேபிளவர் கட்டடத்திலிருந்து எழுத்தாளர்களை அழைத்து வரும் கார்கள் அந்த வழியாகச் சென்றன. முதல் காரில் உள்ளவர்கள் என்னை அடையாளம் கண்டுகொள்ளவில்லை. ஆனால் இரண்டாவது கார் கிரீச் என்று நான் விழுந்து கிடந்த இடத்தருகே நின்றது. இருவர் இறங்கி வந்தார்கள். "என்ன ஆயிற்று? என்ன ஆயிற்று?" என்றார்கள்.

"ஒரு சிறு விபத்து."

அவர்கள் என்னைப் பிடித்து நிறுத்தினார்கள். அதன் பிறகு எனக்கு உதவி தேவைப்படவில்லை.

"நீ கீழே விழுந்து இயற்கையை ரசித்துக்கொண்டிருக்கிறாய் என்று நினைத்தேன். என்ன ஆயிற்று!"

"ஒன்றுமில்லை."

"நீ எங்களுடனேயே வந்திருக்கலாம். உன்னைத் தேடிப் பார்த்தோம். நீ கிளம்பி விட்டிருக்கிறாய்."

நானும் அவர்களுடன் மெதுவாக அந்தக் காரில் ஏறிக் கொண்டேன்.

கஜூகோவின் நாடக பாணி ஏற்பாடுகள் எல்லாமே தகர்ந்து போயின. நான் என்னதான் உறைந்த முகத்தோடு இருக்கப் பார்த்தாலும் தோள் வலி அடிக்கடி என் முகத்தைச் சுளிக்கச் செய்தது. போதாததற்கு நான் நடக்கும்போது என் இடது கையை நகர்த்த முடியாமல் அது கட்டையாகத் தொங்கிக் கிடந்தது. நானும் பிலிப்பைன்ஸ் காரியும் அரங்கில் இரு வேறு திசைகளில் விலக வேண்டும். ஆனால், இருவரும் ஒரே மூலைக்குச் சென்றோம். தவறை உணர்ந்து இருவரும் இன்னொரு மூலைக்குச் சென்றோம். நாங்கள் சரிசெய்து கொள்வதற்குள் விளக்கு அணைந்துவிட்டது. மண்டி போட்டு உட்கார வந்த கஜூகோவுடன் அந்த பிலிப்பைன்ஸ்காரி மோதிக் கொண்டாள். மீண்டும் விளக்கு எரிந்தபோது கஜூகோவுடன் அவளும் மண்டி போட்டுக்கொண்டு உட்கார்ந்திருந்தாள். ஜாஸ் சங்கீதம் தன்னிச்சையாக எங்கெங்கோ சஞ்சரித்துக்கொண்டிருந்தது. கஜூகோ அவளுடைய ஜப்பானிய உச்சரிப்பில் இன்னும் எங்கெங்கோ சஞ்சரித்தாள். ஆனால் வந்திருந்தவர்கள் யாரும் எதையும் பொருட்படுத்தவில்லை. இரு இலவச மதுபானங்கள்.

அன்று இரவு கஜூகோ அவளுடைய அறையில் பார்ட்டி கொடுத்தாள். அவள் வரையில் அந்தக் கருத்தரங்கு பெரிய வெற்றி எனத்தான் கருதியிருக்க வேண்டும். அவளுடைய சந்தோஷத்தில் எதிரில் கண்டவர்களையெல்லாம் கட்டிக் கொண்டு முத்தமிட்டாள். அன்று இரவு அயோவா சிடியில் ஏதாவது தேர்தல் நடந்திருந்தால் கஜூகோதான் அமோக வெற்றி பெற்றிருப்பாள்.

நான் தோள்வலி போக நான்கு நாட்கள் ஏராளமான மாத்திரைகள் சாப்பிட்டேன். ஆயிண்ட்மெண்ட் தடவிக் கொண்டேன். அறையிலேயே விழுந்து கிடந்தேன். வலி சிறிது குறைந்த பிறகு எழுந்து வெளியே போனேன். எதேச்சையாகப் பல்கலைக் கழகத்தில் பால் எங்கிளைச் சந்தித்தேன்.

"உனக்கு உடம்பு சரியில்லையாமே? இன்று நான் உன்னை வந்து பார்ப்பதாக இருந்தேன்."

"இப்போது பரவாயில்லை."

"என்ன ஆயிற்று? உனக்குத் தலைச்சுற்றல் ஏதாவது உண்டா?"

"அதெல்லாம் இல்லை. அபே குபேக்னா என்னை அடித்து விட்டான்."

"அபேயா?"

"ஆமாம்."

"நீ ஒருவன்தான் அவனுக்கு நண்பன் என்று அல்லவா நாங்கள் நினைத்திருந்தோம்?"

"நானும் அப்படித்தான் நினைத்திருந்தேன். ஆனால் காரணமேயில்லாமல் என்னை அடித்துவிட்டான்."

"நான் அவனை விசாரிக்கிறேன்."

"வேண்டாம். அவனுடைய பிரச்சினை அப்படித் தீராது. அவன் கல்யாணமாகிக் குழந்தைகுட்டிகளுடனேயே இருந்து பழக்கப்பட்டவன். இப்போது இங்கு தனியாக வசிக்க நேரும்போது ஏதேதோ ஆகி விடுகிறது."

"அதற்காகப் பிறரைத் தாக்கக்கூடாது, பார்... அடேடே, நான் மறந்து விட்டேன். அவன் நேற்று வாஷிங்டன் சென்றுவிட்டான்."

"என்னிடமும் சொல்லிக்கொண்டிருந்தான்."

"அவனுடைய நாவலில் நிறையத் திருத்தங்கள் தேவைப் பட்டன. நீகூட அவனுடைய பிரதியை டைப் அடித்துத் தரப்போவதாகச் சொன்னான்."

"அப்படியா?"

"நான் இங்கேயே ஏற்பாடு செய்வேன். ஆனால் ஒவ் வொரு எழுத்தாளரிடமும் ஒரு நாவல் இருக்கிறது. அப்புறம் பல்கலைக்கழகத்தில் நாவல்கள் டைப் அடிப்பதுதான் முழு வேலையாக இருக்கும்."

"நான் மலிவாக டைப் அடிக்க ஒரு இடம் கண்டுபிடித்து வைத்திருக்கிறேன்."

"உன்னை அவன் தாக்கிவிட்டான் என்று கேட்க வருத்த மாயிருக்கிறது. இப்போது எப்படி இருக்கிறது?"

"பரவாயில்லை. இன்னும் ஓரிரண்டு நாட்களில் எல்லாம் சரியாகிவிடும்."

“பாவம், அபே.”

“எனக்கும் பாவமாகத்தான் இருக்கிறது.”

“அவன் வாஷிங்டனிலிருந்து திரும்பி வந்தவுடன் மீண்டும் நீ நண்பனாகிவிடுவாய் என்று நம்புகிறேன்.

“நிச்சயமாக. எனக்கு அவன் மீது எந்தக் கோபமும் இல்லை.”

அபே வாஷிங்டனிலிருந்து திரும்பி வருவதற்குள் நான் ஒரு மாதச் சுற்றுப்பயணத்திற்குக் கிளம்பி விட்டேன். நான் திரும்பி வந்தபோது பால் எங்கிள் சைனாவுக்குப் போய்விட்டார். எங்கள் அயோவா சிடி வாசமும் முடியும் தறுவாயிலிருந்தது.

நான் கஜுகோவை ஒரு விருந்துக்கு ஏற்பாடு செய்யச் சொல்லி அதற்கு அபேயை அழைக்கக் கேட்டுக்கொண்டேன். ஆனால் அதற்குள் அவளுக்கு அமெரிக்கக் கறுப்பர் மக்கள் தொகையில் பாதிப் பேர் நண்பர்களாகிவிட்டிருந்தார்கள். டெலிபோனில் நாங்கள் பேசிக்கொள்ளக்கூடக் கடினமாகப் போய்விட்டிருந்தது.

நான் அபேயை அவ்வப்போது மேபிளவர் லவுஞ்சிலும் அயோவா சிடி சாலைகளிலும் பார்க்க நேரிட்டது. அவன் எப்போதும் அயோவா சிடிக்கு வந்து சேர்ந்த மறுநாள் தைத்த உடையிலேயேதான் இருந்தான். அவன் தூங்கும்போது கூட அதைக் கழற்றி இருக்கமாட்டான் என்று தோன்றியது. அவன் கண்ணில் பட்டபோதெல்லாம் என்னுடைய இடது தோள் துடிக்க ஆரம்பித்ததால் நேரம் சரியில்லை என்று வெறுமனே இருந்துவிடுவேன். அபே எனக்குச் சகுனத்தில் ஆழ்ந்த நம்பிக்கை ஏற்படுத்திவிட்டான்.

கடைசியாக ஒரு நாள் அவன் யாரிடமும் சொல்லிக் கொள்ளாமல் எத்தியோப்பியாவுக்குத் திரும்பிப் போய் விட்டான். நாங்கள் அயோவா சிடியில் இருந்தபோது எவ்வளவோ புகைப்படங்கள் எடுக்கப்பட்டன. நானே நிறையப் படங்கள் எடுத்தேன். ஆனால் ஒன்றில்கூட அபே கிடையாது. கடைசி வரை கஜுகோ அவனை நெருங்க விடவில்லை. அவன் நிச்சயம் எப்போதோ ஒருமுறை அவளைச் சந்தித்திருக்க வேண்டும். அல்லது முயற்சி செய்திருக்க வேண்டும். அந்த நேரத்தில் அவன் உடல் ஒரு முள்ளம்பன்றியுடையதாக மாறியிருக்க வேண்டும். அவனுடைய மூக்கிலிருந்தும் வாயிலிருந்தும் அக்னி ஜுவாலை கிளம்பியிருக்க வேண்டும். ஒரு வேளை அவனுடைய நெற்றியில் விவிலியச் சாத்தான்

போலக் கொம்பு முளைத்திருக்க வேண்டும். இல்லாது போனால் கஜூகோ இவ்வளவு நிர்தாட்சண்யமாக இருந் திருப்பாளா?

நாங்கள் எல்லோரும்கூட அமெரிக்காவை விட்டுக் கிளம்பினோம். அந்த ஆண்டு உலகெங்கும் ஏதேதோ மாறு தல்கள் நிகழ்ந்தன. எத்தியோப்பியாவில் புரட்சி. அங்கு இனி சக்ரவர்த்தி இல்லை. சக்ரவர்த்தித் திருமகன் இல்லை. ஆனால், சக்ரவர்த்தித் திருமகனின் தோழன்? எனக்குக் கவலையாக இருந்தது. எத்தியோப்பியாவில் அபே யார்யாரை யெல்லாம் தோளில் குத்தியிருக்கிறானோ?

ஆனால் டில்லி உலக புத்தகச் சந்தையில் அந்தப் புத்தகப் பட்டியலில் 'ஒற்றன்' என்ற தலைப்பைப் பார்த்ததில் எனக்கு ஆறுதலும் மகிழ்ச்சியும் இருந்தன. அவன் வரை அபே ஒரு பெரிய சாதனை செய்து விட்டான். அவன் அயோவா சிடியில் எல்லாருடைய வெறுப்பையும் பெற்றிருக்கக்கூடும். எல்லாருடனும் நட்பு பாராட்டும் கஜூகோவைக்கூட ஏக மாக ஆத்திரமூட்டியிருக்கக்கூடும். ஆனால் அமெரிக்காவில் அடியெடுத்த தினத்திலிருந்து அவன் உறுதி பூண்ட ஒன்றைப் பூர்த்தி செய்துவிட்டான். அவனுடைய நாவலை அங்கு வெளியிட்டுக்கொள்ளும் முயற்சியில் வெற்றி பெற்று விட் டான். எனக்கு அவனுடைய நாவலைப் படிக்க வேண்டும் என்று மிகவும் ஆவலாயிருந்தது. ஏனோ இந்தியாவில் எல்லா நூல்களும் கிடைப்பதில்லை. எப்படியாவது அபே குபேக்னா வின் நாவலைத் தருவித்துப் படிக்க வேண்டும்.

பதினொன்று

மகா ஒற்றன்

"குழப்பம் கூக்குரல்கள் இன்னும் பரபரப்பாகின்றன. பயம் அறுவடையாகிறது. நடுநடுங்கும் வீரமும்தான். குதிரைகள் அங்குமிங்கும் பாய்கின்றன. வாளுறைகள் குதிரைத் தொடைகள் மீது உராய்ந்து சூடேறுகின்றன. கோஷங்கள். புகையும் குண்டுகளும் பன்மடங்காகப் பெருகுகின்றன. இரயில் தண்டவாளங்கள் முறுக்கேறுகின்றன. சாலைகள் கற்களை உமிழவோவெனப் பிளக்கின்றன. மணற்சாக்குக் கொத்தளங்களும் தடுப்புகளும் அதிர்கின்றன. படைக்குதிரைகளின் ஒத்துழையாமை. சரக்கு வண்டிக் குதிரைகள் முரண்டுபிடித்து நிற்கின்றன. பயந்த சுபாவமுடைய குதிரைகள் மட்டும் சிறிது நகர்கின்றன. ஆனால், மொத்தத்தில் குதிரைக் கூட்டமே காலெடுத்து வைக்கத் தயங்கி நிற்கிறது. கடிவாளங்கள் பயனில்லை. துப்பாக்கிச் சூடும் புகையும் அதிகரிக்கின்றன. பீதி, பயம். சிலி நாட்டுப்படை பேராசையோடு முன்னேறுகிறது. ஒரு மாது – அல்ல, அவள் இன்னும் சிறு பெண் – குழந்தை தூங்குவது போலக் கிடக்கிறாள். மார்பிலிருந்து ஒரு மெல்லிய இரத்தக் கோடு கீழ் நோக்கி வழிகிறது. தளவாடங்கள் தவிடுபொடியாகக் கிடக்கின்றன. அல்லது சூறையாடப்பட்டுவிட்டன. சீறியெழுந்த குதிரை மீது அமர்ந்திருந்தவன் வாளை வீசி ஆழப் புதைக்கிறான், வீசுகிறான், மேலும் முன்னேறுகிறான். சண்டை சிறிதளவும் ஓயவில்லை. அவன் கண்ணில் தீப்பொறி, கையில் வெற்றி,

கொலை வாள். அலறல்கள், அபயக்குரல்கள், பிரார்த்தனை கள், குண்டு வெடித்தல்; சண்டைக்குழல் ஒலிக்கிறது. தூசு, புழுதி, தீக்கனல், வாள்கள், துப்பாக்கிக் குண்டுச் சத்தம், கூச்சல், இன்னும் புழுதி, குழப்பம். கட்டளையிடுவோர் யாரும் இல்லை. படைத்தலைவர்கள் ஓடி ஒளிந்துவிட்டார்கள். ஊர் பேர் அறியா சிப்பாய் தான் போவதறியாது நிற்கிறான். காயங்களுக்குப் போட்ட கட்டுகளையும் மீறிப் பெருகும் இரத்தத்தில் நனைந்த பீரங்கிவீரன் உடைந்த பீரங்கியைத் தழுவிக் கிடக்கிறான். போச்சு. எல்லாம் போச்சு. இறுதிவரை எதிர்த்த பெண்மணியின் முகம் விறைத்துக் கிடக்கிறது. தெருவோரப் பள்ளங்கள் இடுகாடுகள். தீ, அலறல், குண்டு வெடித்தல், எதிர்ப்பு, ஓடி ஒளிதல், பயம், திகில். தீயும் புகையும் குழப்பத்தை அதிகமாக்குகின்றன. கூச்சலும் கூக்குரலும் அதிகரிக்கின்றன. தெருக்கள் சிறுத்துவிடுகின்றன. மரணம். மிலிடெரி அகாடமி சரணடைகிறது. அரண்மனைக் கிடங்கி லிருந்து வாகைசூடியோருக்கு மது. ஆணவத்தோடு எட்டி உதைக் கும் வெறியர்களுக்கு சர்ச்சில் பதுங்கியிருக்கும் பெண்கள் ...”

பிராவோவின் புது நாவலின் ஒரு பக்கத்தை ஸ்பானிஷ் மொழி அறியாதவர்களும் பிராவோவை அறிந்துகொள்வதற் காக நான் ஆங்கிலத்தில் மொழிபெயர்த்தேன். பிராவோ ஒவ்வொரு வரியாகப் படித்து அவனறிந்த ஆங்கிலத்தில் பொருள் கூறுவான். அதை நான் நானறிந்த ஆங்கிலத்தில் எழுதுவேன்.

அபே குபேக்னா பற்றி இவ்வளவு விவரமாகக் கூறிய போது பிராவோவைப் பற்றிக் கூறாமல் விட்டுவிடுவது நியாயமில்லை. இருவரும் ஒரே இடத்தில் ஒரே காலகட்டத் தில் என் வாழ்க்கையில் பிரவேசித்தவர்கள். குபேக்னா ஆப்பிரிக்கக் கண்டம், பிராவோ தென் அமெரிக்கக் கண்டம். குபேக்னா கறுப்பு, பிராவோ வெளிர் சிவப்பு. குபேக்னா சிறிது குள்ளம், பிராவோ ஆறரை அடி உயரம். குபேக்னா வுக்கு மரவட்டை மீசை, பிராவோவுக்கு ஜபாடா மீசை. குபேக்னாவுக்கு தன் எழுத்து, படைப்புக்கு அப்பாற்பட்ட அக்கறைகள் கிடையாது. பிராவோ உலக இலக்கியங்களை ஆதியோடந்தம் படித்துக் கரைத்துக் குடித்தவன். இல்லாது போனால் ஒரு நாட்டின் தலைநகரில் இலக்கியத் துறைப் பேராசிரியராகப் பணிபுரிய முடியாதல்லவா?

அபே குபேக்னா அயோவா சிடியை அடைந்த முதல் நாட்களில் திக்குமுக்காடியபோது அந்த ஊரின் ஆதிவாசி என்று அவன் என்னைக் கருதியிருக்கக்கூடும். நான் முதன் முறையாக அயோவா சிடியில் அடியெடுத்து வைத்தபோது

என் கண்ணுக்கு பிராவோ அந்த ஊரை நிர்மாணித்தவர்களில் ஒருவனாக இருக்கக்கூடும் என்று தோன்றியது. அவன் எனக்கு நான்கு நாட்கள் முன்புதான் அங்கு வந்து சேர்ந்திருந் தான் என்பது தெரியச் சிறிது காலமாயிற்று.

நான் அயோவா சிடியின் காற்றை சுவாசிக்க ஆரம்பித்து இருபத்துநான்கு மணியாவதற்குள் ஒரு பஸ் பயணத்தில் ஒட்டுமொத்தமாக இருபத்தைந்து முப்பது பேரைச் சந்தித்தேன். அவ்வளவு பேரும் உலகின் வெவ்வேறு பாகங்களில், வெவ் வேறு மொழிகளில் எழுதும் எழுத்தாளர்கள். சுமார் ஏழு மாதக் காலம் அயோவா சிடியில் வசிக்க அயோவா பல் கலைக்கழகத்தால் அழைத்துவரப்பட்டவர்கள்.

பஸ் காலை ஒன்பது மணிக்குக் கிளம்பியது. பதினோரு மணிக்கு எங்களுக்குக் காலை நீட்ட வசதியாக ஓரிடத்தில் நின்றது. எல்லோரும் இறங்கினோம். முந்தின வாரம் சில சம்பிரதாயக் கூட்டங்கள் நடந்து, பிற எழுத்தாளர்கள் ஒருவருக்கொருவர் அறிமுகம் செய்யப்பட்டிருந்தார்கள். நான் தாமதமாகப் போய்ச்சேர்ந்திருந்தபடியால் அந்த வாய்ப்புகள் இல்லை. நம் நாட்டின் சர்வதேசக் கொள்கைக்கேற்ப ஒரு கட்சி சேராப் புன்னகையைப் பார்த்தவர்களுக்கெல்லாம் விநியோகம் செய்தேன். எனக்கு அந்த நேரத்தில் அங்கிருந்த ஆண்கள் எல்லாரும் ஒரே மாதிரிதான் தோன்றினார்கள். பிராவோ மட்டும் சற்று உயரம் அதிகம். எனது புன்னகைக்கு அவன் அளவுக்கு மீறிய பிரதிபலிப்பு தந்தான். ஆதலால் நான் கையை நீட்டி, “இந்தியாவிலிருந்து,” என்றேன்.

“தெரியும், தெரியும்,” என்று கைகுலுக்கினான்.

“நீ எங்கிருந்து?” என்று கேட்டேன்.

அவன் பெயர் ஊர் எல்லாம் சொன்னான். ஆனால், அந்த நேரத்தில் அது என் மூளையில் பதியவில்லை.

அன்று மாலைக்குள் நான் எல்லாருடைய கையையும் குலுக்கிவிட்டேன். எல்லாரையும் எங்கிருந்து வருகிறீர்கள் போன்ற கேள்விகள் கேட்டுவிட்டு நான் யார் என்பதையும் தெரிவித்தேன். என்னைப் போலவே எல்லாரும் சுற்றிச் சுற்றி வந்தார்கள் என்றுதான் தோன்றியது.

இரவு ஒரு செனட்டர் மாளிகையில் விருந்து. எங்களைத் தவிர இன்னும் இருபது முப்பது உள்ளூர்ப் பிரமுகர்களும் அழைக்கப்பட்டிருந்தார்கள். சிறுசிறு கூட்டங்களாக ஓயாத அறிமுகங்கள். நான் இந்தியாவிலிருந்து வந்தவன் என்று அவர்கள் தெரிந்து கொள்ளவும், ஞாபகம் வைத்துக்கொள்ள

வும் சிறிதும் சிரமப்படவில்லை. நானும் அப்படித்தான் என்னைப் பற்றி நினைத்துக்கொண்டிருந்தேன். யார் யாரையோ யார் யாருக்கெல்லாமோ அறிமுகம் செய்து வைத்தேன். விருந்து உச்சகட்டத்தை அடைந்து கொண்டிருந்தது. பாடத் தெரியாதவர்கள் எல்லாரும் பாடினார்கள். ஆடத் தெரியாதவர்கள், முடியாதவர்கள் எல்லாரும் ஆடினார்கள். நான் மேஜை மீதிருந்த உணவுப் பொருள்களைச் சாப்பிடுவதுபோலப் பாவனை செய்து ஒரு தனி மேஜையில் விநியோகம் செய்த ஐஸ்கிரீமை என் இரவுச் சாப்பாடாக்கிக் கொண்டிருந்தேன். அப்போது பிராவோ என் கோட்டைப் பிடித்து இழுத்து, "உன்னோடு ஒரு நிமிஷம்," என்றான்.

"தாராளமாக," என்றேன். இருவரும் அந்த ஹாலுக்கு வெளியே வெராந்தாவில் போட்டிருந்த நாற்காலிகளில் உட்கார்ந்தோம்.

"என்ன?" என்றேன்.

"நான் யார் தெரியுமா?" என்று அவன் கேட்டான்.

"தெரியாமலென்ன?"

"சொல்லு, பார்க்கலாம்."

எனக்கு இது சரியாகப்படவில்லை. "நான் யார் என்று நீ சொல்லு," என்றேன்.

அவன் சரியாகச் சொன்னான்.

"உள்ளே ஏதோ அறிவிப்பு செய்கிறார்கள் போலிருக்கிறது. வா, உள்ளே போகலாம்," என்றேன்.

"இல்லை, முதலில் நான் யார் என்று சொல்."

நான் பிராவோ முகத்தை அண்ணாந்து பார்த்தேன். ஒரு மிகப் பழைய ஞாபகம், என்றோ புதைபட்ட ஆழத்திலிருந்து மேல் கிளம்பி என் கண் முன் ஊசலாடியது. அவன் முகம் 'அட்வென்ச்சர்ஸ் ஆஃப் டான் உவான்' என்ற ஆங்கிலத் திரைப்படத்தின் வில்லனின் முகத்தைப் போல இருந்தது. எர்ரால் ஃபிளின் அந்த வில்லனோடு அந்தப்புரத்தில் சண்டை துவங்கி அரண்மனையின் பால்கனிகள், மாடிப்படிகள், மேஜை, நாற்காலி, படுக்கை என்று ஒவ்வொரு இடமாக இடம் மாறி, தோட்டத்தில் குதித்து, தண்ணீர்த் தொட்டியில் இறங்கி, ஓடும் கோச் வண்டியின் கூரை மீது சண்டையைத் தொடர்ந்து, கடற்கரையை அடைந்து, கழுத்தளவு தண்ணீரில் கத்தியை வீசிவிட்டு மீண்டும் அரண்மனையின் திரைச்சீலைகளையும் திரைக்

கயிறுகளையும் பயன்படுத்தி அறையின் ஒரு மூலையிலிருந்து இன்னொரு மூலைக்குத் தாவிச் சென்று இறுதியில் அந்த வில்லனின் வயிற்றில் அவனுடைய கத்தியைப் பாய்ச்சுவான். வில்லன் படிகளில் உருண்டு ராணியின் காலடியில் உயிரை விடுவான். அந்த நேரத்தில் ராணி, டான் உவானுடன் ஓடிப்போகத்தான் நினைத்திருப்பாள். ஆனால், அரச கடமை டான் உவானுக்கு ஒரு முத்தம் தர மட்டும் அனுமதிக்கும்.

பிராவோ சொன்னான்: "நீ என்ன பெயர் கொண்டு வேண்டுமானாலும் கூப்பிடு. ஆனால் டொமிங்கஸ் என்று மட்டும் கூறாதே."

"உன் பெயர் . . ."

"என் பெயர் ஹோரஸே அண்டோனியோ பிராவோ. நான் பெரு தேசத்துக்காரன். பெரு. பெரு. தெரியுமா?"

"பெரு. தெரியும். பிஸாரோ."

"சரி. ரொம்ப சரி. பிஸாரோவின் பெரு. ஆனால், டொமிங்கஸ் என்று மட்டும் அழைக்காதே. என்னை இரு வரிடம் அப்படித்தான் அறிமுகம் செய்தாய்."

"இதோ பார், ஹோரஸே, நான் வேண்டுமென்று செய்ய வில்லை. நான் எப்போதோ பார்த்த திரைப்படம் ஒன்றில் ஒரு பாத்திரத்தின் பெயர் டொமிங்கஸ். ஏனோ, அந்தப் பெயரே எனக்குத் திரும்பத்திரும்ப வாயில் வருகிறது."

"இனிமேல் அப்படிச் செய்யாதே. தயவு செய்து. இங்கேயே டொமிங்கஸ் என்று ஒருவன் இருக்கிறான், தெரியுமா?"

"அதனால்தான் அந்தப் பெயர் எனக்கு ஞாபகம் . . ."

"டொமிங்கஸ், சிலி நாட்டிலிருந்து வந்திருக்கும் எழுத் தாளன். எனக்கு அவனைப் பற்றித் தெரியாது. ஆனால், சிலி பற்றித் தெரியும்."

"நாங்கள்கூட நிறையக் கேள்விப்பட்டிருக்கிறோம். பாவம், அலண்டே. அவரைக் கொன்றேவிட்டார்கள்."

"சிலி என்றாலே எனக்குக் கசப்பாக இருக்கிறது. என் பெயரை எப்படி மாற்றி வேண்டுமானாலும் கூப்பிடு. ஆனால், சிலிக்காரன் பெயராக மாற்றாதே. நான் சிலிக்காரர்களையே வெறுக்கிறேன்."

"மன்னிக்க வேண்டும். எனக்குத் தெரியாது."

"சமயம் கிடைத்தபோதெல்லாம் அவர்கள் பெரு மீது படையெடுத்து எங்களைக் கொன்று குவித்திருக்கிறார்கள்.

வெகு நாட்களுக்கு முன்புதான். இருந்தாலும் என்னால் மறக்க முடியவில்லை."

"எனக்கு வருத்தமாக இருக்கிறது."

"தனிப்பட்ட முறையில் எந்த விரோதமுமில்லை. இருந்தாலும் பழைய ஞாபகங்கள். நீ புரிந்துகொள்வாய் என்று நம்புகிறேன்."

ஹோஸே அண்டோனியா பிராவோ என்ற பெயரைத் திரும்பத்திரும்ப மனதிற்குள் சொல்லிக்கொண்டேன். ஆனால், ஒரு விசித்திரம். பிராவோவும் டொமிங்கஸூம் சந்தித்துக் கொள்ளும்போதெல்லாம் ஸ்பானிஷ் மொழியில் அன்பு வாரித்தெறிக்கப் பேசிக்கொண்டார்கள்! பரம்பரை விரோதி களுக்கு இருபதாம் நூற்றாண்டு மிகவும் சங்கடமான காலம்.

❍

மேஃபிளவர் கட்டடத்தில் பிராவோவின் அறை நான் இருந்த மாடியில்தான் அமைந்திருந்தது. ஆதலால் காரிடாரி லும் லிஃப்டிலும் அடிக்கடி சந்தித்துக் கொள்வோம். மறுபடி யும் ஒரு நாளைக்கு அவனுக்குக் கோபம் வந்துவிட்டது.

"நீ கொஞ்சம் ஜாக்கிரதையாக இருக்க வேண்டும்," என்றான்.

"என்ன சொல்கிறாய், புரியவில்லையே?"

"நேற்று கருத்தரங்கில் உன்னுடன் உட்கார்ந்திருந்தாளே, அவளைக் குறிப்பிடுகிறேன்."

"யார்? நான் ஒரு மூலையில்தானே உட்கார்ந்திருந்தேன்?"

"இல்லை. அந்த ஹாங்காங்கு அரைப் பைத்தியம் அழ ஆரம்பித்ததே, அப்போது."

"அப்போது நான் எங்கே உட்கார்ந்திருந்தேன்?"

"அலீசியா பக்கத்தில்."

"ஓ, உன் சிநேகிதி அலீசியா! ஆமாம். ஆனால் ஒரு நிமிஷம்கூட அங்கு உட்கார்ந்திருக்க மாட்டேனே?"

"அவள் என் சிநேகிதி கிடையாது."

"சரி, கிடையாது."

"நீ அவளை நம்பாதே. ஆர்ஜெண்டீனாக்காரர்களே கெட்டவர்கள்."

"அவள் ஒரு சாதுப்பெண்."

"பெண்? அவளா? ஹா!"

"ஹா ஹா!"

"என்ன?"

"ஹா ஹா ஹா!"

இனிமேல் பிராவோவுக்கும் எனக்கும் பேச்சு வார்த்தையே இருக்காது என்று நினைத்தேன். அந்த எர்ரால் ஃபிளின் சினிமா என்னை அவ்வளவு ஆழமாகப் பாதித்திருந்தது.

ஆனால், அடுத்த நாள் காரிடரில் என்னைப் பார்த்தவுடன் பிராவோ அவனுடைய பிரம்மாண்டமான கைகளால் என்னை அணைத்துக்கொண்டான். "நான் இன்று மிகவும் சந்தோஷமாக இருக்கிறேன். ஏன் தெரியுமா?"

"டொமிங்கஸுக்கும் அலீசியாவுக்கும் மலேரியா வந்து விட்டது."

"நீ என்ன, என்னை இவ்வளவு மோசமாக நினைத்து விட்டாய்? நான் யாருக்கும் மலேரியா வரவேண்டும் என்று பிரார்த்தனை செய்வதில்லை."

"சரி, மலேரியா வரவேண்டாம். சாதாரண ஜலதோஷம்."

"தயவு செய்து... தயவு செய்து... நான் சந்தோஷமாக இருப்பதன் காரணம், நான் என் 'சார்ட்'டை முடித்து விட்டேன்."

"சார்ட்டா?"

"ஆமாம். வா காட்டுகிறேன்."

பிராவோ தனது அறைக்கு அழைத்துப் போனான். அறை மிகவும் சுத்தமாக இருந்தது. ஒவ்வொரு பொருளும் அதற்குரிய இடத்தில் வைக்கப்பட்டிருந்தது. மேஜை மீது நிறையப் புத்தகங்களும் காகிதங்களும். ஆனால் அவை எல்லாம் மிக நேர்த்தியாக அடுக்கி வைக்கப்பட்டிருந்தன. உண்மையில் அந்த அறையில் நிலவிய ஒழுங்கும் கட்டுப்பாடும் ஒருவித அச்சத்தைக்கூட விளைவிப்பதாக இருந்தன.

"இதைப் பார்த்தாயா?" என்று சுட்டிக்காட்டினான். மேஜைக்கு எதிரே இருந்த சுவரில் ஒரு பெரிய வரைபடம் போன்றது பொருத்தப்பட்டிருந்தது. வரைபடம் என்று சொல்வது சரியில்லை. சில சர்க்கார் காரியாலயங்களில் அவர்களு

டைய பணிகள், சாதனைகளைப் பட்டியல் போட்டு மாட்டி யிருப்பதைப் போலிருந்தது. ஒரு வித்தியாசம்: பிராவோ அறையின் 'சார்ட்' பல வர்ணங்கள் கொண்டதாக இருந்தது.

"என்ன இது?" என்று கேட்டேன்.

"இதுதான் என் அடுத்த நாவல். இதோ இந்த ஆண்டில் இந்த ஊரில் இந்த அறையில் எழுதி முடிக்கப் போகிறேன்."

"நாவல் எழுதுவதற்கும் இதற்கும் என்ன சம்பந்தம்?"

"என்ன சம்பந்தமா? இதைப் படி!"

நான் அந்தச் சார்ட்டில் எழுதியிருந்ததைப் படிக்க முயன்றேன். எழுத்துக்கள் ஆங்கிலம் போலிருந்தாலும் பதங்கள் விளங்கவில்லை.

பளிச்சென்று ஒன்று புரிந்தது. அவன் மேலிருந்து கீழ் உள்ள கட்டங்களில் வரிசையாகப் பல பெயர்களை எழுதி யிருந்தான். ஒவ்வொரு கட்டத்தையும் ஒரு தனி வர்ணம் கொண்டு பூசியிருந்தான்.

"பலே," என்று பிராவோ சொன்னான். "இப்படிப் பார். இதெல்லாம் அத்தியாயங்கள். இங்கு வேறுவேறு வர்ணங் கள் தெரிகிறதல்லவா? இவை அந்தந்த அத்தியாயத்தில் பங்கு பெறும் பாத்திரங்கள். இதோ பார், முதலாம் அத்தியா யத்தில் ராபர்ட்டோ, பெர்டினண்ட், மரியா, இர்மா. இவர்கள் யார்? ஒருவருக்கு ஒருவர் என்ன உறவு? அதெல்லாம் இதோ இந்தக் குறிகள் காட்டுகின்றன. அவர்கள் என்ன பேசுகிறார்கள், என்ன செய்கிறார்கள் – அதையெல்லாம் இந்தக் குறிகள் காட்டுகின்றன. இதோ ஒவ்வொரு அத்தியா யத்திலும் யார் யார் சந்தித்து என்னென்ன நிகழ்கிறது என்பதை இந்தக் குறிகள் காட்டுகின்றன. இந்தப் பாத்திரங்கள் அவரவர்க்குரிய வர்ணங்களால் எந்த அத்தியாயத்தில் இருக் கிறார்கள் என்பது இந்தக் கோடுகளால் தெரிந்துவிடுகிறது. இந்தக் கோடுகள் வெவ்வேறு பருமனில் போடப்பட்டிருக் கிறது. சில இடங்களில் இந்த வர்ணங்கள் ஒன்றின் மேல் ஒன்று தீட்டப்பட்டிருக்கிறது. இதெல்லாம் வெவ்வேறு கட்டங் களையும் உணர்ச்சிகளையும் காட்டுகின்றன. இதோ பார் இறுதிக்கட்டம். இங்கு எல்லா வர்ணங்களையும் பூசிச் சுற்றிலும் சிவப்பு வர்ணத்தில் கரை கட்டப்பட்டிருக்கிறது ..."

பிராவோ தங்குதடையின்றிப் பொழிந்துகொண்டிருந் தான். முதலில் ஏதோ குழந்தைகள் குறுக்கெழுத்துப் போட்டி போலத் தோன்றினாலும், நூற்றுக்கணக்கான பக்கங்கள் கொண்டிருக்கும் செய்திகளையும் நுணுக்கங்களையும் அவ

னுக்கு அந்த 'சார்ட்' ஒரே பார்வையில் பிரத்யட்சமாக்கிக் கொண்டிருந்தது. ஒரு முழு நாவலை பிராவோ ஓர் எலெக்டிரானிக் சாதனத்தின் சர்க்யூட் போல உருமாற்றியிருந்தான்.

நான் பிரமித்துப்போயிருந்தேன். நானும்தான் எவ்வளவோ ஆண்டுகளாக எழுதி வருகிறேன். அடுத்த அத்தியாயத்தில் என்ன நடக்கும் என்று உறுதியாகத் தெரியாது. அந்த அத்தியாயம் நீளமா குட்டையா என்று உறுதியாகத் தெரியாது. முதலில் அடுத்த அத்தியாயம் என்று ஒன்று இருக்குமா என்றே உறுதியாகத் தெரியாது. இதோ ஒருவன், முதல் பிள்ளையார் சுழியிலிருந்து இறுதி முற்றுப்புள்ளி வரை ஒவ்வொரு எழுத்தையும் ஆரம்ப முதலே திட்டமிட்டு நிர்ணயித்து விடுவதோடு நாவலின் அனைத்து அம்சங்களும் ஒரு கணத்தில் மனக்கண்ணாடியில் தெரியும்படி ஓர் அபார 'சார்ட்' வரைந்திருக்கிறான்!

"என் கண்களை நம்ப முடியவில்லை, பிராவோ. உன்னை பிராவோ, பிராவோ என்று கூறிக்கொண்டே இருக்க வேண்டும் போலிருக்கிறது," என்று கூறி அவனுடைய கையைக் குலுக்கினேன். "இந்தச் சாதனைக்கு உன் மகிழ்ச்சி இன்னும் பல மடங்கு வெளித் தெரியவேண்டும். நீ மிகவும் அடக்கமாக இருக்கிறாய்."

"நன்றி. நன்றி."

"சரி, இனிமேல் என்ன?"

"எழுத ஆரம்பிக்க வேண்டியதுதான். சரியாக ஒரு மாதம். ஒரு மாதத்துக்கு வெளி உலகம், உள் உலகம் ஒன்றும் கிடையாது. ஒரு மாதம்."

"உன் ஊரில் எப்படி எழுதுவாய்? அங்கு உன் மனைவி இருப்பாள் அல்லவா?"

"மனைவி இருந்தால் என்ன? என் அறையைத் தாளிட்டுக் கொண்டுவிடுவேன். அப்படித்தான் என் ஐந்து நாவல்களையும் எழுதினேன்."

"அது சரி. இப்படி வெளியூர், வெளிதேசம் வந்து அறைக்குள் முடங்கிக்கிடந்தால் இந்தப் பயணத்தை வீணடிப்பதாகாதா?"

"நான் எப்போது நினைத்தாலும் அமெரிக்கா வரலாம். ஆனால், இந்த நாவலை இப்போது எழுதி முடிக்காவிட்டால் அப்புறம் எப்போதுமே முடியாது!"

அசோகமித்திரன்

"அப்படியா நினைக்கிறாய்? இந்தச் 'சார்ட்'டை வைத்துக் கொண்டு எப்போது வேண்டுமானாலும் எங்கு வேண்டுமானாலும் எழுதி விடலாமே?"

"நீ எனக்குச் சபலமூட்டப் பார்க்கிறாய். என் மனைவியும் இப்படித்தான் பேசிப் பேசி என்னை ஒன்றும் செய்து முடிக்கவிடாமல் தவிக்கவிடுவாள். போ, போ வெளியே! அவுட்!"

"கொஞ்சம் பொறுத்துக்கொள். உனக்கு மணமாகி எவ்வளவு ஆண்டுகள் ஆகின்றன? நீ என்னிடம் இதெல்லாம் சொல்லவே இல்லை."

"சரி, இப்போது சொல்லிவிடுகிறேன். நான் என் மனைவியை முதலில் எட்டு ஆண்டுகள் முன்பு சந்தித்தேன். ஐந்து ஆண்டுகள் முன்னர் கல்யாணம் செய்து கொண்டேன். குழந்தைகள் கிடையாது. ஏனென்றால் அவளும் வேலை செய்கிறாள், ஒழுங்காக லீவு கிடைக்கவில்லை. இல்லாதுபோனால் அவளும் என்னுடன் வந்திருப்பாள்."

"அவள் இல்லாதது, இங்கு உனக்குக் குறையாக இருப்பதாகத் தெரியவில்லையே?"

"எனக்கு எப்போதும் ஒரு குறையும் கிடையாது. நீ இங்கு நிற்பதுதான் எனக்குக் குறையும் கஷ்டமும். உடனே இந்த இடத்தை விட்டு அகன்றுவிடு."

பிராவோவின் அறையை விட்டு வெளியேறிய எனக்குக் கடுகு போலச் சிறுத்துவிட்ட உணர்வு ஏற்பட்டது. எப்பேர்ப்பட்ட கலைஞன்! எப்பேர்ப்பட்ட தொழில் நுணுக்க நிபுணன்! என்ன அசாத்திய மன உறுதியும் கண்டிப்பும் பெற்றவன்! இப்படிப்பட்டவர்கள் கீழைய நாடுகளில் இருந்தால் பெரிய ஆன்மிகத் தலைவர்களாக மாறக்கூடும். ஆயிரமாயிரம் பக்தர்கள் அவர்களைப் பூஜிப்பார்கள்; துதி பாடுவார்கள். இங்கு நான் மட்டும்தான் அவனைப் பாராட்டுகிறேன். ஆனால், அவன் அச்சிறு உந்துதல்கூட அவசியமில்லாத உயர்ந்த நிலையில் இருக்கிறான்!

நான் மீண்டும் பிராவோ அறையிடம் சென்று கதவைத் தட்டினேன். பிராவோ கதவைத் திறந்தான். "என்ன? ஏதாவது மறந்துவிட்டாயா?"

"ஆமாம், உனக்கு உரிய அளவு பாராட்டைத் தெரிவிக்காமல் மறந்துவிட்டேன். எப்படிப் பாராட்டுவது என்றுதான் தெரியவில்லை!"

"அது போதும். ஏதாவது சாப்பிடுகிறாயா?"

"சாப்பிடுகிறேன். ஆனால் நீ எவ்வளவு பெரிய மனிதனாக இருந்தாலும் உன் சமையல் அசைவமாயிருக்கும்பட்சத்தில் சாப்பிட மாட்டேன்!"

"வா, நாம் வெளியே போய்ச் சாப்பிடுவோம்."

"உன் நாவல்?"

"திரும்பி வந்த பிறகு எழுத ஆரம்பிக்கிறேன். இங்கே அயோவா சிடியில் இரு மெக்சிகன் ரெஸ்டாரண்டுகள் உள்ளன. அங்கு எங்கள் ஊர்ச் சாப்பாடு கிடைக்கும்."

"சைவச் சாப்பாடாகக் கிடைக்குமா?"

"சொன்னால் சமைத்துப் போடுவார்கள். நீ மீன் சாப்பிடுவாய் அல்லவா?"

"இல்லை."

"சிக்கன்?"

"இல்லை."

"பின் என்னதான் தின்பாய்? மரம், கொடி, செடி, தழை . . . ?"

"புல், வைக்கோல், தவிடு, பருத்திக்கொட்டை."

"உன் உடம்பைப் பார்த்தால் நீ பருத்திக்கொட்டை தின்பவனாகத் தெரியவில்லை. சரி, வா போவோம்."

பிராவோ எனக்குச் சோளச் சப்பாத்தியும் அதற்குத் துணையாக மிளகாய் வற்றல் குழம்பும் வாங்கித் தந்தான். நான் தாரைதாரையாகக் கண்ணீர் உகுத்தபடியே சாப்பிட்டேன்.

பிராவோ அவனுடைய மனைவி பற்றிப் பேசினான். அவனுடைய பல்கலைக்கழகம் பற்றிப் பேசினான். அவனுடைய ஊராகிய லீமா பற்றிப் பேசினான். அவன் ஊர் அழகிகள் பற்றிப் பேசினான். மீண்டும் அவன் மனைவி பற்றிப் பேசினான்.

"உன் மனைவியின் புகைப்படம் ஏதாவது கொண்டுவந்திருக்கிறாயா?"

"இரு, காண்பிக்கிறேன்." – பிராவோ தனது பர்ஸை எடுத்துப் பிரித்தான். ஒரு சிறு புகைப்படத்தை எடுத்துக்

காட்டினான். அது மிகப் பழைய புகைப்படம் என்பதோடு அல்லாமல் மிகவும் நைந்து போயுமிருந்தது. அதிலிருந்த பெண் விளம்பரப் படங்களில் வருபவள் போலிருந்தாள்.

“அழகாயில்லை?” என்று பிராவோ கேட்டான்.

“ஓ.”

“இவளுக்காக இருவர் துப்பாக்கிச் சண்டை போட்டுக் கொண்டு படுகாயமடைந்தார்கள்.”

“நீ சண்டையிடத் தேவைப்படவில்லை என்று நினைக் கிறேன்.”

பிராவோ அதற்குப் பதில் சொல்லாமல் படத்தைப் பர்ஸில் வைத்துக் கொண்டான்.

சாப்பிட்டதற்குப் பணம் கொடுத்துவிட்டு வெளியே வந்தோம். இன்னும் குளிர் தொடங்கவில்லை. ஆனாலும் தெருவில் போவோர் வருவோர் எண்ணிக்கை குறைந்து விட்டது. பல கடைகள் இரவுக்காக மூடப்பட்டுவிட்டன.

நாங்கள் மேஃபிளவர் திசை நோக்கி நடந்தோம். பிராவோ மெதுவாகப் பாட ஆரம்பித்தான். அவன் பாடியபடி அவனுடைய மொழியில் இடையின ‘ர’ இருக்க முடியாது. எல்லாம் வல்லினந்தான். வல்லினத்தில் ‘ட’ கிடையாது. எல்லாம் ‘த’ தான்.

“நான் இன்று மிகவும் சந்தோஷமாக இருக்கிறேன்” என்று மீண்டும் சொன்னான். லிஃப்ட் ஏறி எங்கள் மாடியை அடைந்தோம். “குட் நைட்!” என்றேன். “குட் நைட். இன்னும் ஒரு மாதத்திற்கு,” என்று பிராவோ சொன்னான். உடனே அவனுடைய அறைக்குள் சென்று தாளிட்டுக்கொண்டான். நான் என் அறைக்குச் சென்று நிறையத் தண்ணீர் குடித்தேன்.

○

அதன் பிறகு வெகு நாட்களுக்கு பிராவோ பார்க்கக் கிடைக்க வில்லை. வாராந்திரம் மளிகைப் பொருள்களை வாங்க நாங்கள் ஊர்வலம் செல்லும்போதுகூட அவனைக் காண முடியவில்லை. ஒரு முறை அவனுக்கு டெலிபோன் செய்தேன். அவன் டெலிபோனை எடுக்கவில்லை. அவன் அறையருகில் சென்று பார்த்தேன். உள்ளே விளக்கு எரிந்துகொண்டிருந்தது, வாசல் கதவுக்கடியில் ஒரு மெல்லிய மஞ்சள் கோடாகத் தெரிந்தது.

அயோவா சிடி மீது மெதுவாகக் குளிர்காலம் பரவ ஆரம்பித்தது. எங்கள் உடைகள், சாப்பாடு, தூக்கம், வெளியுலக உறவு முறைகள் எல்லாமே சிறிதுசிறிதாக மாற ஆரம்பித்தன. சில நண்பர்கள் இன்னும் நெருங்கிய நண்பர்களானார்கள். சிலர் விலகிப் போனார்கள். அபே குபேக்னா வந்து சேர்ந் தான். வாட்டர்கேட் சம்பவம் பற்றித் தினம் புதுப்புதுத் தகவல்கள் தெரியவந்து டெலிவிஷனில் ஊரறிய உலகமறியப் பறைசாற்றப்பட்டது. அமெரிக்காவில் சிறு கார்களுக்கு கிராக்கி ஏற்பட்டது. குளிருக்கு ஜெனரேட்டர் சாதனம் கொண்டு வீட்டைச் சூடாக்கியவர்கள் பழங்கால வழக்கப்படி விறகு எரித்து ஒரு ஹாலை மட்டும் வெதுவெதுப்பாக மாற்றிக் கொண்டார்கள். மகேஷ் யோகியின் அமெரிக்கச் சீடர்கள் பல இடங்களுக்குச் சுற்றுப் பயணம் செய்து ஆழ் நிலைத் தியானத்தைப் பரப்ப முயற்சி செய்தார்கள். அயோவா சிடியில் அவர்கள் நடத்திய கூட்டம் ஒன்றுக்கு நான் சென் றிருந்தேன். கூட்டம் நடத்தியவர்கள் ஒரு ஆணும், ஒரு பெண்ணும். ஆண் அதிகம் பேசாமல் மேடையில் ஒரு மேஜைக்கருகில் உட்கார்ந்திருந்தான். பெண்தான் இந்திய உயிர், உயிர்மெய் எழுத்துக்களுக்குப் புது ஒலி வடிவங்கள் கொடுத்து ஆழ்நிலை தியானத்தின் எளிமையையும் தேவையை யும் வலியுறுத்திக்கொண்டிருந்தாள். ஏனோ, அவளது வலது புருவம் மட்டும் நிமிடத்திற்கு ஒரு முறை மேலும் கீழுமாக ஆடியது. எனக்கு 'சகுந்தலை' படத்தில் எம். எஸ். சுப்புலக்ஷ்மி பாடிய 'எந்தன் இடது தோளும் கண்ணும் துடிப்பதென்ன' பாட்டு ஞாபகம் வந்தது. அந்தப் பெண்ணின் துஷ்யந்தன் யாராயிருக்கக்கூடும்? மேடைமீதிருந்தவன் கண்வ மகரிஷியாக இருக்கக்கூடும். அவன் தியானத்திலோ தூக்கத்திலோ முழுகி யிருந்தான் . . .

பிராவோ என்று ஒருவன் அங்கு ஜீவித்துக்கொண்டிருக் கிறான் என்பதுகூடப் பலர் கவனத்திலிருந்து கழன்றுவிட்டது. நான் மட்டும் அலீசியா அல்லது டொமிங்கஸைச் சந்தித்த போதெல்லாம் பிராவோ பற்றிப் பேசுவேன். அவர்களும் உபசாரத்திற்கு ஓரிரு சொற்களில் பதில் கூறுவார்கள். அவர் களைப் பொறுத்தமட்டில் பிராவோ அவ்வளவு வியக்கத்தக்க வனாயில்லை. நான் பிராவோவின் 'சார்ட்' பற்றி எனக்குத் தெரிந்தவர்களிடமெல்லாம் பேசினேன். என் கடிதங்களில் இதையே முக்கியச் செய்தியாக எழுதினேன். நானே ஒரு 'சார்ட்' தயாரிக்க ஒரு பெரிய டிராயிங் தாள் மற்றும் பல வண்ண ஸ்கெட்ச் பேனாக்கள் வாங்கினேன். என்னால் சில கட்டங்கள் போட முடிந்ததே தவிர, ஒரு தகவலும் குறிக்க முடியவில்லை. கட்டங்களைச் சதுரங்களாக்கி ஒரு

சதுரங்க 'போர்டு' ஆக்கினேன். எனக்கு நானே சதுரங்கம் விளையாடி வெற்றி பெற்றேன்.

○

அயோவா சிடி ஏனைய மேற்கத்திய ஊர்களைப் போல் கிறிஸ்துமஸ் பண்டிகைக்கான ஆயத்தங்களை ஒரு மாதம் முன்னரே துவக்கிவிட்டது. ஒவ்வொரு கடையும் கிறிஸ்துமஸ் பண்டிகையை நினைவுபடுத்த அலங்கார விளக்குகள், சுவ ரொட்டிகள், தோரணங்களைப் பொருத்தியது. பத்திரிகை களில் விளம்பரங்கள் சாண்டா கிளாஸை ஒரு முக்கிய அம்சமாக்கின. தெருவில் வயது முதிர்ந்தவர்களும் காணத் தலைப்பட்டனர். பரிசுகள் வாங்கி, அவை உரிய காலத்தில் மகள் அல்லது பேரனுக்குப் போய்ச் சேரத் தபாலாபீஸ் கியூவில் பொறுமையாக நிற்கத் தொடங்கினார்கள். அமெரிக்கச் சமுதாயமே இரு தனித்தனிப் பிரிவுகளாக மாறியதாகப்பட்ட து. கிழவர்கள், தங்களைக் கிழவர்களாகக் கருதிக்கொள்ளா தவர்கள்.

நான் அலீசியாவோடு பல கடைகளுக்குச் சென்று, அவளுடைய அம்மா மற்றும் சகோதரிகளுக்குப் பரிசுப் பொருள்கள் வாங்க உதவினேன். இப்பரிசுகளை ஆர்ஜெண் டீனாவுக்கு அனுப்ப வேண்டும். அலீசியா அமெரிக்காவுக்கு வந்து வசிக்கும் உற்சாகத்தில் எல்லாவற்றையும் விமானத் தபாலில்தான் அனுப்பவேண்டும் என்றாள். நான் மூன்று தனிப் பார்சல்கள் தயார் செய்தேன். பார்சல் கெட்டியாகவும் இருக்க வேண்டும். அதிக கனமுள்ளதாகவும் இருக்கக்கூடாது. லேபிள் ஒட்டி, முகவரி எழுதி, கஸ்டம்ஸ் தாள்கள் பூர்த்தி செய்து தபாலாபீசில் கியூவில் நின்று தபால் அதிகாரியிடம் கொடுத்தோம். அவர் மூன்றையும் எடை போட்டு, ஒரு பட்டியலைப் பார்த்து, ரிஜிஸ்டெரக்ஸ் மெஷினில் மூன்று பார்சல்களுக்கும் ஸ்டாம்பு அச்சிட்டு ஒட்டி, "முப்பத்தேழு டாலர் அறுபத்தெட்டு சென்ட்," என்றார்.

எனக்கு ஒரு மூச்சு தவறியது. அலீசியா மூச்சே விட வில்லை. "என்ன? என்ன?" என்றாள்.

அன்று முழுக்க அலீசியா அலட்டிக்கொண்டே இருந் தாள். "நான் வாங்கின பரிசே பத்து டாலர் இல்லை. அதற்கு நாற்பது டாலர் தபால் செலவா? நாற்பது டாலர்! நான் இருபது டாலருக்குக்கூடப் பரிசு வாங்கவில்லை. பத்து டாலருக்குத்தான் வாங்கினேன். இப்போது மொத்தம் ஐம்பது டாலர் செலவு எதற்கு? ஓர் உபயோகமற்ற பொம் மைக்கு. இதே மாதிரி பொம்மை இதில் பத்தில் ஒரு பங்கு

விலைக்கு எங்கள் புவானஸ் ஐரிஸ் நடைபாதைக் கடைகளில் சீரழியும். ஐம்பது டாலர்! ஐம்பது டாலர்!"

நான் ஒருவன் அவளோடு மணிக்கணக்கில் இந்த அயோவா சிடி குளிரில் திண்டாடித் தடுமாறியிருக்கிறேன் என்ற நினைப்பே இல்லாமல் அவள் திரும்பத் திரும்ப ஐம்பது டாலர் பற்றியே பேசிவந்தது எனக்கு மிகவும் கோப மூட்டியது. இருந்தாலும் ஆறுதலாக, "வருத்தப்படாதே. அமெரிக்காவிலிருந்து ஆகாயத் தபாலில் பரிசு கிடைத்தால் அதன் மதிப்பே தனிதான். நான்கூட என் பையன்களுக்கு டி–ஷர்ட்டும் சில புத்தகங்களும் அனுப்பி வைத்தேன். சின்ன பார்சல். ஏழு டாலர் தபால் செலவு. போய்ச் சேரவில்லை."

அலீசியா இதைக் காதில் போட்டுக்கொள்ளவில்லை. அவளுடைய ஐம்பது டாலர்தான் இந்தப் பிரபஞ்சத்தையே இயக்கி வருவது போலப் பேசிக்கொண்டே போனாள். அவள் காதில் விழும்படியாக உரக்க, "பாவம், பிராவோ," என்றேன்.

அலீசியா உடனே பேச்சை நிறுத்தி என்னை உற்றுப் பார்த்தாள். "பிராவோவுக்கு என்ன?" என்று கேட்டாள்.

"ஒன்றுமில்லை. அவனும் கிறிஸ்துமஸுக்குப் பரிசு வாங்கு வான். அவன் மனைவி மீது உயிராக இருக்கிறான். அவனுக்கு எவ்வளவு செலவாகப் போகிறதோ?"

அலீசியா சூள்கொட்டினாள்.

"அவன் இராப்பகலாக அறையிலேயே அடைந்து கிடந்து நாவல் ஒன்று எழுதி வருகிறான், தெரியுமா?"

"ஆமாம், பிராவோவும், அவன் நாவலும்."

"என்ன இப்படிச் சொல்கிறாய்? இதுவரை அவனைப் போன்ற ஓர் இலக்கிய மேதையை நான் பார்த்ததே இல்லை."

"ஆமாம்; உண்மை. பிராவோ மாதிரி யாரையும் பார்க்க முடியாது."

"இலக்கியத்தை ஒரு துல்லியமான தொழில்நுட்பமாக மாற்றியவன் அவனாகத்தான் இருக்கவேண்டும், இந்த முழு உலகிலும்."

"ஆமாம், இந்த முழு உலகிலும் ஒரே ஒரு பிராவோதான். இருவர் இருந்தால் உலகம் அழிந்துவிடும்."

"அலீசியா, உனக்கு பிராவோ பிடிக்காமல் இருக்கலாம். அதற்காக அவனை என் காது கேட்க இகழ வேண்டாம். பிராவோ பற்றி உனக்கு என்ன தெரியும்?"

அலீசியா அன்று முதல் தடவையாகப் புன்னகை புரிந்தாள். ஐம்பது டாலர் வீணானது இப்போது ஒரு பொருட்டில்லை; அவள் என்னைக் கேட்டாள்: “சரி, எனக்குத் தெரியாது. ஆனால் உனக்கு என்ன தெரியும்?”

எனக்கு ஒரு கணம் தண்ணீரில் மூழ்குவது போல இருந்தது. உடனே சமாளித்துக்கொண்டு சொன்னேன்: “எனக்குத் தெரியும் அவனுடைய உழைப்பு, தேர்ச்சி, பயிற்சி, மேதா விலாசம், ஆசை, அபிலாஷை, இலட்சியம் . . .”

“ஆயிற்றா? இன்னும் இருக்கிறதா?”

“அவனுடைய சூட்சுமமான இலக்கிய இரகசியங்களை எல்லாம் என்னிடம் பகிர்ந்துகொண்டிருக்கிறான். எவ்வளவு அறிவாளி! எவ்வளவு கை தேர்ந்தவன்! அப்படி இருந்தும் அவன் யாரிடமும் எதையும் எதிர்பார்ப்பதில்லை. அவன் மனித தேவைகளுக்கப்பாற்பட்ட நிலையை அடைந்தவன். எவ்வளவோ சுதந்திரமாகவும் கும்மாளம் போடக்கூடியது மான இந்த இடத்தில்கூட அறையில் அடைந்துகொண்டு நாவல் எழுதிக்கொண்டிருக்கிறான். இவன் போன்றவர்களைத் தான் கர்மயோகி என்பார்கள். ஞானி என்றுகூட அழைப்பார் கள். இவன் மட்டும் இந்தியாவுக்கு வந்தால் இவனைத் தெய்வப்பிறவி என்று கொண்டாடுவார்கள் . . .”

“ஓஹோ ஹோ ஹோ!”

நான் என் கோபத்தை அடக்கிக்கொண்டேன். ஆனால், வாயை அடக்க முடியவில்லை. “உன்னைப் பற்றி அவன் சொன்னது சரிதான்,” என்றேன்.

அலீசியா கடுமையானாள். “என்ன சொன்னான்?”

“ஒன்றுமில்லை.”

“சீ, ஆண்கள் கோழைகள். நான் ஒருவரைப் பற்றி அவர் பின்னால் பேசியிருக்கிறேனா? என்ன சொன்னான் அவன்?”

“அவன் ஆர்ஜெண்டீனாக்காரர்கள் பற்றிப் பொதுவாகச் சொன்னான்.”

“என்ன சொன்னான்?”

“ஒரு நாட்டைப் பற்றி இன்னொரு நாட்டுக்காரன் என்ன சொல்வான்? அதைத்தான்.”

“நீ சொல்லாதுபோனால் பரவாயில்லை. என்னால் ஊகித்துக்கொள்ள முடியும், அந்தக் கோமாளி என்ன சொல்லியிருப்பான் என்று.”

“நாமெல்லாருமே எப்போதாவது கோமாளிகளாகத்தான் மாறுகிறோம்.”

“அதுசரி. ஆனால், நிரந்தரக் கோமாளிகள் பற்றிதான் பேசுகிறேன்.”

நான் அலீசியாவிடமிருந்து விடுவித்துக்கொண்டு கிளம்பியபோது மிகவும் உற்சாகம் குன்றியவனாகிவிட்டேன். இந்த லத்தீன் அமெரிக்க நாடுகளில் உள்ளவர்களெல்லாம் ஒரே மொழிதான் பேசுகிறார்கள். கிறிஸ்துவ மதத்தில் ஒரே பிரிவைச் சேர்ந்தவர்கள். எல்லா நாடுகளிலும் ஒரே மாதிரி ராணுவம்தான் ஆட்சி செலுத்துகிறது. இந்த இருபதாம் நூற்றாண்டின் உரைநடை இலக்கியம் இன்னும் உயர்ந்த கற்பனை வளத்திற்கு இடமளிக்கிறது என்றால் அது இந்த லத்தீன் அமெரிக்க எழுத்தாளர்களினால்தான். அப்படியிருந்தும் ஒரு லத்தீன் அமெரிக்க தேசத்துக்காரனுக்கு இன்னொருவனைப் பார்த்தால் இகழ்ச்சியாக இருக்கிறது. இது எல்லாருக்கும் பொதுவான குணமா அல்லது எழுத்தாளர்களிடம் மட்டும் கிளம்பும் பூதமா?

அலீசியாவை நினைத்தாலும் வருத்தமாயிருந்தது. அவள் எல்லாரிடமும் தாராளமாகப் பேசிப் பழகினாள். ஆனால், யாரிடமும் கொஞ்சுவதோ குழைவதோ கிடையாது. பண விஷயத்தில் சிறிது கெட்டியாக இருக்கலாம். ஆனால், அதைப் பெரிய குறையாகச் சொல்ல முடியாதல்லவா? அவளுடைய ஊரில் அவளுக்கு என்னென்ன நிர்ப்பந்தங்களோ? பணக் கஷ்டம் எந்த எழுத்தாளருக்கு விதிவிலக்குத் தருகிறது? இதற்கு ஆசியா, ஐரோப்பா, அமெரிக்கா என்று வித்தியாசமில்லை!

எனக்கு என் குடும்பம், என் குழந்தைகள் பற்றி நினைவு வந்தது. நவம்பர், டிசம்பர் மாதங்களில் சென்னையில் மழை கொட்டித் தீர்த்துவிடும். வீட்டில் சரியாகக் குடை இருக்கிறதோ இல்லையோ. சரியான வேளையில் ஜன்னல் கதவுகளை மூடி வைக்காது போனால் வீடெல்லாம் தண்ணீராகிவிடும். அப்புறம் சாக்கடை நிரம்பி வழியும். அதுபற்றி ஓரிடத்தில் புகார் செய்தால் அதை இன்னொரு இடத்தில் செய்யவேண்டும் என்பார்கள். அந்த இன்னொரு இடத்திற்குப் போய்ச் சொன்னால் முதலிடத்தின் பொறுப்பு என்பார்கள். மழை நாட்களில் பால் வாங்கிவருவது கஷ்டமான காரியம். அபாயகரமானதுகூட. பால் ‘பூத்’தைச் சுற்றி வெவ்வேறு அளவில் வெவ்வேறு ஆழத்தில் பள்ளங்கள். ஒவ்வொரு பள்ளத்துச் சேற்றிலும் இரண்டு மூன்று தனிச் செருப்புகளாவது சிக்கிக்கொண்டிருக்கும். ஒரு கார்ப்பரேஷன் தெருவிளக்கு

அருகில்தான் 'பூத்' வைக்கப்பட்டிருந்தது. ஆனால் அந்தத் தெருவிளக்கு என்றுமே எரிந்தது கிடையாது. அந்த விளக்கு என்றில்லை, எங்கள் வீட்டு விளக்கும்தான். எம். ஈ. எஸ். காரர்கள் சரி செய்வது போல ஏதோ செய்து ஐந்து பத்து வாங்கிப் போவார்கள். மறுபடியும் மழைத் தூறல் போட்டதும் விளக்கு போய்விடும். கொட்டுகிற மழையில் குழாயிலாவது தண்ணீர் தாராளமாக வருமா? மழைத் தண்ணீரைப் பிடித்து வைத்துக் கொண்டு பாத்திரம் கழுவ வேண்டும். துணி தோய்க்க வேண்டும். இதெல்லாம் வீடு என்று பெயர் சொல்லக்கூடியதில் வசிப்பவர்களுக்கு. நடைபாதைவாசிகள், குடிசைப் பகுதிக்காரர்களைப் பற்றிச் சொல்லவேண்டியதில்லை. எல்லா கார்ப்பரேஷன் பள்ளிகளும் வெள்ளத்திற்கு ஒதுங்கும் இடங்களாகிவிடும். மழை பெய்த முதல் நாள் கொசு இருக்காது. அடுத்த நாளிலிருந்து படைபடையாகத் தாக்க ஆரம்பிக்கும். இந்தக் கொசுவைப் பற்றிச் சட்டமன்றத்தில் கேள்வி – பதில் இருக்கும். கேள்வி எவ்வளவு கேலிக்குரியதாகக் கேட்கப் படுமோ அதைப் போல இரு மடங்கு கேலியாகப் பதில் இருக்கும். இம்மாதிரி மக்கள் மன்றம், சட்டமன்றங்களிலும் கேட்கப்படும் ஒவ்வொரு கேள்விக்கும் என்ன செலவாகிறது என்று கணக்கிட்டு வைத்திருக்கிறார்கள். இந்த விவரத்தை வினாடி வினா புத்தகங்களில் மட்டும் அல்லாமல் அந்த மன்றங்களிலேயே யாராவது பெரிதாக எழுதி வைத்தால் தேவலை . . .

திடீரென்று என்னைக் கவலைகள் சூழ்ந்துகொண்டன. என் அறையில் எல்லா வசதிகளுடன் சௌகரியமாயிருப்பதே பெரும் பாவம் போலத் தோன்றியது.

அயோவா சிடியின் தெருக்கள் எல்லாவற்றிற்கும் நடைபாதை இரு பக்கங்களிலும் இருக்காது. சில சிறிய தெருக்களுக்கு ஒரு பக்கத்தில்தான் அமைத்திருப்பார்கள். நடைபாதையன்றி வேறெங்காவது காலெடுத்துவைத்தால் ஆபத்து என்று கூறுவது மங்கல வழக்கு. சாலை விபத்துக்களில் பாதசாரிகள் உயிர் பிழைத்தார்கள் என்பது அங்கு கேட்டறியாததொன்று. அன்று நான் வேண்டுமென்றே ஓரிரு முறை சாலையில் நடந்தேன். மயிரிழையில் சில கார்கள் என்னைக் கடந்து சென்றன. நான் சாகப்போகிறேன் என்ற உணர்வு ஆழமாகத் தோன்றிவிட்டது. சொந்த ஊரிலிருந்து பத்தாயிரம் மைல் கடந்துவந்து என் பெயர், ஊர், மொழி ஏதும் யாரும் அறியாதவர்கள் மத்தியில் இப்படிச் சாக வேண்டியிருக்கிறதே என்று மனம் வருத்தப்பட்டுக்கொண்டது. சரி, சாகிறது சாகிறோம். மேஃபிளவர் அருகிலாவது சாவோம். என் சடலத்தை பிராவோ அடையாளம் கண்டுகொள்வான்.

நான் தடாலென்று நின்றேன். இருட்டில் பனியில் எனக்கு முன்னால் பிராவோ சென்றுகொண்டிருந்தான். அவன் தனியாகப் போய்க்கொண்டிருக்கவில்லை. ஒரு பெண் ணும் இருந்தாள். பிராவோ அவளை இறுக அணைத்து இருவரும் ஒருவர் தலை இன்னொருவருடையதைத் தாங்கும் படியாக நடந்துசென்றுகொண்டிருந்தார்கள்.

ஒரு கணந்தான். எனக்குக் குழப்பம் உடனே தெளிந்து விட்டது. பிராவோவின் மனைவி வந்து விட்டாள்! எப்போது வந்தாள்? எப்படி வந்தாள்? இதைக்கூட பிராவோ என்னிடம் தெரிவிக்கவில்லையே? ஏர்போர்ட்டுக்கு எப்படிச் சென்றான்? இது விஷயம் எப்படி யாருக்குமே தெரியவில்லை?

நான் வேண்டுமென்றே மிகவும் மெதுவாகப் பின் தொடர்ந்தேன். மேஃபிளவர் கட்டடத்தினுள் நுழைந்தவுடன் லவுஞ் வெளிச்சத்தில் அவள் முகத்தைச் சிறிது பார்க்க முடிந்தது. அவளுடைய முகம் விளம்பரங்களில் காணும் முகங்கள் போலத்தான் இருந்தது. விளம்பரப் படங்களில் தோன்றும் பெண்கள் எல்லாரும் ஒரே மாதிரிதான் இருக் கிறார்கள்.

லிஃப்ட் ஒரு முறை மேலே போய்க் கீழே வந்தது. நான் ஏறிப் பொத்தானை அழுத்தினேன். எனக்குச் சற்று ஏமாற்றமாக இருந்தது. சிறிது நேரம் முன்புதான் பிராவோ வுக்காக அலீசியாவுடன் பெரிதாகச் சண்டை போட்டிருந் தேன். நான் இறந்தால் பிராவோ என் சடலத்தை எளிதில் அடையாளம் கண்டுகொள்ள வசதி செய்வது பற்றி யோசித்துக் கொண்டிருந்தேன். ஆனால், இந்த பிராவோ மனைவி அவனி டம் வந்து சேர்ந்திருப்பது பற்றி ஒரு மூச்சு விடவில்லை.

எனக்கு வீடு, குடும்பம், சாவு பற்றியெல்லாம் நினைக்க வழியில்லாமல் பிராவோ ஏற்படுத்திய ஏமாற்றம், மனதை நிரப்பிக்கொண்டிருந்தது. பிராவோவை வெள்ளைக்காரன் என்று சொல்வதா, கறுப்பன் என்று சொல்வதா? சில விஷயங்களைச் சொல்லுதல், பிறருடன் பகிர்ந்துகொள்ளுதல் இதிலெல்லாம் கலாச்சாரத்திற்குப் பங்கு உண்டு. பிராவோ அவன் மனைவி வந்திருப்பதை எனக்குக்கூடத் தெரிவிக்காமல் இருந்ததற்கு அவனுடைய கலாச்சாரம் காரணமாயிருக்கக் கூடுமோ?

அன்று வெகு நேரம் நான் தூங்கவில்லை. கலாச்சார வேறுபாடுகள் மனித உறவுகளில் எப்படி விளைவுகள் ஏற் படுத்திவிடுகின்றன என்று துக்கப்பட்டுக் கொண்டிருந்தேன். கலாச்சாரமே வாழ்க்கையை மேம்படுத்துவதற்குத்தான்.

ஆனால், அதுவே சில சந்தர்ப்பங்களில் சமூக வளர்ச்சிக்கு எதிரியாகப் போய்விடுகிறது.

நான் விளக்கைப் போட்டுக்கொண்டு, நாற்காலியில் உட்கார்ந்தபடியே தூங்கிப் போயிருக்கவேண்டும். என் அறைக் கதவை யாரோ மொத்திக்கொண்டிருந்தார்கள். நான் விழித்துக்கொண்டு, மணியைப் பார்த்தேன். ஒரு மணி! எழுந்து கதவைத் திறந்தேன். பிராவோ என்னை அப்படியே கட்டிக்கொண்டான்.

"நான் முடித்துவிட்டேன்! முடித்துவிட்டேன்!"

எனக்குப் பயமாக இருந்தது. அவனுடைய மனைவியைக் கொலை ஏதாவது செய்துவிட்டானோ?

பிராவோ என்னைக் குலுக்கினான். "நான் முடித்து விட்டேன்! முடித்துவிட்டேன்!"

"என்ன? எதை?"

"என் நாவலை!"

"இதைச் சொல்வதற்கா இப்படி நடுஇரவில்?"

"என்னை உள்ளே அழைக்கமாட்டாயா?"

"வா, உள்ளே வா."

பிராவோ என் அறையில் இருந்ததற்குள் பெரிய நாற்காலி யில் உட்கார்ந்துகொண்டான். நான் அவனை உற்றுப் பார்த் தேன். அவன் மிகவும் சந்தோஷமாக இருந்தான்.

"உன் மனைவி வந்துவிட்டாள் போலிருக்கிறது. என் னிடம் சொல்லவே இல்லையே?"

"என்ன? மனைவியா?"

"ஆமாம். நேற்றுப் பார்த்தேனே?"

"நேற்றா? எங்கே?"

"இங்கே. இதே சாலையில் ..."

"இருக்காது."

"என்ன சொல்கிறாய்?"

"என் மனைவி கினைவி யாரும் வரவில்லை."

"பின் நேற்று உன்னோடு இருந்தவள்?"

"யாரும் என்னோடு கிடையாது."

"நான் பார்த்தேனே!"

"நீ எதையாவது பார்த்திருப்பாய். அதற்கு நானா பொறுப்பு?"

"அப்படி என்றால் நேற்று பார்த்தது?"

"ஏன் திருப்பித்திருப்பி ஒன்றையே சொல்கிறாய்? நான் வெளியில் போகவே இல்லை."

பிராவோவுடைய மகிழ்ச்சி மறைந்து ஒருவித எரிச்சல் இடம் பெற்றிருந்தது.

"பிறகு பார்ப்போம். நான் வருகிறேன்," என்று எழுந்தான். நான் அவனைத் தடுக்கவில்லை.

எனக்கு வருத்தம், கோபம் இரண்டுந்தான். விஞ்ஞான சாதனை போல ஒருவன் நாவல் ஒன்று எழுதி முடித்திருக்கிறான். அவனைப் பாராட்ட முடியவில்லை. என் கண்ணால் அவன் மனைவியுடன் பார்த்திருக்கிறேன், அவன் இல்லவே இல்லை என்கிறான். அவன் என் கதவைத் தட்டி உள்ளே வந்ததுபோல நான் அவன் அறைக்குச் சென்று பார்த்தால் என்ன?

அப்படிச் செய்யவில்லை. ஒழுங்காகப் படுக்கையில் படுத்துத் தூங்கினேன். நன்றாகவே தூங்கினேன்.

பிராவோ நாவல் ஒன்று எழுதி முடித்தது அயோவா பல்கலைக்கழகத்தில் பரபரப்பு ஏற்படுத்தியது. ஸ்பானிஷ் மொழி தெரிந்த பலர் அதைப் படிக்க விருப்பப்பட்டார்களாம். ஆனால், பிராவோ அவனுடைய கையெழுத்துப் பிரதியை யாரிடமும் தரவில்லை. "அச்சில் வந்த பிறகு படித்துப் பாருங்கள்," என்றான். அவன் அப்படிப் பேசியது முதலில் எல்லாருடைய ஆர்வத்தையும் அதிகமாக்கியது. ஆனால் ஒரு வார காலத்தில் எல்லாம் அடங்கிப் போய்விட்டது. கிறிஸ்து மஸுக்கு ஒரு வாரம் முன்பு பிராவோ என் அறைக்கு வந்தான், "எனக்கு ஒரு உதவி செய்யவேண்டும்" என்றான்.

"என்ன?"

"என் புது நாவலின் ஒரு அத்தியாயத்தையாவது ஆங்கிலத்தில் மொழிபெயர்க்க வேண்டும்."

"எனக்கு உன் மொழியும் தெரியாது, ஆங்கிலமும் தெரியாது. இங்கே எவ்வளவோ பேராசிரியர்கள் இருக்கிறார்களே?"

"இல்லை. இது வெறும் மொழி விஷயமில்லை. நீ உதவ வேண்டும்."

“சரி, பத்து மணிக்கு வரட்டுமா?”

“நீ வரவேண்டாம். நானே இங்கு வருகிறேன்.”

“உன் மனைவியை நீ மிகவும் பத்திரமாகத்தான் பாதுகாக்கிறாய். அவள் வந்திருப்பது இந்த ஊரில் யாருக்குமே தெரியாது போலிருக்கிறது.”

பிராவோ பரிதாபமாக என்னைப் பார்த்தான். “தயவு செய்து இப்போது நாவல் பற்றி மட்டும் பேசுவோம்.”

“ரொம்ப சரி. பத்து மணி.”

பத்து மணிக்கு வந்தான். ஒரு அத்தியாயத்தை மொழி பெயர்த்தோம். சிலி நாட்டுப் படைகள் பெரு மீது தாக்குதல் நடத்துகின்றன. கொடூரங்கள் பல நிகழ்த்துகின்றன. நாடே இரத்தமும் சதையும் வெட்டுண்ட கைகால்களும் குழந்தைகள் கிழவர்கள் பிணங்களும் தீக்கிரையாக்கப்பட்ட கிராமங்களும் நகரங்களுமாக மாறுகிறது.

ஏனோ பிராவோ உற்சாகம் மிக்கவனாகத் தெரியவில்லை. நான் மொழிபெயர்த்த அத்தியாயத்தை மீண்டும் படித்துப் பார்த்தேன். மிகவும் நன்றாக உருவானதாகத் தோன்றியது.

“இந்த மாதிரிப் போர்கள் எங்கள் நாட்டிலும் நடந்திருக்க வேண்டும். ஆனால், நாவலாக எழுதுவது எங்கள் புராதன இலக்கிய மரபில் இல்லை. இப்போதுகூட உரைநடையைப் புராதன இலக்கியப் பாணியில் எழுதினால்தான் ஒத்துக் கொள்கிறார்கள். சற்று விலகி எழுதினால் உடனே புரியவில்லை என்று கூறிவிடுகிறார்கள்,” என்றேன்.

எப்போதும் சர்ச்சைகளை விரும்பும் பிராவோ இப்போது “அப்படியா?” என்று கேட்டதோடு நிறுத்திக்கொண்டான்.

“இந்த அத்தியாயத்தையே எங்கள் நாட்டில் எளிதில் எந்தப் பத்திரிகையிலும் வெளியிட முடியாது.”

“அப்படியா?”

“உன் பிரதியில் இவ்வளவு அடித்தல் திருத்தல் இருக்கிறதே?”

“ஆமாம். ஒழுங்காக மறுமுறை டைப் செய்ய வேண்டும்.”

“ஸ்பானிஷ் மொழியில் டைப் அடிப்பவர்கள் இங்கு கிடைப்பார்களா?”

“கிடைத்துத்தானே முதல் பிரதி தயார் செய்திருக்கிறேன். சரி, நான் வரட்டுமா? உனக்கு மிக்க நன்றி. நீ ஒருவன்தான் என்னைப் புரிந்துகொள்பவன்.”

உன்னைத் துளிக்கூடப் புரிந்துகொள்ள முடியாமல் திண்டாடுபவன் நான்தான் என்று நான் சொல்லவில்லை. எல்லா உண்மைகளும் எல்லாருக்கும் தெரிந்து என்னவாக வேண்டும்?

○

கிறிஸ்துமஸுக்காக அயோவா பல்கலைக்கழகம் மூடப்பட்டிருந்தாலும் ஒரு அலுவலகம் மட்டும் எப்போதும் திறந்திருக்கும். எங்களுக்குத் தபாலில் வரும் கடிதங்கள் சிலவற்றை அந்த இடத்திலிருந்து பெற்றுக்கொள்வோம். நான் அன்று அங்கு சென்றபோது ஜான் பீன் இருந்தான். “வருகிறாயா? நாம் ஏர்போர்ட் போய் வருவோம்,” என்றான்.

“யார் போகிறார்கள்? அல்லது வருகிறார்கள்?”

“பிராவோவின் மனைவி வருகிறாள்.”

“என்ன?”

“உனக்கென்ன இவ்வளவு அதிர்ச்சி? பாவம், லீமாவிலிருந்து ஓரிடத்தில்கூடத் தங்காமல் ஒரு நாள் முழுக்கப் பயணம் செய்து வந்துசேருகிறாள்.”

“ஏர்போர்ட்டுக்கு பிராவோவும் வருகின்றானல்லவா?”

“அவனில்லாமல் எப்படி? மனைவியைப் பார்க்க ஆவலிருக்காதா?”

நான் காரிலேயே உட்கார்ந்திருந்தேன். ஜான் பீன் மட்டும் பிராவோவை அவனுடைய அறையிலிருந்து அழைத்து வந்தான். பிராவோ என்னைப் பார்த்துப் பலகீனமாகப் புன்னகை புரிந்தான். “நீ எங்கே இந்த வண்டியில்?” என்று கேட்டான்.

“எங்கள் நாட்டிலிருந்து கரிகாலச் சோழன் என்று ஒரு மகாராஜா இன்று இங்கே வருகிறார். அவரை அழைத்துவரப் போகிறேன்.”

ஏர்போர்ட் இருபத்தைந்து மைல் தள்ளியிருந்தது. பிராவோ வழி முழுவதும் சங்கடம் மிகுந்தவனாயிருந்தான். என்னை நானே கடிந்துகொண்டேன். ஆனால் அந்தக் குளிரிலும் பனியிலும் நான் எங்கும் இறங்கிக்கொள்ள முடியாது. ஏர்போர்ட் போய்விட்டுத்தான் திரும்பவேண்டும்.

நாங்கள் விமான நிலையம் அடைந்தோம். முதல் விமானத்தில் பிராவோவின் மனைவி வரவில்லை. அடுத்த விமானம் வர இன்னும் முக்கால் மணி நேரம் ஆகும். ஜான் பீன் அவனுக்குத் தெரிந்த விமான நிலையச் சிப்பந்தி ஒருவருடன் பேசிக்கொண்டிருந்தான். நான் ரெஸ்ட்ராண்டுக்குச் சென்று உட்கார்ந்துகொண்டேன். சற்றுத் தயங்கியபடி பிராவோவும் என் முன்னால் உட்கார்ந்துகொண்டான்.

"காப்பி?" என்று அவனைக் கேட்டேன்.

"சரி."

காப்பிக்குச் சொன்னோம். ஒரு பெண் கொண்டுவந்தாள்.

"காப்பி நன்றாகயில்லை?" என்று கேட்டேன்.

"ஆமாம், மிகவும் நன்றாக இருக்கிறது," என்று பிராவோ சொன்னான்.

"உன் நாவலை மீண்டும் டைப் அடித்துவிட்டாயா?"

"இல்லை. ஆனால் செய்யவேண்டும்."

"ஏன், என்ன தயக்கம்?"

"தயக்கம் ஒன்றுமில்லை," என்று கூறியபடியே தயங்கினான்.

"ஏதாவது சிக்கல் இருக்கிறதா?"

"சிக்கல் ஒன்றும் இல்லை. நாவல்தான் மிகவும் மோசமாக இருக்கிறது."

"அதற்குள் எப்படித் தெரியும்? நீ மிகவும் உற்சாகமாக இருந்தாயே?"

"ஆமாம். ஆனால், ஒவ்வொரு முறை அதை மறுபரிசீலனைச் செய்யும்போதும் புதுப்புதுத் தவறுகள் தெரிகின்றன. சரியாக யோசிக்காதபடி எழுதியிருக்கிறேன்."

"நீயா? உன் 'சார்ட்'டே எவ்வளவு அபாரமாக இருந்தது?"

"ஆமாம். அது அபாரமாகத்தான் இப்போதும் இருக்கிறது. நாவல்தான் உருவமே இல்லாமல் குட்டிச்சுவராக நிற்கிறது."

"அதனாலென்ன? திருத்தி எழுதிவிட்டால் போயிற்று!"

"ஆமாம். திருத்தி எழுதத்தான் வேண்டும். நிறையத் திருத்த வேண்டும்."

"எனக்கு மிகவும் வருத்தமாக இருக்கிறது. நான் மிகவும் எதிர்பார்த்திருந்தேன்."

"எனக்குத் தெரியும். என்ன செய்வது? எல்லாம் வீண். இந்த இரண்டு மாதங்களும் வீண்."

"வருத்தப்பட்டுக்கொள்ளாதே."

ஆகாயத்தில் ஒரு விமானம் கண்ணில் தென்பட்டது. "இதில் அவள் இருப்பாள்," என்று பிராவோ சொன்னான்.

நான் பதில் பேசாமல் இருந்தேன்.

"எனக்கு இன்னொரு உதவி செய்ய வேண்டும்," என்றான்.

"என்ன?"

"என்னை இன்னொரு பெண்ணோடு பார்த்ததாக என் மனைவியிடம் சொல்லி விடாதே."

நான் மௌனமாகக் கேட்டுக்கொண்டிருந்தேன்.

"நீ ஒருவன்தான் அவளைக் கவனித்திருக்கிறாய், யாருக்கும் ஒன்றும் தெரியாது."

"அவள் இன்னும் உன் அறையிலேதானே இருக்கிறாள்?"

"இல்லை. நேற்று அனுப்பிவிட்டேன். அவளை முதலில் என் நாவலை டைப் அடித்துத் தரத்தான் அழைத்துவந்தேன். ஆனால், என்ன செய்வது? இப்படித்தான் ஏதாவது நேர்ந்து விடுகிறது."

"நான் ஒரு முறைதான் பார்த்தேன். அவள் ஒரு வாரம் இருந்திருப்பாளா?"

"இல்லை. ஒரு மாதம்!"

"என்ன?"

"ஆமாம். ஒரு மாதம்!"

"அதனால்தான் என்னை உன் அறைக்குள் வரவிடவில்லையா?"

இதற்குள் விமானம் கீழே இறங்கிவிட்டது. நாங்கள் காத்திருந்தோம். விமானத்திலிருந்து வந்தவர்களில் ஒரு பெண்மணி பிராவோவைப் பார்த்துவிட்டு, "ஹோஸே! ஹோஸே" என்று கத்திக்கொண்டுவந்து அவனைக் கட்டிக்கொண்டாள். அவள் கண்களிலிருந்து கண்ணீர் பெருகி வழிந்தது. பிராவோவின் கண்கள்கூட ஈரமாகத்தான் இருந்தன. விமான நிலையத்தில் இருந்த எல்லாருமே இந்த உணர்ச்சிமிக்கக் கூடலைக் கண்டு மனம் நெகிழ்ந்தார்கள்.

எல்லாரும் பூமியில் ஓரளவு காலைப் பதியவைத்த பின் பிராவோ, அவன் மனைவி டாலரஸை எனக்கும் ஜான் பீனுக்கும் அறிமுகம் செய்துவைத்தான். டாலரஸ் விளம்பரங் களில் வரும் பெண்கள் போல ஒரு காலத்தில் இருந்திருக்கக் கூடும், அவளை அடைய இருவர் சண்டையிட்டுப் படுகாயம் அடைந்திருக்கவும்கூடும். இப்போது சிறிது பயமெழுப்பும் தோற்றம் உடையவளாகத்தான் இருந்தாள். அவளுக்குச் சட்டென்று கண்டுகொள்ளும்படியாக மீசையும் முளைக்க ஆரம்பித்திருந்தது.

புது வருடப் பிறப்புக்கு முந்தின தினம் பிராவோவும் டாலரஸூம் ஐந்தாறு நண்பர்களுக்கு விருந்தளித்தார்கள். டாலரஸ் எனக்காக ஒரு பெரிய கிண்ணம் நிறைய இரத்தச் சிவப்பில் ஒரு பதார்த்தம் தயாரித்திருந்தாள். அங்கிருந்த கிண்ணங்களில் அதுவே 'சைவம்' என்றாள். யாரும் அதைத் தொடவில்லை.

விருந்து முடிந்து சில புதிர்கள் போட்டு விளையாடி னோம். ஒருத்தி பாட ஆரம்பித்தாள். டாலரஸ் விருந்து சமைத்த பாத்திரங்களைக் கழுவ எல்லாவற்றையும் ஸிங்க்கில் போட்டாள். அவள் வேண்டாமென்றுதான் சொன்னாள்; ஆனால் நானாகவே அவளுக்கு உதவச் சென்றேன்.

"பிராவோ ஒரு புது நாவல் எழுதியிருக்கிறானே, படித் தாயா?" என்று அவளைக் கேட்டேன்.

"நீ படித்தாயா?" என்று அவள் என்னைக் கேட்டாள்.

"எனக்கு ஸ்பானிஷ் மொழி தெரியாதே!"

"அதிர்ஷ்டக்காரன்," என்று டாலரஸ் சிரித்தபடியே சொன்னாள்.

"ஏன்?"

"ஹோரஸே எழுதியதிலேயே இதுதான் மிகவும் மோச மான நாவல்."

"அப்படியா?"

"ஒரு கட்டுக்கோப்பு கிடையாது. அத்தியாயங்கள் சரி யாகப் பிரிக்கப்படவில்லை. ஒரு பாத்திர வார்ப்பும் ஒழுங்காக இல்லை. நிகழ்ச்சிகளுக்குச் சீரான ஓட்டம் கிடையாது. மொத்தத்தில் நாவலுக்கு ஜீவனே இல்லை."

"இவ்வளவு கடுமையாக விமரிசனம் செய்கிறாயே? பாவம், பிராவோ. அவன் மனைவிக்கே அவனுடைய நாவல் பிடிக்கவில்லை என்று தெரிந்தால் மிகவும் வருத்தமடைவான்."

"அதற்கு நான் என்ன செய்ய? அவனுக்கே தெரியும் நாவல் மோசமாக இருக்கிறது என்று."

அப்போது பிராவோ அங்கு வந்தான். "இருவரும் என்ன சதி செய்து கொண்டிருக்கிறீர்கள்?" என்று கேட்டான்.

"உன்னை இனிமேல் எப்படி ஒரு நல்ல நாவலாசிரியனாக்குவது என்று யோசித்துக் கொண்டிருக்கிறோம்," என்று டாலரஸ் சொன்னாள்.

"இதுவரை எழுதிய நாவல்களை என்ன செய்வது?"

"அமெரிக்கர்களிடம் கொடுத்துவிட்டுப் போகலாம். பணமாவது கிடைக்கும்."

அதற்கு எல்லாருமே முயற்சி செய்தார்கள். பிராவோ பல இலக்கியக் கருத்தரங்குகளில் அவனுடைய புது நாவலைப் பற்றிக் கூறி நான் மொழிபெயர்த்த அத்தியாயத்தையும் படித்துக்காட்டினான். எல்லாரும் கை தட்டினார்கள். அதற்கு மேல் ஒன்றும் நிகழவில்லை.

ஒரு மாதக் காலம் அயோவா சிடியில் இருந்துவிட்டு டாலரஸ் அவள் சொந்த ஊருக்குத் திரும்பிப்போனாள். இன்னும் ஒரு மாதம் கழித்து நாங்கள் எல்லாருமே அவரவர் ஊருக்குத் திரும்பினோம்.

○

சென்ற வாரம் பிராவோவிடமிருந்து ஒரு நீண்ட கடிதம் வந்தது. அவனும் டாலரஸும் சந்தோஷமாக இருக்கிறார்கள். லீமாவில் இரு பூகம்பங்கள், ஐந்தாறு இராணுவப் புரட்சி முயற்சிகள், சில அடிப்படை அரசியல் மாற்றங்கள் நடந்திருக்கின்றன. பிராவோ நான்கு முறை உத்தியோகம் மாறிவிட்டான். டாலரஸ் மட்டும் அதே உத்தியோகத்தில் தொடர்ந்து பணிபுரிகிறாள். பிராவோ இரு புது புத்தகங்கள் எழுதி வெளியிட்டு விட்டான். அவனுடைய பழைய நாவல்களின் மூன்றாம் பதிப்புகூட விற்றுப்போய்விட்டது.

இறுதியாக ஒரு விஷயத்தை வருத்தத்துடன் எழுதியிருந்தான். அவன் அவ்வளவு நுணுக்கமாகத் திட்டம், வரைபடம் போட்டு அயோவா சிடியில் எழுதிய நாவல் இன்னும் அப்படியே கிடக்கிறது. அதை டைப் செய்வதற்கு அவன் செலவழித்த பணம்கூடத் திரும்பக் கிடைக்காது.

'அப்படியா?' என்று என்னை நானே கேட்டுக்கொண்டேன்.

அசோகமித்திரன் 156

பிராவோவின் அந்த நாவல் உங்கள் யாருக்கும் படிக்கக் கிடைக்காதுபோனாலும் அதன் தலைப்பையாவது நீங்கள் தெரிந்துகொள்ளலாம்.

'மகா ஒற்றன்!'

பன்னிரண்டு

கண்ணாடி அறை

ஜிம் பார்க்கர், லாஸ் ஏஞ்செலஸ் நகரத்தில் என்னை ஓவியம் வரையத் தொடங்கியபோது மணி பதினொன்றாகி விட்டது. அயோவா சிடியில் ஒரு தடபுடலான விருந்தின் போது அவனும் பர்ட்டுடன் வந்திருந்தான். எங்கள் கோஷ்டிக்குச் சமையல் பண்டங்கள் வாங்கித் தருவது, தபாலாபீசுக்குப் புத்தகக் கட்டுகளை எடுத்துச் செல்வது போன்ற சிறுசிறு அலுவல்களுக்கு நியமிக்கப்பட்ட மாணாக்கர்களில் பர்ட் சற்று சகஜமாக எல்லாரிடமும் பழகுபவன். அயோவா சிடியின் குளிரிலும் பனியிலும் நாங்கள் அங்குமிங்கும் செல்ல பர்ட்டையே முழுக்க நம்பியிருந்தாலும் இந்த விருந்தில் அவன் ஒரு மூலையில் அதிகம் கண்ணுக்குப் படாதபடிதான் இருந்தான். ஒருவ னின் சமூக அந்தஸ்தைத் தெளிவாக எடுத்துக்காட்ட விருந்துகள் போன்று எதுவுமில்லை.

சுமார் ஆறரை அடி உயரமிருந்த கரிய நிற ஜிம் பார்க்கரை எந்தக் கூட்டத்திலும் கவனியாமல் இருந்துவிட முடியாது, அவனும் பர்ட்டும் மூலைகளில் ஒடுங்கிக் கிடந்தால்கூட.

பர்ட் கவிதை எழுதுவான். இலக்கியப் பிரிவு மாண வர்கள் எல்லாருமே கவிதை எழுதுவார்கள். அவை அச்சில் வெளிவருவதோ பிறரால் கவனிக்கப்படுவதோ தான் மிகவும் சிரமமானதொன்று.

அந்த விருந்திலும் பர்ட்டுடைய கவிதையைப் பற்றி அவனிடம் நான் அந்தரங்கமாகப் பேசியது ஜிம் பார்க்கருக்கு ஊக்கம் தந்திருக்க வேண்டும். "நீங்கள் ஒரு முறை எல்.ஏ. வர வேண்டும்," என்று என்னை அழைத்தான். லாஸ் ஏஞ்செலஸ் நகரத்தை எல்.ஏ. என்றுதான் சுருக்கிக் குறிப்பிடுவார்கள்.

"இங்கிருந்து இரண்டாயிரம் மைலாவது இருக்குமே?" என்றேன்.

"ஆமாம். நான் பஸ்ஸில் வருவதற்கு மூன்று நாட்களா யிற்று."

"மூன்று நாட்கள் பயணம் செய்தா இங்கு வந்திருக் கிறீர்கள்? என்ன வேலையாக வந்தீர்கள்?"

"பர்ட்டைப் பார்க்கத்தான்."

நான் பர்ட்டின் முகத்தைப் பார்த்தேன். என்னிடம் அவன் பெருமை தோன்ற இருக்கத் தயங்காமலிருந்தது எனக்கு மகிழ்ச்சியாயிருந்தது.

அங்கேயே ஜிம் பார்க்கர் அவனுடைய முகவரியை எழுதித் தந்தான். அவன் வீட்டு எண் 2134½ என்று இருந்தது.

"வீட்டு எண்களில்கூடப் பின்னம் உண்டா?" என்று கேட்டேன்.

"¾, ¼ கூட உண்டு. இது என் பெரியம்மா வீடு. இங்கே வந்தால் நான் இருக்கும் இடத்திற்கு நீங்கள் வர ஏற்பாடு செய்வார்கள்."

"நீங்கள் இருக்கும் இடத்தையும் குறித்துக் கொடுங்களேன்," என்றேன்.

"அது வேண்டாம். நீங்கள் அவசியம் வாருங்கள்," என் றான். மூக்குக் கண்ணாடி அணிந்திருந்த அவனுடைய கறுப்பு முகத்தில் கண்கள் தெளிவாகத் தெரிந்தாலும் அவை பாது காத்த ரகசியங்களை என்னால் அவ்வளவு எளிதில் கண்டு கொள்ள முடியவில்லை.

சற்று எதிர்பாராத முறையில் எனக்கு சான்பிரான் சிஸ்கோ நகரம் செல்வதற்கு ஒரு சாத்தியக்கூறு நிகழ்ந்தது. அவ்வளவு தூரம் செல்லும்போது லாஸ் ஏஞ்செலஸ் நகரத் திற்கும் செல்ல ஏற்பாடு செய்யக் கேட்டுக்கொண்டேன்.

எல்.ஏ. நான் போனவுடன் தங்குவதற்கு ஏற்பாடு செய் திருந்த இடம் ஒரு வெள்ளையர் குடும்பம். ஹாலிவுட்டுக்கு அருகில் இருக்க வேண்டும் என்று தெரிந்திருந்தாலும் அவர்

களும் ஜிம் பார்க்கரின் பெரியம்மா வீட்டை எளிதில் கண்டுபிடிக்க முடியும் என்று எதிர்பார்க்கவில்லை. மேலும் அவர்களின் பிரத்யேக விருந்தாளியாக நான் இருக்கப்போவ தில்லை என்று தெரிந்தபோது அவர்களுக்கு என்னிடமிருந்த ஆர்வம் குறைந்துவிட்டது. அவர்கள் என்னை அழைத்துச் சென்ற ஓரிடம் ஒரு கிறிஸ்துவப் பாதிரியார் வீடு. மெதடிஸ்ட் பிரிவைச் சேர்ந்தவர். நான் கிறிஸ்துவ மதத்தில் சேருவதற்கு இன்னும் என்ன தயக்கம் என்று கேட்டார். நான் ஜிம் பார்க்கர் முகவரியைக் கொடுத்து, "இந்த இடத்திற்கு எப்படிச் செல்வது?" என்று கேட்டேன்.

அது அவர் நன்கறிந்த தொகுதி. ஆதலால் உற்சாகமாக வழி சொன்னார்.

எல்.ஏ. யிலேயே வசதி குறைந்தவர்களுக்காக வசதி குறைந்த குடியிருப்பு அது. வீடுகளின் தோற்றமும் அங்கு தென்பட்டவர்களின் முகங்களும் அந்த நிலையை வெளிக் காட்டின. பிரதானமாகக் கறுப்பர்களே அங்கிருந்தாலும் அங்கு காணப்பட்ட ஓரிரு வெள்ளையர் குடும்பங்கள் பிற குடும்பங்களிலிருந்து அதிகம் மாறுபட்டதாகத் தெரியவில்லை. ஒரு சிறு வீட்டின் பின்புறத்தில் 2134½ இருந்தது.

"மிஸ் டாங்க் வீட்டில் ஜிம் இருக்கிறான்," என்று ஒரு சிறுமி சொன்னாள்.

"அது எங்கிருக்கிறது?"

அவள் பதில் சொல்வதற்குள் ஒரு வயதான கறுப்புப் பெண்மணி, "நான் டெலிபோன் நம்பர் தருகிறேன். மாலை யிலோ இரவிலோ டெலிபோன் செய்து விசாரித்து விட்டுப் போங்கள்," என்றாள்.

"நான் வந்திருக்கிறேன் என்றாவது அவனுக்குத் தகவல் சொல்லி அனுப்ப முடியுமா?" என்று கேட்டேன். நான் தங்கியிருந்த வீட்டினரின் டெலிபோன் எண்ணையும் அந்த அம்மாளிடம் கொடுத்தேன்.

மாலையில் என்னை ஜிம் பார்க்கர் முந்திக்கொண்டான். தப்பும்தவறுமாக என் பெயரைச் சொல்லி நான் தங்கியிருந் தவர் வீட்டிற்கு டெலிபோன் செய்தான்.

"இந்த நகரிலேயே பெரிய மர்ம மனிதனாக நீங்கள் இருப்பீர்கள் போலிருக்கிறதே?" என்றேன்.

என் பெயரை அவனுக்கே சாத்தியமான முறையில் திரித்துச் சொல்லி, "நாளை காலை உங்களை நானே வந்து அழைத்துப் போகிறேன்," என்றான்.

அடுத்த நாள் காலை, காலை உணவாக கார்ன் பிளேக்சும் பாலும் சாப்பிட்டுவிட்டுக் காத்திருந்தேன். நான் தங்கியிருந்த வீட்டுக்காரர்கள் எல்லாரும் அவரவர் உத்தியோகத்திற்குப் போய்விட்டார்கள். மெதடிஸ்ட் பாதிரியார் ஜிம் பார்க்கரின் பெரியம்மா வீட்டை நாங்கள் கண்டுபிடிக்க நேற்று வழிகாட்டி யிராவிட்டால் இன்று நான் தன்னந்தனியாக விடப்பட் டிருப்பேன்.

ஜிம் பார்க்கர் என்னை சகஜமாகக் கட்டியணைத்தான். அயோவா சிடியில் நாங்கள் கைகுலுக்கிக்கொள்ளக்கூட இல்லை. அவனுடைய சொந்த மண்ணில் இருக்கிறான் என்ற சுதந்திர உணர்வுதான் எனக்கு உடனே அவனிடம் காண முடிந்த மாறுதல்.

அவனுடைய கார் பாதித் தெருவை அடைத்துக்கொண் டிருந்தது. அதில் ஏறிச் சிறிது தூரம் போன பிறகு நான் அதுவரை அமெரிக்காவில் எதிர்கொள்ளாத சந்தேகங்கள் எனக்குத் தோன்றின. அங்கெல்லாம் கார், பஸ், இரயில் எல்லாமே உட்புறம் இதமான கணப்பு இருக்கும். ஜிம் வண்டியில் எனக்குப் பயங்கரமாகக் குளிரியது. காரின் முன்பக்கத்திலிருந்து காரின் வேகத்துக்கேற்ப 'உய்உய்உய்' என்று சீட்டி அடித்துக்கொண்டிருந்தது. வண்டியின் பின்புறத் தில் எந்தத் தாளத்திற்கும் சேராதபடி கட்கட் கடாகடகட் என்று ஏதோ இடித்துக்கொண்டிருந்தது. ஜிம் வண்டியை வெகு வேகமாக ஓட்டினான். அபாயகரமாக ஓட்டினான் என்றுகூடச் சொல்லவேண்டும்.

"வண்டி கொஞ்சம் பழையது போலிருக்கிறது," என்றேன்.

"கொஞ்சமென்ன? இதை விற்கப்போனால் உடைத்துப் போட என்னிடமே நூறு டாலர் கேட்கிறான். இதை ஒரு நாளைக்குக் கடலில் தள்ளிவிடப் போகிறேன், போலீஸ்காரர் கள் துரத்தினால்கூட,"

"இப்போதே துரத்தி வருகிறார்கள் போலிருக்கிறதே?"

ஜிம் பார்க்கரின் லைசென்சைப் பரிசோதித்துப் பார்த்து விட்டு அந்தப் போலீஸ்காரன் உடனே ஒரு 'டிக்கெட்'டைக் கிழித்துக் கொடுத்தான். வேகக் கட்டுப்பாட்டை மீறியதற்கு மட்டுமல்லாமல் அவனுடைய கார் புகை மிகுதியாகக் கக்கியதற்கும்.

"இப்போது என்ன செய்வீர்கள்?" என்று கேட்டேன்.

"இஞ்சினைச் சரி செய்ததற்கு அத்தாட்சி காட்ட வேண் டும். அதை நாளை பார்த்துக்கொள்வோம்."

ஒற்றன்!

சற்று முன்புதான் போலீசிடம் சிக்கினோம் என்ற உணர்வு ஏதுமில்லாமல் ஜிம் அவன் வழக்கம் போல வண்டியை ஓட்டினான். எனக்குத் தாங்க முடியாதபடி குளிரியது.

"அதை வேறு சரி செய்ய வேண்டும். அதனால்தான் இந்த வண்டியை மலையிலிருந்து உருட்டிவிடப் போகிறேன்."

அவனுடைய பெரியம்மா வசித்த சிறு சந்தில்கூட ஜிம் அவனுடைய வண்டியைப் பயம் கிளப்பும் வேகத்தில் ஓட்டினான். வண்டியிலிருந்தபடியே அவனுடைய பெரியம்மாவிடமும் இன்னொரு இளம் பெண்ணிடமும் உரத்துப் பேசினான். என்னோடு பேசும்போது தெளிவாக எனக்குப் புரியும்படி ஆங்கிலம் பேசுபவன், அவன் மக்களோடு ஆங்கிலத்தையே மிகவும் வித்தியாசமான முறையில் பேசினான். எனக்குச் சற்றும் புரியவில்லை.

அங்கிருந்து ஜிம் வண்டியை அருகிலிருந்த குன்று மீது ஓட்டினான். அவனுடைய கார் இப்போது ஏராளமாகப் புகை கிளப்பியது. நான் எல்.ஏ. போலீஸை நினைத்துப் பார்த்தேன். வண்டி வளைந்துவளைந்து செல்லும் பாதையில் ஏறிக் கடைசியாக ஒரு பெரிய மாளிகை முன்பு நின்றது. "நாம் வந்து சேர்ந்து விட்டோம்," என்று உற்சாகமாகச் சொன்னான்.

நான் என் பையைத் தூக்கிக்கொண்டு கீழே இறங்கினேன். ஏனோ அந்த வீடும் ஜிம் பார்க்கரின் காரும் ஒரே ஜாதியைச் சேர்ந்த மாதிரி இருந்தது.

நாங்கள் பிரம்மாண்டமான ஹால் ஒன்றில் நுழைந்தோம். "சூஸி! நாங்கள் வந்துவிட்டோம்!" என்று ஜிம் உரக்கக் கூவினான். எங்கோ இருட்டிலிருந்து யாரோ படபடவென்று சப்தமெழுப்பும் செருப்பு அணிந்து எங்களிடம் ஓடி வருவது கேட்டது. ஐந்தடி உயரம்கூட இல்லாத ஒரு சீனப் பெண்மணி தோன்றினாள். அவளை ஜிம் அப்படியே தன் இரு கைகளாலும் வாரி எடுத்துக்கொண்டு ஒரு சுற்று சுற்றினான். நான் ஹாலில் இதர பகுதிகளைப் பார்ப்பது போல நின்றேன்.

"இதுதான் சூஸி டாங்க்," என்று ஜிம் அவளை அறிமுகம் செய்து வைத்தான். என் பெயரை இன்னொரு புதுவிதமாகத் திரித்து அவளிடம் சொன்னான்.

சூஸி என்னையும் கட்டிக்கொண்டாள். வீட்டினுள்ளேயே அவளும் தடித்த கோட் அணிந்துகொண்டிருந்தாள். அந்த வீட்டின் உட்புறத்திலும் குளிர் அதிகமாக இருந்தது.

"உன் இடுப்பு அளவு என்ன?" என்று சூஸி கேட்டாள்.

எனக்கு முதலில் புரியவில்லை. "என்ன கேட்டீர்கள்?" என்று கேட்டேன்.

"உன் இடுப்பு அளவு என்ன? நான் ஒரு பெல்ட் செய்து தரப் போகிறேன்."

"வா, சூஸி. முதலில் சாப்பிடுவதற்கு ஏதாவது தா," என்று ஜிம் சொன்னான்.

"நீ போய் சமையலறையில் ஏதாவது இருக்கிறதா என்று பார். நான் இவரை ஸ்டுடியோவுக்கு அழைத்துப் போகிறேன்," என்று சூஸி சொன்னாள்.

ஜிம் ஒரு திசையில் சென்று மறைந்தான். சூஸி என்னை இன்னொரு ஹாலுக்கு அழைத்துச் சென்றாள்.

அந்த ஹாலும் இருட்டாகத்தான் இருந்தது. சூஸி உயர மான ஜன்னல்கள் அருகே சென்று படுதாக்களை விலக் கினாள். அந்த ஹாலின் பரிமாணங்கள் அப்போதுதான் சிறிது புலப்படத் தொடங்கின. ஐந்நூறு பேர் கூடினாலும் அந்த ஹாலில் குழந்தைகள் எளிதில் ஓடிப்பிடித்து விளையாட லாம். ஜன்னல், வாயிற்படி எல்லாம மிக அலங்காரமாகக் கட்டப்பட்டிருந்தன. அதே போல விளக்குகளும். தரையிலும் கண்ணைத் தடுமாற வைக்கும் அலங்காரம். சோபா, நாற்காலி, மேஜை எல்லாம் ஒரு புராதன அரண்மனைக்குரியவையாகத் தோன்றின. அவற்றைக் கடைசியாகப் பழுது பார்த்துப் பயன்படுத்தியதும் புராதன காலத்தில்தான் இருக்க வேண்டும்.

"இங்கே வாருங்கள்," என்று சூஸி அழைத்தாள். அந்த ஹாலின் ஒரு பகுதியில் மட்டும் சற்றும் பொருத்தமில்லாத இக்கால மின்சார விளக்குகள். ஒரு மேஜை மீது உலோகத் தகடுகளாலும் கம்பிகளாலும் விசித்திரமான பொருள்கள் பாதி செய்யப்பட்டுக் கிடந்தன.

"நான் இப்போது உலோகங்கள் கொண்டுதான் கலைப் பொருள்கள் செய்கிறேன். இதைப் பார்த்தீர்களா? இது ஜிம்முக்காக நான் செய்துவரும் பெல்ட்முனை. பர்ட்டுக்கு ஒன்று கொடுத்து அனுப்பினேன். பார்த்தீர்களா?"

"இல்லை. அவன் காண்பிக்கவில்லை."

சூஸி துப்பாக்கி போன்றதொன்றை எடுத்துக்கொண்டு ஒரு விசையைத் தட்டினாள். அந்தத் துப்பாக்கியிலிருந்து ஜுவாலை கடும் உஷ்ணத்துடன் சீறி வீசியது. அந்த ஜுவாலை கொண்டு அவள் தகடுகளையும் கம்பிகளையும் இணைத்தும் வளைத்தும் வெகு சுறுசுறுப்பாக ஏதேதோ உருவங்கள் ஏற்படுத் தினாள்.

ஜிம் அங்கு வந்தான். "எல்லாம் ரெடி," என்றான். என்னிடம், "சூஸி இப்போது புதுப் புதுச் சாதனங்களை அவளுடைய சுயகலை வெளிப்பாட்டுக்குப் பயன்படுத்து கிறாள். நான் மட்டும் வண்ணங்கள், பிரஷ்கள் கொண்டு ஓவியம் வரைபவனாகத்தான் பழைமைவாதியாக இருக்கி றேன்," என்றான்.

"இவன் எப்பேர்ப்பட்ட ஓவியன் தெரியுமா?" என்று சூஸி ஜிம்மைப் பெருமையுடன் கட்டிக்கொண்டாள்.

"ஜிம், நீ இவரையும் ஓவியம் வரைய வேண்டும்," என்றாள்.

"பின் எதற்கு இவரை எல்.ஏ. வரச் சொன்னேன்? இவரை பர்ட்டுடன் பார்த்தவுடனேயே இவர் முகத்தை ஓவியம் வரைய வேண்டும் என்று தீர்மானித்து விட்டேன்," என்று ஜிம் சொன்னான்.

சமையலறைப் பக்கம் போகும்போதுகூட ஜிம்மும் சூஸி யும் ஒருவரையொருவர் இறுகத் தழுவிக்கொண்டு போனார் கள். நான் அங்கு இருப்பது ஒரு பொருட்டாகவே அவர் களுக்குத் தோன்றவில்லை. ஒரு வேளை என்னையும் அவர் களில் ஒருவனாக அவர்கள் ஏற்றுக்கொண்டிருக்க வேண்டும்.

நான் இன்னொரு முறை கார்ன் ஃபிளேக்சும் பாலும் சாப்பிட்டேன். என்னுடைய தட்டுகளைக் கழுவ வாஷ்பேசி னிடம் எடுத்துச் சென்றேன். சமையலறை பெரிதே தவிர, அங்கு அப்போது புழங்கிய பொருள்கள் மிக எளிமையா னவை. சுடுதண்ணீர்க்குழாயில் வெந்நீர் சரியாக வரவில்லை. நான் கை நடுங்கியதைப் பாராட்டாமல் ஒருவாறு தட்டுக் களை அலம்பி வைத்தேன்.

"மம்மி," என்று அழைத்தபடி ஒரு குழந்தை அங்கு வந்தது. சூஸி இரு முட்டைகளை ஒரு கண்ணாடிக் குவளைக் குள் உடைத்துப்போட்டுக் கடகடவென்று ஸ்பூனால் கலக்கி அதை அடுப்பில் சமைத்துக் குழந்தைக்குத் தந்தாள். குழந்தை ஆரஞ்சுப்பழ ரசத்தையும் அதையும் மாறிமாறி வாயில் போட்டுக்கொண்டது.

சூஸி அன்றையப் பாத்திரங்கள், முந்தைய நாள் பாத்தி ரங்கள் எல்லாவற்றையும் மிக வேகமாகக் கழுவி வைத்தாள். "நேரமாகிறது," என்று சொல்லிவிட்டுக் குழந்தையை அழைத்துச் சென்றாள். ஜிம் அவனுடைய காலை உணவை உண்டு முடிக்க நான் காத்திருந்தேன். "சூஸி என்ன செய் கிறாள்?" என்று கேட்டேன்.

"அவள் ஒரு உலோகக் கலைஞர். இப்போது அவள் தயாரிக்கும் கலைப் பொருள்களுக்கு நல்ல வரவேற்பு இருக் கிறது."

"நீங்கள் ஓவியர் என்று என்னிடம் சொல்லவில்லையே?"

"உங்களுக்குத் தெரியாதா? பர்ட் சொல்லியிருப்பான் என்று நினைத்தேன்."

"உங்கள் குழந்தைக்கு என்ன வயது இருக்கும்? ஆறு அல்லது ஏழு?"

"எந்தக் குழந்தை?"

"இதோ இப்போது இங்கு வந்ததே?"

"ஓ, லிஸாவா? அது சூஸியின் குழந்தை."

ஜிம் அவனுடைய தட்டுக்களை எடுத்துக்கொண்டு வாஷ் பேசின் அருகே சென்றான்.

"ஜிம், சாவி எங்கே? காரில் இல்லையே?" என்று கேட்ட படி சூஸி வந்தாள். அவளுடைய குழந்தை பள்ளிக்கூடம் போகத் தயாராக நின்றுகொண்டிருந்தது.

ஜிம் அவனுடைய கோட் பையிலிருந்து சாவியை எடுத்துக் கொடுத்தான்.

"நாம் வந்த வண்டியிலா இவர்கள் போகப்போகி றார்கள்?" என்று கேட்டேன்.

"வண்டி சூஸியுடையது. இந்தச் சாவி அவளுடையது. என்னுடையதை நேற்றுத்தான் எங்கோ தொலைத்துவிட் டேன்."

"உங்களுக்குப் போலீஸ் டிக்கெட் கொடுத்தது பற்றி அவளிடம் சொல்ல வேண்டாமா?"

"அந்த மாதிரி டிக்கெட்டுகள் என்னை விட அவளிடந் தான் அதிகம்."

"வண்டி இவ்வளவு தொந்தரவு கொடுத்தால் அதை விற்றுவிடுவதுதானே?"

"இதை விற்பதா? இதை யாராவது எடுத்துக்கொள்வதா னால் நானல்லவா பணம் தர வேண்டும்? இருநூறு டாலருக்கு இதைவிட நன்றாக ஓடும் காரை இங்கு வாங்கிவிடலாம், தெரியுமா?"

திடீரென்று அலாவுத்தீனின் பூதம் என்னிடம் சிக்கக் கூடாதா என்று தோன்றிற்று. ஜிம் பார்க்கர் வண்டியையே இந்தியா தூக்கிச் சென்று விலைக்கு விட்டால் எவ்வளவு சினிமா நட்சத்திரங்கள் நீ – நான் என்று முண்டியடித்துக் கொண்டு வரமாட்டார்கள்? மாளிகை போன்றதொரு வெளி நாட்டுக் கார்!

ஒவ்வொருவராக யாராரோ அந்தச் சமையலறைக்கு வர ஆரம்பித்தார்கள். அநேகமாக இளைஞர்கள். ஆனால் சாதாரணப் பொருளாதார நிலை என்று அவர்கள் உடைகளிலும் முகங்களிலும் தெரிந்தது. ஒவ்வொருவரும் அவர்களே அங்கு உடனுக்குடனே சமைத்து உண்டார்கள். ஒரு புதியவனாக நான் அங்கிருப்பது யாருக்கும் விசேஷமாகத் தோன்றவில்லை. ஜிம்மும் அவர்களை எனக்கு அறிமுகப்படுத்தவில்லை.

ஜிம் சமையலறையிலேயே உட்கார்ந்துகொண்டு சிகரெட் சிகரெட்டாகக் கொளுத்தினான். ஒரு நிமிடம் நானும் அவனும் மட்டும் சமையலறையில் தனியாக விடப்பட்ட போது அவனைக் கேட்டேன்: "யார் இவர்கள்? இவ்வளவு உரிமையுடன் இந்தச் சமையலறையைப் பயன்படுத்துகிறார்களே?"

"எல்லாரும் இங்கே குடியிருப்பவர்கள்."

"இந்த மாளிகையிலா?"

"ஆமாம், இங்கே பத்துப் பன்னிரெண்டு தனி அறைகள் இருக்கின்றன. பாதிதான் வசிக்கத்தக்கதாயிருக்கின்றன."

"நீங்கள் எந்த அறையில் இருக்கிறீர்கள்?"

"நாங்கள் எதற்கு அறையில் இருக்க வேண்டும்? இந்த வீடே சூஸியுடைய புருஷனுடையதுதானே!"

"ஓ. அப்படியா? அவர் எங்கே?"

"அவர் வேறு வீட்டில் இருக்கிறார்." இதற்கிடையில் இன்னும் யாரோ சமையலறையைப் பயன்படுத்த வந்துவிட்டார்கள். ஒரே சமையலறையை எப்படி இவ்வளவு பேர் எந்த மனஸ்தாபமும் ஏற்படாமல் உபயோகப்படுத்த முடிகிறது என்று எனக்கு ஆச்சரியமாக இருந்தது.

○

ஜிம் என்னை அவனுடைய கலைக் கல்லூரிக்கு பஸ்ஸில் அழைத்துச் சென்றான். அங்கு ஒருவனை அம்மணமாக

நிறுத்திப் பத்துப் பதினைந்து மாணவர்கள் வரைந்து கொண் டிருந்தார்கள். ஒரு கையை இடுப்பில் வைத்துக்கொண்டு உடலை முறுக்கி வேறொரு புறம் பார்த்தபடி அந்த மனிதன் அசையாமல் நின்றான். நல்லவேளையாக அந்தக் கல்லூரி அறை குளிரிலிருந்து பாதுகாக்கப்பட்டிருந்தது.

கால் மணி நேரம் கழித்து அந்த ஆள் மேடையிலிருந்து இறங்கி உடை அணிந்துகொண்டு வெளியே போனான். ஜிம் இதர மாணவர்களோடு சிரித்துப் பேசினான். அங்கே இருந்த விசாலமான ரெஸ்டாரண்டில் நானும் ஜிம்மும் போய் காப்பி குடித்தோம்.

சூஸி அங்கு வந்து சேர்ந்தாள். காரில் அவள் எங்களை ஒரு டெலிவிஷன் நிலையத்தில் இறக்கிவிட்டுப் போனாள். அவளுடைய கார் விடும் புகை எனக்கு மிகுந்த கவலையைத் தந்தது.

பதினோரு மணிக்கு அங்கு குழுமியிருந்தவர்களை ஒரு கோஷ்டியாக அமைத்து ஒரு பெண்தான் டெலிவிஷன் நிலையத்தைச் சுற்றிக் காண்பித்தாள். நபருக்கு ஐந்து டாலர். அவள் கறுப்புப் பெண்ணாயிருந்தாலும் தலை மயிரை நீட்டி வாரிக்கொண்டு மிகச் சிறப்பாக உடை உடுத்திக்கொண் டிருந்தாள். எங்கள் எல்லாரையும் பார்த்துப் பேசினாலும் அவள் ஜிம் பக்கம் தன் கண்களை ஓட்டவே இல்லை. "வெள்ளையாக மாறவேண்டும் என்கிற கறுப்பர்களை நான் மதிப்பதில்லை," என்று ஜிம் என்னிடம் தனியாகச் சொன் னான். ஆனால் அதே நேரத்தில் அந்தப் பெண்ணுக்கு அவன் எந்தச் சங்கடமும் விளைவிக்கவில்லை.

சூஸிதான் எங்களை டெலிவிஷன் நிலையத்திலிருந்து வீட்டிற்கு அழைத்துப் போனாள். அவளும் காரை மிக அபாயகரமாக ஓட்டின மாதிரிதான் எனக்குத் தோன்றியது.

பகல் உணவுக்குப் பிறகு ஜிம், சூஸி இருவரும் மறைந்து விட்டார்கள். என்னுடைய சாமான்கள் பையை முதல் ஹாலிலேயே வைத்திருந்தேன். அங்கிருந்து அதை எடுத்து வந்து சூஸி உலோக வேலை புரியும் இடத்தில் ஒரு மேஜை மீது வைத்தேன். சிம்மாசனம் போன்றதொரு நாற்காலியில் என் ஓவர்கோட்டால் நன்கு போர்த்திக்கொண்டு சாய்ந்தேன்.

O

நான் கண் விழித்தபோது அந்த அறை கும்மிருட்டாக இருந்தது. நான் மிக நிதானமாக அந்த வீட்டு அமைப்பை

ஒற்றன்!

நினைவுபடுத்திக்கொண்டேன். எழுந்து அந்த வீட்டுச் சமைய லறைப் பக்கம் சென்றேன்.

ஆனால் நான் சமையலறை என்று நினைத்துத் திறந்த கதவு வேறெதோ அறையுடையது. அங்கு ஒரு பெண் மேஜை யருகில் எழுதிக்கொண்டிருந்தாள். என்னைப் பார்த்து, “ஹலோ,” என்றாள்.

“மிஸ் டாங்க் எங்கிருக்கிறாள்?”

“அவள் மாடியிலல்லவா இருக்கிறாள்?”

“எப்படிப் போக வேண்டும்?”

“ஸ்டுடியோவைத் தாண்டி அடுத்த அறையில் இடது கோடிக் கதவு மாடிப்படியருகில் திறக்கும். மாடியில் கண் ணாடி அறையில்தான் அவள் இருக்கிறாள்.”

“கண்ணாடி அறையா?”

“ஆமாம். நீங்கள் பார்த்ததில்லை போலிருக்கிறது. நீங்கள் தானே ஜிம்மின் நண்பர்?”

“ஆமாம்.”

“உங்களுக்குப் பசிக்கிறதா? நீங்கள் எழுந்தவுடன் உண் பதற்குச் சாதம் சமைத்து வைத்திருக்கிறாள்.”

“யார்?”

“சூஸிதான். பெரிய ரெப்ரிஜரேட்டரில் வைத்திருப்பாள்.”

“சமையலறைக்கு எப்படிப் போகவேண்டும்?”

“நான் அழைத்துப் போகிறேன்.”

சமையலறையில் பத்துப் பதினைந்து பேருடன் ஜிம் கும்மாளம் அடித்துக் கொண்டிந்தான். என்னைப் பார்த்து விட்டு, “இவர்தான் என் புது விருந்தாளி,” என்று அவர்களுக்கு அறிமுகம் செய்து வைத்தான். எனக்குக் கோபம் வந்தது.

“இரண்டு நாட்களுக்காக இந்த நகரத்திற்கு வந்திருக் கிறேன். அதில் ஒரு முழு நாள் தூக்கத்திலேயே வீணடித்தாகி விட்டது,” என்றேன்.

அவர்களுக்குப் புரியவில்லை. ஆனால் ஜிம் என் அருகில் வந்து, “டேக் இட் ஈஸி,” என்றான். மெதுவாக, “மாலையில் உன்னை வெளியே அழைத்துப் போக எழுப்பினோம். ஆனால் நீ தூங்கிக்கொண்டே இருந்தாய்,” என்றான்.

"ஆமாம். ஒரே கனவுகள் நிறைந்த தூக்கம். உங்கள் கலைக் கல்லூரி ஆண் மாடல் என்னைப் பயமுறுத்திக் கொண்டே இருந்தான்."

அன்றிரவு எங்கோ வெகுதூரம் சென்றுதான் நாங்கள் உணவருந்தினோம். சூஸி வரவில்லை. அந்த இடத்தில் பல இந்தியர்கள் குடும்பத்தோடு சாப்பிட வந்திருந்தார்கள். அந்த உணவு விடுதியை நடத்துவதே ஒரு குஜராத்திக் குடும்பம் என்று நாங்கள் வெளியே வரும்போது தெரிந்துகொண்டேன்.

நேராக வீட்டுக்குப் போகாமல் ஜிம் என்னை எல்.ஏ. நகரத்தின் ஃபிரீவே எனப்படும் நெடுஞ்சாலை வழியே காரில் அழைத்துச் சென்றான். இப்போது அவனுடைய காரில் கணப்பு இருந்தது. அந்த ஃபிரீவேக்களில் சென்ற கார்கள் எல்லாமே கன வேகத்தில் சென்றன. "குழந்தைத் தனமாக உள்ளவர்கள்தான் டிஸ்னிலாண்டுக்குப் போய் நேரத்தை வீணடிப்பார்கள். விஷயம் தெரிந்தவர்கள் ஃபிரீவே யில் ஒரு மணி நேரம் செல்வார்கள்," என்று ஜிம் சொன் னான்.

"கண்ணாடி அறை என்பது என்ன?" என்று கேட்டேன்.

"அதுதான் உங்களுக்கு ஒதுக்கிவைத்துள்ள அறை. அங்கு இன்னும் போகவில்லையா?"

"என்னை யார் அழைத்துப் போனார்கள்?"

"அப்படியானால் உங்கள் பெட்டி பையெல்லாம் எங் கிருக்கின்றன?"

"சூஸியின் ஒர்க்ஷாப் அறையில்."

"ஸ்டுடியோவிலா? என்னை மன்னிக்க வேண்டும். தயவு செய்து மன்னிக்க வேண்டும்."

டாங்க் வசித்த குன்று இருட்டாக இருந்தது. அவளுடைய மாளிகையிலும் வெளிச்சம் அதிகம் தென்படவில்லை. காரை வெளியிலேயே நிறுத்திவிட்டு ஒரு தனிச் சாவி கொண்டு மாளிகை வாசற் கதவைத் திறந்து ஜிம் என்னை உள்ளே அழைத்துப் போனான். நாங்கள் நேராக ஸ்டுடியோ என்ற அந்தப் பெரிய அறைக்குப் போனோம். அங்கு சூஸி தொளதொளவென்றிருந்த நீளக் கோட் அணிந்துகொண்டு உட்கார்ந்திருந்தாள். "வந்துவிட்டீர்களா? உங்களுக்கு உணவு பிடித்ததா? நானும் கூட வராததற்கு மன்னிக்க வேண்டும். லிஸாவுக்குச் சிறிது உடல் நலமில்லை. உங்கள் பையை உங்கள் அறையில் கொண்டுபோய் வைத்திருக்கிறேன். போது மல்லவா?" என்றாள்.

"கண்ணாடி அறையிலா?" என்று கேட்டேன்.

"உங்களுக்கு எப்படித் தெரியும்? ஓ, ஜிம் கூறியிருப்பான். சரி, நான் போகட்டுமா? நாளை காலை பார்ப்போம். குட்நைட்!"

சூஸி போனவுடன்தான் ஜிம் என்னை ஓவியம் வரையத் தொடங்கினான். இரு விளக்குகளை என் முகம் பார்க்க வைத்து ஒரு பெரிய விளக்கைத் தரைப்பக்கம் திருப்பி வைத்தான். எனக்குத் திரும்பத்திரும்பக் காலையில் பார்த்த ஆண் மாடல் ஞாபகம்தான் வந்தது.

படம் வரைய ஆரம்பித்த சில விநாடிகளுக்குள் ஜிம் உருமாறிப்போனான். அவன் முகம், கை, கால் எல்லாமே ஏதோ ஆவேசம் பிடித்தவனுடையது போல மாறின. அவன் மெல்லிய தூரிகை கொண்டு படம் வரைந்தாலும் அசாத்திய வலிமையைப் பயன்படுத்திச் செயல்படுவது போலத் தோன்றி யது. அவனுக்கு நான், அந்த நீண்ட பெரிய அறை, அங்கு கிடந்த பொருள்கள் எதுவுமே கவனத்தில் இருப்பதாகத் தெரியவில்லை. அவன் என்னைப் பார்த்துத்தான் ஓவியம் வரைந்தான். ஆனால் அவன் என்னைக்கூடப் பார்க்கவில்லை என்றும் தோன்றிற்று. நான் அவன் ஓவியம் வரையக்கூடிய பொருளாக மாறி, அதுவும் அவன் மனதில் ஒரு நிழலாக மாறி, அந்த நிழல் ஒரு வெற்றுத்தாளில் தூரிகை மூலம் பிறரும் பார்க்கக்கூடியதொரு ஓவியமாக உருப்பெற்றுக்கொண் டிருந்தது. எனக்கு ஆச்சரியமாகவும் பயமாகவும் இருந்தது. அந்த அரை இருட்டில் கறுப்பு ஜிம் இன்னும் கறுப்பாகத் தோற்றமளித்தான். அவனுடைய ஆவேசநிலை அவனை பிரம்மாண்டமானதொரு ஆதிகாலப் பிராணி போலக் காட்சியளிக்க வைத்தது.

எனக்கு இடுப்பில் வலி எடுத்தது. பகலில் தூங்கியிருந் தாலும் எனக்கு இப்போது தூக்கம் பலமாக வந்தது. ஜிம்மின் ஆவேச நிலையையும் பாராட்டாமல் கைநீட்டிச் சோம்பல் முறித்தேன்.

ஜிம்மும் உடனே தளர்ச்சி அடைந்து சாதாரண நிலையை அடைந்தான். ஒரு சிகரெட்டைப் பற்றவைத்துக்கொண்டான். "இதோ பார்," என்று அவன் வரைந்த படத்தைக் காண் பித்தான்.

அவன் நேரடியாக ஒரு அட்டையிலேயே வரைந்திருந் தான். தனித்தனியாகப் பார்த்தால் கண் காது மூக்கு எல்லாம் என்னுடையது போலவே இல்லை. ஆனால் ஒட்டுமொத்தமாக என் ஜாடை தெரிந்தது. ஒரு மனித முகத்தில் இவ்வளவு

வண்ணங்களை இவ்வளவு சிக்கலான முறையில் ஒரு ஓவி யனால் பிரதிபலிக்க வைக்க முடியுமா என்று வியக்கும்படி அப்படம் இருந்தது.

ஸ்டாண்டிலிருந்து அட்டையைப் பிரித்தெடுத்து என் னிடம் ஜிம் கொடுத்தான். "இதை வைத்துக்கொள்ளுங்கள்," என்றான். "உங்களை எல்.ஏ. வரச்சொன்னதே இதற்கா கத்தான்."

"உனக்கு வேண்டாமா?"

"வேண்டாம். உங்களை ஓவியம் வரையும் அந்த அனு பவம் போதும். ஓவியம் எனக்குத் தேவையில்லை."

நான் பேசத் தோன்றாமல் அப்படியே நின்றுகொண் டிருந்தேன்.

"இனி உங்களைக் கண்ணாடி அறையில் கொண்டு போய் விட்டுவிடுகிறேன்."

○

நான் ஜிம்மைப் பின்தொடர்ந்தேன். அந்தப் பழைய மாளிகை, இருட்டில் இன்னும் பயமூட்டுவதாக இருந்தது. நாங்கள் மாடிப்படி ஏறி முடித்தபின் ஜிம் ஓர் அறைக்கு என்னை அழைத்துச்சென்று விளக்கைப் போட்டான். என் கண் தாங்க முடியாதபடி கூசியது.

எந்தக் காலத்திலோ மிதமிஞ்சிய பணமுடைய ஒருவன் அந்த அறையை நிர்மாணித்திருக்க வேண்டும். நான்கு சுவர் களிலும் ஆளுயர முகம் பார்க்கும் கண்ணாடிகள். எரிந்த ஒரு விளக்கின் பிரதிபிம்பம் கணக்கில்லா இடங்களில் தெரிந்தது.

அவ்வளவு பெரிய அறையில் ஒரு மூலையில் என் பை வைக்கப்பட்டிருந்தது. அறை நடுவில் தரையில் ஒரு மிகப்பெரிய மெத்தை விரிக்கப்பட்டுக் கிடந்தது. அதன் மேல் குவியலாகக் கம்பளப் போர்வைகள். மெத்தை, போர்வை எல்லாம் நிறம் மங்கிப் போனவை.

ஜிம் ஒரு கண்ணாடியை நகர்த்தினான். அது கதவாகத் திறந்து ஒரு பெரிய அலமாரியை வெளிப்படுத்தியது. அதில் சில துணிமணிகள் அடுக்கி வைக்கப்பட்டிருந்தன. அந்தத் துணிகள் நடுவிலிருந்து ஒரு ரூம் ஹீட்டரை ஜிம் எடுத்தான். என் படுக்கை அருகில் அதைத் தரையில் வைத்து அதன் கம்பிகளை ஒரு மின்சார பிளக்கில் பொருத்தினான். நொடிப்

பொழுதில் அந்த ஹீட்டர் சிவப்பு வர்ணம் பெற்றுச் சூடு தரத் தொடங்கியது.

"விளக்கு சுவிட்ச் இங்கிருக்கிறது. அறைக் கதவைச் சாத்தியே வைக்கவும். நன்றாகத் தூங்குங்கள். நாளை காலை சந்திப்போம்," என்று கூறிவிட்டு ஜிம் போய்விட்டான். நான் ஜோடு, கோட், பாண்ட்டை அவிழ்த்துவிட்டு நான்கு முழ வேஷ்டியைச் சுற்றிக்கொண்டேன். விளக்கை அணைத்து விட்டுப் படுத்துக்கொண்டேன். படுத்த பிறகுதான் கூரையிலும் கண்ணாடிகள் பொருத்திவைத்திருந்தது தெரிந்தது. நான் பார்த்த திசையெல்லாம் ஹீட்டரின் பிரதிபிம்பம் தெரிந்து தலை சுற்ற வைத்தது.

எங்கோ டெலிபோன் மணி அடிப்பது கேட்டது. தடபுட வென்று நடமாட்டம். சிறிது நேரத்திற்குப் பிறகு என் கதவைத் தட்டும் சப்தமும் கேட்டது. நான் எழுந்திருந்து விளக்கைப் போட்டுக் கதவைத் திறந்தேன். ஜிம் உள்ளே பாய்ந்து வந்தான்.

"சீக்கிரம், சீக்கிரம்!" என்று கூறி என் பையையும் என் துணிமணி ஜோடுகளையும் எடுத்து ஒரு கண்ணாடிக்குப் பின் இருந்த அலமாரியில் வைத்தான். அவ்வளவு பெரிய மெத்தையை இரண்டாக மடித்து ஒரு மூலையில் தள்ளினான். "நீங்கள் இங்கே இருந்து கொள்ளுங்கள். கடவுள் சாட்சியாக இதை விட்டு வராதீர்கள்!" என்று என்னையும் ஒரு அலமாரி யில் தள்ளினான்.

"என்ன ஆயிற்று? என்ன ஆயிற்று?" என்று நான் கேட்டேன்.

"சூஸியின் கணவனுக்கு யாரோ தகவல் கொடுத்திருக் கிறார்கள். அவன் இங்கு வரப்போகிறான்!"

"அதனால் என்ன?"

"அவன் குடிகாரன்; பெரிய ஆத்திரக்காரன். நிச்சயம் துப்பாக்கியோடுதான் வருவான்."

ஜிம் என்னை அலமாரியில் தள்ளி அந்தக் கண்ணாடிக் கதவை மூடினான். என் குளிரெல்லாம் பறந்துபோயிற்று.

அந்த அலமாரியில் நான் உட்காரக்கூட இடமிருந்தது. பூச்சி பொட்டு இருக்கக்கூடாதேயென்ற கவலை வந்தது.

மாளிகை வெளியே ஆத்திரம் தொனிக்கக் கார் வந்து நிற்கும் சப்தம். அதை அடுத்து கார் கதவை ஓங்கி அடித்து மூடும் சப்தம். வீட்டுக் கதவை ஓங்கிக் குத்தும் சப்தம்.

பேச்சுக் குரலும் கேட்டது. சூஸி, ஜிம், இன்னும் யாரோ ஒரு முரட்டுக் குரல். அங்குமிங்கும் ஓடும் சப்தம். மாடிப்படி யில் ஓடிவரும் சப்தம்.

நான் மூச்சை அடக்கிக்கொண்டு உட்கார்ந்திருந்தேன். என்ன பைத்தியக்காரத்தனம்! யாரோ ஊர் பேர் தெரியாத வள் வீட்டில் விருந்தினனாக வந்து நட்ட நடுநிசியில் அல மாரிக்குள் ஒளிந்து கிடக்க வேண்டும் என்று என்ன தலை யெழுத்து! யார் இந்த ஜிம் பார்க்கர்? சரி, இவன் பர்ட்டுடைய நண்பனாயிருக்கலாம். ஆனால் இந்த சூஸி டாங்க் யார்? நான் ஏன் இவள் வீட்டில் வந்து தங்கச் சம்மதிக்க வேண்டும்? ஓவியமாம் ஓவியம்! இவன் என் மூஞ்சியை ஓவியம் வரைய நான் இந்தப் பைத்தியக்காரத்தனத்திற்கெல்லாம் உட்பட வேண்டுமா? இங்கிருந்து நான் எப்படித் தப்பிப்பது? எங்கு போவது? அப்படியே வெளியே போய்விட்டால்கூட நான் திருட வந்தவன் என்று யாராவது என்னைச் சுட்டுத் தள்ளக் கூடும். என்னுடைய பை திருட வந்தவன் பை போலத்தான் இருக்கிறது. நான் செயலற்ற நிலையில் அப்படியே துவண்டு கிடந்தேன்.

சப்தமெல்லாம் அடங்கிவிட்டது. வந்த காரும் திரும்பிப் போவது கேட்டது. அந்த ஒலியும் முழுக்க மறைந்தவுடன் என் அறைக்குள் யாரோ வருவதை உணர முடிந்தது. ஜிம் அலமாரியிலிருந்த என்னை விடுவித்தான். நான் ஜிம்மின் சட்டையைப் பிடித்துக்கொண்டேன். என் கோபத்தைப் பார்த்து ஜிம், “டேக் இட் ஈஸி; டேக் இட் ஈஸி,” என்றான்.

“எதை ஈஸியாக எடுத்துக்கொள்வது? உனக்கு வேண்டுமா னால் போலீஸிலிருந்து ஓடி ஒளியும் குற்றவாளியாக இருப்பது பழக்கமாகிப் போயிருக்கலாம். என்னையும் உன் போன்றவன் என்று நினைத்துவிட்டாயா?”

ஜிம் என்னை அளவற்ற பரிவோடு உற்றுப் பார்த்தான். “நீங்கள் என்னைப் பற்றி என்ன நினைத்தாலும் பரவாயில்லை. நீங்கள் உயிரோடு இருக்கிறீர்கள் என்பதே எனக்குப் போதும்.”

“என் உயிருக்கு என்ன?”

“இப்போது வந்தவன் உங்களுக்காகத்தான் வந்தான். ஒரு புதுக் காதலனை சூஸி அழைத்து வந்திருக்கிறாள் என்று யாரோ கூறியிருக்கிறார்கள்.”

எனக்கு இரத்தமெல்லாம் அப்படியே உறைந்து போய் விட்டது.

"நீங்கள் கீழேயே எங்காவது இருந்தாலும் பரவாயில்லை. இந்தக் கண்ணாடி அறை பல தலைமுறைகளாக சூஸியின் கணவன் வம்சத்தாரின் திருமண அறையாக இருந்திருக்கிறது."

"நான் ஸ்டுடியோவிலேயே படுத்துக்கொண்டிருப்பேனே?"

"ஸ்டுடியோவில் நானும் சூஸியும் படுத்துக்கொள்கிறோம். இவ்வளவு பெரிய மாளிகையில் சிறிதாவது குளிருக்கு அடக்கமாயுள்ள அறை இந்தக் கண்ணாடி அறைதான். அதற்குத்தான் உங்களை இங்கே படுக்க வைக்க ஏற்பாடு செய்தது. ஆனால் சூஸியின் கணவனுக்கு அப்படித் தோன்றாது. அசிங்கமாகத்தான் அவன் நினைப்பான்."

"உண்மையில் என்னைக் கொல்லவா இங்கு வந்தான்?"

"ஆமாம். நீங்கள் இங்கே இல்லவே இல்லையென்று அவனை நம்பும்படி செய்து அனுப்புவதற்குள் பெரும்பாடாகி விட்டது. இனிமேல் வரமாட்டான்."

"அது என்ன நிச்சயம்? அவன் வெளியிலேயே காத்திருந்தால்?"

"இல்லை. அவன் போய்விட்டான்."

ஜிம் என் படுக்கையை மீண்டும் விரித்தான்.

"என்னால் இங்கு இனி ஒரு கணம்கூட இருக்க முடியாது," என்றேன்.

"தயவு செய்து கேளுங்கள். இனிமேல் ஆபத்தில்லை. என்னை நம்புங்கள்."

"உன்னை என்னவென்று நம்புவது?"

ஜிம் என் பை, கோட் முதலியவற்றை ஒழுங்காக எடுத்து வைத்தான். ரூம் ஹீட்டரையும் பொருத்தினான். "இந்த மாதிரிதான் மாதத்திற்கு ஒருமுறை நிகழ்ந்து விடுகிறது. அவனுக்கு ஏதோ மூளைக்கோளாறு. ஆனால் அதை நிரூபிக்க வழியில்லை. வீடு, கார் எல்லாம் அவனுடையதுதான். விவாகரத்துக்கு ஒத்துக்கொள்ள மாட்டேன் என்கிறான். சூஸியை அவன் கைவிட்டு எவ்வளவோ நாளாகிறது. வேறெங்காவது போய்விடுவதற்கு எங்களிடம் பணமில்லை."

கண்ணாடி அலமாரிகளை ஜிம் மூடினான். திரும்பின இடமெல்லாம் நானும் அவனுமாகக் காட்சியளித்தோம்.

"படுத்துக்கொள்ளுங்கள். நாளை நமக்கு நிச்சயம் இருக்கிறது."

நான் படுத்துக்கொண்டேன். ஜிம் ஒவ்வொரு போர்வையாக எனக்குப் போர்த்தினான்.

"எனக்கும் இது புரியவில்லை," என்று ஜிம் கூறினான். "அவன் சுட்டுத்தள்ளவேண்டுமானால் என்னைத்தான் அப்படிச் செய்ய வேண்டும். ஆனால் வெளியூரிலிருந்து வருபவர்கள் மீதுதான் அவனுக்குக் கொலைவெறி ஏற்படுகிறது."

நான் படுக்கையில் சுருங்கினேன். கனத்த கம்பளங்கள் என் மனநிலைக்கு உகந்தபடி என்னை மேலும் அழுத்தின.

"அவன் இங்கு வந்துவிடக் கூடாதே என்று நான் பிரார்த்தித்துக்கொண்டிருந்தேன். இவ்வளவு கண்ணாடிகள் மத்தியில் அவன் சுட்டால் எவ்வளவு விபரீதமாக இருக்கும்? தரையெல்லாம் கண்ணாடிச் சில்லுகளும் இரத்தமுமாகச் சிதறிக் கிடக்கும்."

எனக்கு அவனுடைய கற்பனையைப் புரிந்துகொள்ள அவன் என்னை வரைந்த ஓவியம் உதவியது. இயற்கையில் உள்ள எல்லா வண்ணங்களையும் அவன் என் முகத்துக்குப் பயன்படுத்தியிருந்தான்.

"இனிமேல் நன்றாகத் தூங்குங்கள். நல்ல வேளையாக ஒன்றும் விபரீதமாக நிகழ்ந்துவிடவில்லை."

ஜிம் அவனுடைய பையிலிருந்து ஒரு துப்பாக்கியை எடுத்தான். "அவன் மட்டும் இந்தக் கண்ணாடி அறைக்கு வர முயற்சி செய்திருந்தால் நான் அவனைச் சுட்டிருப்பேன். நல்ல வேளை! அப்படி ஏதும் நிகழவில்லை."

ஜிம் போய்விட்டான். என்னால் தூங்க முடியவில்லை. தூக்கமே வராது என்று தோன்றியது. ஒளிந்திருந்தாவது சூஸியின் கணவன் முகத்தை ஒரு முறை பார்த்திருக்கலாம். இனி இந்த நாட்டில் இருக்கப்போகும் நான்கைந்து மாதங்களுக்கு எந்தப் பணக்காரக் குடிகாரனைப் பார்த்தாலும் அவன்தான் என்னைக் கொலை செய்யத் துடிக்கும் சூஸியின் கணவனோவென்று நடுங்கிக்கொண்டிருக்க வேண்டும்.

பதின்மூன்று

அம்மாவின் பொய்கள்

அந்தக் கொட்டகையின் அகலப் பக்கம் ஒன்றில் ஒரு மூலையிலிருந்து இன்னொரு மூலை வரை வெள்ளை யடிக்க வசதியாகச் சாரம் கட்டியிருந்தது. முழுக்கச் சாரம் போலில்லாமல் நடுநடுவே சில பலகைகள் தொங்க விடப்பட்டிருந்தன. சாரத்திற்கு எதிரே அமைக்கப்பட்ட காலரியில் நானும் டிமோதியஸும் உட்கார்ந்தோம். நெருக்கமாக எல்லாப் படிகளிலும் உட்கார்ந்தாலே அந்தக் காலரி நூறு நூற்றிருபது நபர்களுக்கு மேல் இடந்தராது. எங்களோடு இன்னும் ஐம்பது பேர் உட்கார்ந்திருப்பார்கள். உட்கார்ந்த பின் மீண்டும் சாரத்தைப் பார்த்தபோது அது ஒரு வரிசை வீடுகளாகக் காட்சி தந்தது. தெரு வீடுகள், தொங்கிய பலகைகள் ஒன்றோடொன்றாக ஒட்டி யிருந்த வீடுகளின் முன் வாயிற்படிகள் அல்லது தெருவை நோக்கிய ஜன்னல்கள்.

திடீரென்று ஒரு பெண் அலங்கோலமாக ஓடிவந்து ஒரு வீட்டின் முன் குப்பைக் குவியலாக விழுந்தாள்; சாரம் போன்ற வீடுகளில் (அல்லது வீடுகள் போலிருந்த சாரத்தில்) அங்குமிங்கும் மனிதர்கள் தோன்றினார்கள். அவர்கள் உடை, தோற்றத்திலிருந்து எல்லாரும் சாதாரணப் பொருளாதார நிலையுடையவர்கள். அந்தத் தெருவே வசதி குறைந்தவர்கள் வசிக்குமிடம். ஒவ்வொரு வீட்டிலும் வெவ்வேறு இடங்களில் ஒருவர் அல்லது இருவர். தொண்டு

கிழத்திலிருந்து பதினைந்து வயதுப் பெண் அல்லது ஆண் வரை பாத்திரங்கள். ஒவ்வொரு முகமும் செயலும் வெவ்வேறு மனநிலையையும் மூளை நிலையையும் காட்டின. அந்த நிகழ்ச்சி நடந்த ஒன்றரை மணி நேரமும் ஒரு ஜன்னலருகே உட்கார்ந்த பெண் தனக்குத்தானே பேசிச் சிரித்து அழுது கொண்டிருந்தாள். தெருவில் ஓடிவந்து விழுந்த பெண் கொச்சை தொனிக்கும் ஆங்கிலத்தில் பேச ஆரம்பித்தாள். விக்டோரியா ஹார்ட்மன் அமைத்து அளித்த அயோவா ரிப்பர்ட்வா தியேட்டரின் புது நாடகம் துவங்கியது.

ஒரே நேரத்தில் சுமார் பதினைந்து வெவ்வேறு நடிக நடிகையர் வெவ்வேறு செயல்களில் ஈடுபட்டிருக்கையில் அந்த நிலைகுலைந்த பெண்ணின் பேச்சைச் சரிவரக் கேட்பது சிரமமாயிருந்தது. திடீரென்று நான், "டிமோதியஸ், இது உன் 'கத்திகள்' கவிதை போலிருக்கிறதே?" என்றேன்.

அவன் யமதர்மராஜன் போல, "ஆமாம்" என்றான்.

எனக்கு உடனே சாவதற்கு விருப்பமில்லை. அந்தப் பெண் பேசிய பிறகு ஒரு மூலையிலிருந்து ஒரு மனிதன் விம்மிவிம்மி அழுகையில் சில சொற்கள் சொன்னான். அதுவும் பழக்கப்பட்டதாக இருந்தது. "இது கஜூகோ எழுதியது போலிருக்கிறதே?" என்றேன்.

டிமோதியஸின் கவிதை முடிந்து விட்டபடியால் அவன் பூலோகத்திற்கு இறங்கி வந்திருந்தான். "இதுவே கவிதை நாடகந்தானே," என்றான்.

"இது முழுக்க ஒருவராக எழுதியது இல்லை போலிருக் கிறது."

"விக்டோரியா ரொம்பக் கெட்டிக்காரி. கவிதை இல்லா மலேகூட ஒரு கவிதை நாடகம் போட்டுவிடுவாள்."

நான் அதை நம்பத் தயாராக இருந்தேன். உதிரிஉதிரியான கவிதை வரிகளை, ஒரு போலந்துக்காரன் எழுதியதையும் ஒரு ஜப்பான்காரி எழுதியதையும் இணைத்து, ஒரு மந்திரக் காட்சி போல, எந்தவிதத்திலும் எந்தச் சம்பிரதாய நாடக பாணியையும் கையாளாமல், எங்கள் முன் ஒரு மிகத் தீவிர மான நாடக நிகழ்ச்சி நடந்து கொண்டிருந்தது. விக்டோரியா எங்காவது கண்ணில் தென்படுவாளா என்று பார்த்தேன். அவள் நாடகத்தை முடுக்கிவிட்டு எங்கோ யாருக்கும் தெரி யாத இடத்தில் ஒளிந்துகொண்டிருக்க வேண்டும்.

நான் விக்டோரியாவை அதிகம்போனால் இரண்டு அல்லது மூன்று முறை பார்த்திருப்பேன். எங்களுடைய

இங்கிலீஷ் – பிலாஸபி பகுதியில் வாரத்தில் மூன்று நாட்களுக்குக் காலை பதினொரு மணி முதல் ஒரு மணி வரை அமெரிக்க இலக்கியம் பற்றிய விவாதம் நடக்கும். இந்த உலகத்தில் இலக்கியம் பற்றி நாங்கள் விவாதிக்க இன்னும் ஏதாவது பாக்கியிருக்கிறதா என்கிற தோரணையில் இருந்த பிலிப்பைன்ஸ் நாட்டு வெர்ஜீனியா, அவளுடைய பரமவைரியாகப் போய்விட்ட ஹங்கேரி நாட்டு ஆக்னஸ், சக்ரவர்த்தினியோ என நினைக்கக்கூடும் கஜுகோ, ருமேனிய நாட்டு சர்வாதிகாரியாக இருக்கவேண்டிய பீடர் பெட்ரோஸ், ஒரே நாவல் ஒரே உடை குபேக்னா – இவர்களெல்லாம் இந்த இங்கிலீஷ் – பிலாஸபி பக்கம் திரும்ப மாட்டார்கள். நானும் ஹாங்காங்க் யீயும் போலந்துக்காரர்கள் அனைவரும் தவறாமல் பத்து ஐம்பதுக்கே ஹாலில் போய்க் காத்திருப்போம். எங்களுக்கும் இந்த அமெரிக்க இலக்கியம் புதிதல்ல. ஆனால் ஒரு மேஜையைச் சுற்றி ஆங்கிலத்தில் விவாதம் என்னும்போது இந்த ஐரோப்பியர்கள் அனைவரும் தயங்கினார்கள். யீ வாயே திறக்கமாட்டான். இந்த விவாத–வகுப்புகளுக்குப் பொறுப்பேற்றிருந்த ஜான் பீன் இதைப் பற்றி என்னிடம் யோசனை கேட்ட பிறகுதான் நானே இந்த வகுப்புகளுக்குப் போக ஆரம்பித்தேன். என் முன்னிலையில் பேசாதவர்கள் எல்லாரும் பேசினார்கள். காரசாரமாக விவாதித்தார்கள். டிமோதியஸ் ஒருநாள் என் கையைப் பிடித்துக்கொண்டு, “நீ ஒருவன்தான் நாங்கள் ஆங்கிலம் பேச முயலும்போது எங்களைச் சங்கடப்படாமல் இருக்கும்படி காதுகொடுத்துக் கேட்கிறாய்” என்றான். இதே டிமோதியஸ் ஏழு மாத காலம் முடிவதற்குள் அமெரிக்கக் கல்லூரியில் போலிஷ் இலக்கியத்தைக் கற்றுத்தரும் அளவுக்கு ஆங்கில மொழியில் முன்னேற்றம் அடைந்திருந்தான். எங்கள் விவாத–வகுப்பு நடக்கும்போது ஒருமுறை மிகவும் பயந்த தோற்றம் கொண்ட விக்டோரியா எங்கள் ஹாலுக்கு வந்து காப்பி குடித்துவிட்டுப் போவாள். ஒருமுறை டிமோதியஸ் அவளோடு ஏதோ பேசினான். அந்த ஊரில் கல்லூரிப் படிப்பு படித்துக்கொண்டிருக்கும் ஆயிரம் பெண்களில் அவளும் ஒருத்தி என்றுதான் நான் நினைத்துக்கொண்டிருந்தேன்.

“வா, ஒரு நாடகம் பார்ப்போம்” என்று மட்டும் சொல்லித்தான் டிமோதியஸ் என்னை இங்கு இழுத்துவந்திருந்தான். வெள்ளையடிக்கக் கூடியது போன்ற சாரம் ஒன்றை நாடகக் களமாக வைத்துக் கவிதை வரிகள் உச்சரிக்கப்படும்போதுதான் அது அந்த பயந்த தோற்றம் தெரிய நின்ற பெண்ணான விக்டோரியா ஹார்ட்மன் உருவாக்கிய நாடகம் என்று தெரியவந்தது.

டிமோதியஸுடைய கவிதை நடிக்கப்படுவது பற்றி அவனுக்குத் தெரிந்திருக்க வேண்டும். நான் வெறும் உரை நடைக்காரன், கவிதை என் துறையல்ல என்று நானும் ஒருமுறைக்கிருமுறை எல்லாரிடமும் சொல்லியிருந்தேன். அதன் காரணமாகத்தான் விக்டோரியா என்னைச் சந்திக்க எந்த முயற்சியும் எடுத்துக்கொள்ளாமல் இருக்க வேண்டும்.

நாடகத்தில் கதையும் இருந்தது. கதை என்று தனித்துச் சொல்ல முடியாதபடியும் இருந்தது. உலகத்தில் ஏதேதோ மூலைகளில் இயற்றப்பட்ட கவிதை வரிகள் கொண்டு எங்கள் முன்பு சோகம், கோபம், ஆத்திரம், பொறாமை, ஹாஸ்யம், தந்திரம், குரூரம், புத்திசாலித்தனம், போலித்தன்மை, பயம் எனப் பல மனநிலைகளை இந்தக் கலைந்த தலையும் கசங்கிய உடையும் கொண்ட இவர்களா இப்படி வெளிப்படுத்துகிறார் கள் என்று வியக்கும்படி நாடகம் ஒரே தொடர்ச்சியாக, ஒரே காட்சியாக, ஒரு மணி நேரத்துக்கும் மேலாக நேரமே போவது தெரியாமல் நடந்துகொண்டிருந்தது.

ஒரு நிமிஷம் மௌனம். எல்லா நடிகர்களும் உறைந்து போனார்கள். ஒரு வீட்டு வாயிற்படியில் சாய்ந்து உட்கார்ந் திருந்த நடுவயதுப் பெண்மணி மட்டும் இருமுறை கண் சிமிட்டினாள். தலையை அசைத்தாள். முகத்தைச் சிணுங்கி னாள். ஐந்தாறு வீடு தள்ளியிருந்த ஜன்னலில் தொற்றிக்கொண் டிருந்த இளைஞனைப் பார்த்தாள். “பெண்களையே சுற்றிக் கொண்டிருந்தால் உன் காது அறுந்து விழுந்துவிடும்” என்றாள்.

நான் நிமிர்ந்து உட்கார்ந்தேன்.

“இப்படித் தப்புத்தண்டா செய்துகொண்டே இருந்தால் கடவுள் கண்ணைக் குத்திடுவான்.”

எனக்குத் தூக்கிவாரிப்போட்டது.

“ஓயாமல் தின்னக் கேட்டுக்கொண்டே இருந்தால் வயிற் றுக்கு ஆகாது.” பிறகு தனக்குள் கூறிக்கொள்வது போலச் சொன்னாள்: “இங்கே வீட்டில் தின்ன என்ன இருக்கிறது?”

எனக்கு நிலையே கொள்ளவில்லை. ‘எப்படி’ என்று ரின் சோப் விளம்பரத்தில் மங்கலான சட்டைக்காரர் மின்ன லடிக்கும் வெண்மைச் சட்டைக்காரரைப் பார்த்துக் கேட்பது போலத் துடித்தேன்.

அந்தப் பெண்மணி, பக்கத்து வீட்டுப் பெண்மணியைப் பார்த்தாள். அவளும் ஜன்னல் பையனை ஒரு பார்வை பார்த்துவிட்டு எப்படி என்று கேட்பது போல் முகத்தை வைத்துக்கொண்டாள். முதற் பெண்மணி சொன்னாள்:

"பெற்ற பிள்ளையா இவன்? முறத் தவிட்டுக்கு வாங்கி வரப்பட்டவன் அல்லவா?" இருவரும் வேதனையுடன் சிரித்துக்கொண்டார்கள்.

இப்போது அந்தப் பையன் மெதுவாக ஜன்னலிலிருந்து இறங்கி வந்தான். ஒவ்வொரு அடியாக எடுத்துவந்து முதற் பெண்மணி முன்னால் நின்றுகொண்டான். அவள் அவனையே பார்த்தபடி நிற்க அவனும் அவளையே உற்றுப் பார்த்துக்கொண்டிருந்தான். சற்று நேரத்திற்குப் பிறகு அவள் முகத்தைத் திருப்பிக்கொண்டாள். பையன் வெகுநேரம் அசையாமல் நின்றுகொண்டிருந்தான். முகத்தில் மட்டும் சிறிது சிறிதாக ஏக்கம் வந்தது. முதலில் சிறுவன் போலத் தோற்றம் அளித்தவன் இப்போது வளர்ந்து இளைஞனாக இருந்தான்.

இனியும் மௌனத்தைத் தாங்க முடியாது என்றானபோது பேச ஆரம்பித்தான்.

பெண்ணுடன் சிநேகம் கொண்டால்
காதறுந்து போகும் என்றாய்
தவறுகள் செய்தால் சாமி
கண்களைக் குத்தும் என்றாய்
தின்பதற்கேதும் கேட்டால்
வயிற்றுக்குக் கெடுதல் என்றாய்
ஒரு முறத் தவிட்டுக்காக
வாங்கினேன் என்னை என்றாய்
எத்தனை பொய்கள் முன்பு
சொன்ன நீ எதனாலின்று
பொய்களை நிறுத்திக்கொண்டாய்?
தவறுமேல் தவறு செய்யும்
ஆற்றல் போய் விட்டதென்றா?
எனக்கினி பொய்கள் தேவை
இல்லை யென்றெண்ணினாயா?
அல்லது வயதானோர்க்குத்
தகுந்ததாய்ப் பொய்கள் சொல்லும்
பொறுப்பினி அரசாங்கத்தைச்
சார்ந்ததாய்க் கருதினாயா?
தாய்ப்பாலை நிறுத்தல் போலத்
தாய்ப் பொய்யை நிறுத்தலாமா?
உன் பிள்ளை உன்னைவிட்டு
வேறெங்கு பெறுவான் பொய்கள்?

அவன் இதைச் சொல்லி முடித்தபோது அரங்கத்தினர், பார்வையாளர் எல்லாருமே நெகிழ்ந்துபோயிருந்தார்கள்.

ஐம்பது பேர்தான் பார்த்தார்கள். ஆனால் நாடகம் முடிந்த போது அவர்களின் தீவிரம் பல நூறு பேருடையதற்கு இணை யாயிருந்திருக்கும். அன்று அங்கு விக்டோரியாவைக் காணவே இல்லை.

நான் டிமோதியஸைத்தான் முதலில் விசாரித்தேன். அவனும் அவளை இங்கிலீஷ் – பிலாஸபி கட்டடத்தில்தான் பார்த்திருக்கிறான். நானாவது அவளை ஒரு பார்ட்டியின் போது பார்த்திருக்கிறேன். அப்போது அவள் இவ்வளவு திறமை படைத்தவள் என்று தெரியாது. பார்ட்டியில் ஆவேசம் வந்தவள் போலத் தட்டாமாலை சுற்றினாள். ஆனால் இந்தப் பார்ட்டிகளில் ஆடப்படும் ஆட்டத்தைத் தெளிவான முறை யில் விவரிப்பது கடினம். ஓர் அடிப்படைத் தாளம் அனுசரிக் கப்படும். அதற்கு மேல் கைகால் உடல் அசைவுகளுக்கு இலக்கணம் கிடையாது.

ஒருநாள் அயோவா ஸ்டேட் பாங்க் அண்ட் டிரஸ்ட் கம்பெனியில் உட்கார்ந்து அப்போது வங்கியில் வாங்கின பணத்தைப் பர்ஸில் ரகவாரியாக வைத்தேன். அந்த வங்கியின் மானேஜரின் மூக்கு மிகவும் கூர்மையாக இருக்கும். அதனா லேயே அவருடைய ஒவ்வொரு அசைவும் ஒரு பறவையினு டையது போல இருக்கும். நான் அயோவா சிடி போய்ச்சேர்ந்த முதல் நாள் அவருடைய வங்கியில் கணக்குத் தொடங்கிய போது என்னை ஒரு சிறு இயந்திரத்தின் முன் நிறுத்தி ஒரு விசையைத் தட்டினார். பளிச்சென்று என் கண்முன் ஒரு மின்னல் மின்னியது. அடுத்த நிமிடம் அந்த இயந்திரத்தின் அடித்தட்டில் ஒரு சிறு அட்டை விழுந்தது. அந்த மானேஜர் அதை எடுத்துப் பழம் உறிப்பது போல ஒரு தாளைப் பிரித்தெடுத்தார். அட்டையில் என் புகைப்படம், என் கையெ ழுத்து எல்லாம் இருந்தது. அதுதான் வங்கி அடையாள அட்டை! அவர் என்னைப் போட்டோ எடுக்கப்போவதாகச் சொல்லியிருந்தால் என்னுடைய கோட்டு, மப்ளர் முதலான வற்றைச் சற்றுச் சீர்ப்படுத்தியிருப்பேன். நன்றாகத் தூக்கத்தில் இருந்தவன் எழுந்து படம் பிடித்துக்கொண்ட மாதிரி இருந்த அந்த அட்டையைத்தான் அயோவா சிடியில் தங்கிய நாட்க ளெல்லாம் நான் பல இடங்களில் அடையாள அட்டையாகக் காட்ட வேண்டியிருந்தது. நான் அந்தப் பறவை மனிதனைப் பார்த்தபடி ஒரு நிமிடம் உட்கார்ந்தேன். அப்போது வங்கியில் விக்டோரியா நுழைந்தாள்.

நான் அவள் பணம் வாங்கிக்கொள்ளும்வரை என் இடத்திலேயே உட்கார்ந்திருந்தேன். அவளுடைய அடையாள அட்டையிலாவது ஒழுங்கான புகைப்படம் இருக்க வேண்டும்.

அவள் வங்கி ஜன்னலிலிருந்து பணத்தைப் பெற்றுக்கொண்டு திரும்பியவுடன் அவள் முன் போய் நின்றேன்.

அவள் பலகீனமாகப் புன்னகை புரிந்தாள்.

"நான் உன் நாடகத்தைப் பார்த்தேன்" என்றேன்.

"தெரியும். உங்களை அழைத்துப்போகுமாறு டிமோதியஸைக் கேட்டுக் கொண்டிருந்தேன்."

"என்னிடமே சொல்லியிருக்கலாமே?"

"நீங்கள் எங்கே என்னோடு பேசுவீர்களோ மாட்டீர்களோ என்று சந்தேகமாக இருந்தது."

இந்தப் பெண்ணுக்கு ஏன் இப்படித் தோன்றுகிறது என்று நினைத்துக் கொண்டேன். அப்போது காரணம் தெரியவில்லை.

"உன் நாடகம் மிகவும் நன்றாக இருந்தது"

"ரொம்ப நன்றி."

"நீ அன்று அங்கு இருந்திருந்தால் நாங்கள் எல்லாரும் நேரிலேயே பாராட்டுத் தெரிவித்திருப்போம்."

"எனக்கு மிகவும் தயக்கமாயிருந்தது. நிறைய ஒத்திகைகள் நடத்தியாயிற்று. ஆதலால் டாம்மையே பார்த்துக்கொள்ளும் படி சொல்லிவிட்டுப் போய்விட்டேன்."

"நீ இருந்திருக்க வேண்டும். உனக்கு ஞானக்கூத்தன் கவிதை எங்கேயிருந்து கிடைத்தது?"

"என்னது?" அவளுக்கு ஞானக்கூத்தன் என்ற பெயரைச் சொல்ல முடியவில்லை.

"அதுதான் 'அம்மாவின் பொய்கள்'."

"ஓ, அதுவா? அது நன்றாக நடிக்கப்பட்டதா?"

"அதுதான் அந்த முழு நாடகத்திலும் சிறப்பான பகுதி யாக அமைந்தது. அது உனக்கு எங்கேயிருந்து கிடைத்தது?"

"உங்களிடமிருந்துதான். அது உங்கள் மொழிபெயர்ப்புத் தானே?"

"நான் தரவேயில்லையே? நாம் ஒழுங்காக நான்கு வாக்கியங்கள் பேசுவதே இப்போதுதானே?"

விக்டோரியா சிறிது குழப்பமடைந்தவளாயிருந்தாள்.

“அவசரப்படாதே. எனக்கு ஆட்சேபணையில்லை. ஆனால் எனக்கு முன்னமேயே தெரிந்திருந்தால் அதிகம் சந்தோஷப் பட்டிருப்பேன்.”

அவள் பெரிய குற்றம் புரிந்துவிட்டவள் போலத்தான் நின்றாள்.

“வெளியே போவோம்” என்றேன். இருவரும் வங்கியை விட்டு வெளியே வந்தோம்.

“நான் போய் வரட்டுமா? ஒரு தமிழ்க் கவிதையைப் பயன்படுத்தியது பற்றி மிகவும் சந்தோஷம்.”

நான் வெட்ஸ்டோன் முனைக்கு வந்து சாலையைக் கடந்து பஸ் ஸ்டாப் வந்தடைந்தேன். யாரோ அவசரமாக என் பக்கத்தில் வந்து நின்றதை உணர முடிந்தது. திரும்பிப் பார்த்தேன் – விக்டோரியா.

“என்ன?” நானறிந்த அமெரிக்கப் பெண்கள் இவ்வளவு தயங்கித் திண்டாடியதைப் பார்த்ததில்லை.

“அந்தக் கவிதையைப் பாலிடமிருந்து பெற்றுக்கொண் டேன்.”

பால்தான் எங்கள் குழுவுக்கு ஊனும் உணவுமான டைரக்டர். ஒரு கவிதைத் தொகுப்பு நூலுக்காகத் திடீரென்று ஒருநாள் மொழிபெயர்ப்புகள் வேண்டுமென்று கேட்டார். நான் டெமாயின் நகரத்தில் முன்னெச்சரிக்கையில்லாமல் மேடையேற்றப்பட்டபோது என் நினைவுக்கு வந்த அளவு கூறிய ‘அன்று வேறு கிழமை’ என்ற கவிதையையும் ‘அம்மா வின் பொய்க’ளையும் முடிந்தவரை நினைவுபடுத்திக்கொண்டு மொழிபெயர்த்துக் கொடுத்தேன். விக்டோரியாவின் நாடகமாக் கத்துக்கும் அந்தத் தொகுப்புக்கும் சம்பந்தம் உண்டு என்று எனக்குத் தெரியாது.

“அவர்தான் அதைப் பயன்படுத்திக்கொள்ளும்படி கொடுத் தார். அதை நடித்துக் காட்டியது நன்றாக இருந்ததா? என் மீது கோபம் இல்லையே?”

“அது மிகவும் நன்றாக இருந்ததால்தான் நானே பேச் செடுத்தேன்.”

“மிக்க நன்றி.”

விக்டோரியா போவதற்கிருந்தாள். இப்போது நான் கூப்பிட்டேன். “ஒரு நிமிஷம், விக்டோரியா.”

"என்ன?"

"அந்தக் கவிதையை ஒருவனின் மன ஏக்கம் என்றுதான் என்னால் நினைக்க முடிந்திருக்கிறது. நீ அதை இருவர் நிகழ்ச்சியாக மாற்றியது நல்ல யோசனை."

அவள் இன்னும் சங்கடம் தோன்றத்தான் நின்றாள்.

"உனக்கு எப்படி அந்த யோசனை தோன்றியது?"

இவனை நம்பலாமா என்பது போல அவள் என்னைப் பார்த்தாள். பிறகு சொன்னாள்: "அதைப் படித்தபோது எனக்கு என் அம்மா நினைவு வந்தது."

"சரி."

"எனக்குப் பொய்கள் சொல்ல என் அம்மா ஒருத்திதான்."

"அப்படியா?"

"என் அப்பா யாரென்று எனக்குத் தெரியாது."

பதினான்கு

ஏப்ரல் 27, 1974

ஐந்தரை மணிக்கு அலாரம் கடிகாரம் அதிர்ந்தது. சொகுசுகளற்ற சாதாரணமான கடிகாரம். அதன் முகத்திற் கிருந்த பிளாஸ்டிக் கண்ணாடி பல இடங்களில் சொர சொரவென்றிருந்தது. அதன் மேலிருந்த ஒரு பொத்தானைத் தேடிப் பிடித்து அழுத்தித் தகரத்தாலான அதன் கூடை உள்ளிருந்து தாக்கிக் கொண்டிருந்த சிறு குண்டாந்தடியை நிறுத்த ஒரு நிமிஷத்திற்கும் மேலாயிற்று. முந்தின தினம் நான் அதைப் பொருத்தி வைத்ததற்கிணங்கத்தான் அது செயல்பட்டிருந்தது. அதைப் போய் நடுவில் அடக்கி மௌனமாக்குவது அடாத செயலாகப்பட்டது. அதனிடம் மன்னிப்புக் கோர முடியுமானால் நன்றாக இருக்கும். நான் வருந்துவதை அதற்கு எப்படி உணர்த்துவது? ஐந்தரை மணிக்கு என்னை எழுப்பிவிடத் தேவையில்லை என்று அது அறிந்திருக்க முடியாது. நான் இரவு முழுக்கத் தூங்க வில்லை.

என் பொருள்கள் தாறுமாறாகத் தரையில் இறைந்து கிடந்தன. துணிமணிகள், காகிதங்கள், மாதக் கணக்கில் ஓரிடத்தில் வசிக்க நேர்ந்தால் சேர்ந்துவிடும் எண்ணற்ற பொருள்கள். இவற்றைக் கால்படாமல் தவிர்த்து ஜன்னலை அடைந்தேன். ஜன்னலின் இரு கண்ணாடிக் கதவுகளையும் அகட்டிவிட்டு ஜன்னல் வலையில் என் முகத்தை அழுத் தியபடி நின்றேன். இனங்கூற முடியாத மங்கல் நிறமொன்று

வானத்தில் மேலெழும்பிப் பரவிக்கொண்டிருந்தது. இன்னும் பொழுது விடியவில்லை. ஆனால் விரைவிலேயே விடிந்து விடும்.

பறவைகள் ஒன்றும் அந்நேரத்தில் கண்ணில் படவில்லை. ஆனால் அவற்றின் கூவலைக் கேட்க முடிந்தது. நெடுங்காலப் பழக்கம் காரணமாகப் பார்த்த அல்லது கேட்ட மாத்திரத்தில நான் அறியக்கூடும் பறவைகளல்ல அவை. சில மாதங்களே அவற்றைக் கேட்டிருக்கிறேன். ஓரிடத்தின் உயிரினங்களை அறியச் சில மாதங்கள் போதுமா? ஒருவேளை போதுமோ என்னவோ, நான் அப்பறவைகளின் பெயர்களை அறிய முயன்றதில்லை. ஆனால் நிறையக் கூர்ந்து கேட்டிருக்கிறேன். அவை என்ன சொல்ல முயல்கின்றன என்றுகூட அவ்வப் போது தெரிய வருவதாகத் தோன்றிற்று. சிரிப்பும் கும்மாள மும்தான். அவற்றின் கூவலை அவ்வளவு எளிதாகக் கூற முடியுமா? வேடிக்கையும் விஷமமும் சீண்டலும் வம்பும் கொஞ்சம் கிண்டல்கூட அல்லவா இருக்கின்றன! பறவை களுக்கு நன்றாகப் பேசத் தெரியும்; அதுவும் காலை நேரங் களில்.

நீண்ட சுவாசம் எடுத்து நான் ஜன்னலிலிருந்து திரும் பினேன். அன்று வெயிலாகத்தான் இருக்கப் போகிறது. ஒரு வார காலமாக வெப்பம் அதிகரித்தபடியே இருந்தது. திடீ ரென்று இரு நாட்களுக்கு முன்பு உறைபனி பெய்திருந்தது. ஆனால் பனி குவிந்துபோய்க் கட்டியாக மாறுமளவுக்குப் பெய்யவில்லை. அன்றைக்குப்பின் குளிரும் குறைய ஆரம்பித் திருந்தது. இந்த உறைபனிக் குளிப்பாட்டலில் இளங்கோடை வண்ணங்கள் இன்னும் தெளிவாகவும் பிரகாசமாகவும் பளிச் சிட்டன. மனிதர்களும் தாவரங்களும் ஒன்றுசேர்ந்து குளிர் காலத்தின் கருமைப் போர்வையை அகற்றிவிட்டிருந்தனர்.

என் சமையலறையும் விசித்திரக் குழப்பமாக இருந்தது. இடத்தையே காலி செய்வதால் அடுப்பையும் கழுவும் தொட்டி யையும் மேஜையையும் சுத்தம் செய்திருந்ததில் அவை புதுமை திரும்பப் பெற்றுப் பளபளத்தன. இரவில் ரெப்ரிஜரேட்டர் மின் இணைப்பை விலக்குவதற்கு முன்னர் அலமாரித் தட்டு களையும் ஐஸ் பெட்டியையும் துடைத்துவைத்திருந்தேன். சிறிது பால் மட்டும் வைத்திருந்தேன், கடைசி கப் காப்பிக்காக.

ஆறேமுக்காலுக்கு வபின்ஸ்கி அறைக்கு நான் போன் செய்வதாயிருந்தது. (போலந்து நாட்டு இலக்கிய ஆராய்ச்சி யாளர், விமரிசகர்.) ஆனால் அவனே ஆறரை மணிக்கு போன் செய்தான். "டக்கரயான்?" என்றான். எனக்கும் அவனுடைய பெயரை உச்சரிப்பது சிரமம்தான். "வபின்ஸ்கி,"

என்றேன். "இப்போது வரலாமா?" என்று கேட்டான். அவன் கேட்கவேண்டியதே இல்லை. அவன் போனைத் திரும்பக் கொக்கியில் வைக்கும்வரை காத்திருந்து என் போனை வைத்தேன்.

○

அந்தக் குளியலறையில் கடைசி முறையாக க்ஷவரம் செய்து கொண்டேன். நான் அயோவா சிடியில் இருந்த நாட்களில் ஒவ்வொரு காலையும் அந்த வாஷ் பேசின் முன் நின்றிருக் கிறேன். என் முகத்தில் தோன்றி மறையும் ரோமங்களை நான் பரிசீலிப்பதை இருநூறு நாட்கள் அக்கண்ணாடி பார்த் திருக்கிறது. தலை வாரும்போது ஒவ்வொரு நாளும் சீப்புடன் கத்தை மயிர் கொட்டாமல் இருந்ததில்லை. என் தலையில் இன்னும் முடியென்று சிறிது இருப்பதே ஆச்சரியம்தான். இன்று தலை வாரினேன். இன்றும் ஒரு கொத்து மயிர். என் ரேஸர், சீப்பு முதலியவற்றைச் சேகரித்து மற்ற துணிமணி சாமான்களுடன் வைத்துக்கொண்டேன். இன்னும் இரண்டு மணி நேரத்தில் என்றென்றுமாக அந்த இடத்தை விட்டுப் போகப்போகிறேன்; ஆனால் இதுவரை சாமான்களைக்கூட ஒழுங்காக எடுத்துவைத்துக்கொள்ளவில்லை.

வபின்ஸ்கி வந்தான். கூடவே யுகாந்தா எழுத்தாளர் பீடர் நஸரத்தின் மனைவி மேரியும், தைவான் கவிஞன் யீயும் வந்தார்கள். யீயின் கண்கள் திடீரென்று சீனருக்குரிய இடுக் கலை இழந்ததுபோலிருந்தது. நாங்கள் ஒன்றும் பேசவில்லை. என் அலமாரித் தட்டுகளை நான் காலி செய்ய, அவர்கள் மூவரும் என் பொருள்களை ஸூட்கேஸ்களில் அடுக்கி வைத் தார்கள்.

மேரி மட்டுந்தான் அந்தக் கணத்தின் இறுக்கத்தால் அதிகம் செயலிழக்காதவளாக நடந்துகொண்டாள். தன் மென்மையை இழக்காமல் அவளால் அந்தந்த நேரக் கடமை களை ஒழுங்காகச் செய்து முடிக்க இயன்றது. அவள் பிரயா ணங்களுக்காகப் பல முறை சாமான்கள் எடுத்துவைத்திருக் கிறாள். கொடூரமான பரபரப்பில் அடிக்கடி, யுகாந்தாவில், இங்கிலாந்தில், கனடாவில். இப்போது அவளும் பீட்டரும் குழந்தைகளும் அயோவா சிடியில் இருந்தார்கள். நிகழ்கால வரலாற்று நிகழ்வுகளால் அவர்கள் திடீர் திடீரென்று வீடும் நாடும் பெயர்ந்து அவதியுறுவதை அவர்கள் வெளிக்காட்டிக் கொண்டதில்லை. பீட்டர் மட்டும் ஒரு முறை என்னிடம் கூறியிருக்கிறான்: "நீ திரும்பிப் போக வீடு இருக்கிறது. நாடு இருக்கிறது. எனக்கென்ன இருக்கிறது?" அவன் எப்போதும்

யுகாந்தா பற்றிப் பேசினான். யுகாந்தா பற்றி எழுதினான். அவனிடம் யுகாந்தா நிறைந்திருந்தது – அவன் இனிமேல் என்றென்றும் தன்னுடையது என்று உரிமை கொண்டாட முடியாத யுகாந்தா.

'நான் வரச் சில நிமிடங்கள் தாமதமானால் பயந்து விடாதே, நான் நிச்சயம் வந்துவிடுவேன்' என்று பர்ட் கூறியிருந்தான்: பர்ட் சம்பந்தப்பட்ட எதிலும் யாரும் பயந்த தில்லை. அவ்விதத்தில் அவன் கவிஞன் என அறியப்படுவதற்கு மாற்றாக இருந்தான். அவன் எழுதுவதும் மாறுபட்ட கவிதை தான். அவன் ஜான் பிரௌன் பற்றி நிறையச் சிந்தித்து வைத் திருந்தான். நூறாண்டுகளுக்கு முன்னால் வாழ்ந்த ஒரு ரெயில்வே இஞ்சினியர் பற்றி எழுதினான். அவனுடைய பக்கத்து வீட்டிலுள்ள வெள்ளாட்டு மந்தையை அபூர்வ லயிப்போடு கவனித்து வருவான். அவ்வப்போது அவை மயிர் நீங்கிக் காட்சியளிக்கும்போது மிகுந்த பரபரப்படை வான். அவன் சில நிமிடங்கள் தாமதமாகக்கூடும். ஆனால் காரியம் கெட்டுவிடுமாறு ஒருபோதும் விடமாட்டான்.

இப்போது நான் இந்தியா கொண்டுபோக வேண்டியவை எல்லாவற்றையும் எடுத்து வைத்தாகிவிட்டது. நான் எடுத்துப் போகாதவையும் இருந்தன. "மேரி, நீ இவற்றை . . ." நான் சொல்லத் தொடங்கினேன். அதற்கு அவசியமே இல்லை. என்ன செய்ய வேண்டும் என்று அவளுக்கே தெரியும். துணி மணிகள் தர்ம ஸ்தாபனங்களாகிய ஸால்வேஷன் ஆர்மி அல்லது குட்வில் இண்டஸ்ட்ரீஸுக்கு. பாத்திரங்கள் முதலி யன யாருக்குத் தேவையோ அவர்களுக்கு. மற்றதை 'ஷூட்' வழியாகக் குப்பைத்தொட்டியில். அயோவா சிடியில் குப் பையை உரிய இடத்தில் சேர்ப்பிப்பதில் கவனக்குறைவே கூடாது. அமெரிக்கா முழுதுமே 'குப்பை போடாதே, குப்பை போடாதே.'

பர்ட் வந்தான். "ஆச்சு," என்றான். அவன் தாமதம் செய்ததற்குப் பரிகாரம் போல என் சூட்கேஸ்களில் மிகவும் பளுவானதை எடுத்துக்கொண்டான். வபின்ஸ்கியும் யீயும் மற்றதைத் தூக்கிக்கொண்டு அறையை விட்டு வெளியேறி னார்கள். நானும் சில நிமிடங்களில் அவர்களைப் பின் தொடர்ந்தபோது அவர்கள் லிஃப்ட் கிடைத்துக் கீழே போயி ருந்தார்கள். எட்டாவது மாடியில் வசிப்பதில் லிஃப்டுகள் பற்றி ஓர் அபூர்வ நுண்ணுணர்வு ஏற்பட்டுவிடும். இரு லிஃப்டு கதவுகள் இருந்தன – எது திறந்து கொள்ளும்? வலது புறமிருப்பதா, இடதிலிருப்பதா? லிஃப்டை அழைத்துப் பொத் தானை அமுக்கியவுடனே லிஃப்டுகளை இயக்கும் மோட்டார்

ஹுமெ்மென விழித்துக்கொள்ளும். லிஃப்ட் நேராக மேலே வந்துவிடுமா அல்லது நடுவில் வேறு மாடிகளில் இருப்பவர் களுக்காக நின்றுவிட்டு வருமா? கடைசி மாடியில் இருப் பதால் என் வரை எல்லாமே கீழே இறங்குதல்தான். ஆனால் மற்ற மாடிகளில் இருப்பவர்கள் எவ்வளவு முறை கீழே இறங்குவதாக நினைத்து மேலே செல்லும் லிஃப்டில் ஏறியிருக் கிறார்கள்? இது சில நேரங்களில் தமாஷ்தான். ஆனால் சில நேரங்களில் இல்லை.

கீழே லவுஞ்சில் போலந்து நாட்டு நாடகாசிரியர் டிமொ தியஸும் அவன் மனைவி மரியாவும் காத்திருப்பார்களென்று தெரியும். ஆனால் கஜுகோவும் இருந்தாள். யாசிக்கும்தான். இன்னும் ஓரிரண்டு நாளில் அவர்கள் எல்லாருமே அவரவர் ஊருக்குத் திரும்பப் போகிறவர்கள். ஆனால் அவ்வளவு அதிகாலையில் என்னை வழியனுப்பக் குழுமியிருந்தார்கள். ஏதோ நான் மட்டுமே போய்விடுபவன் போல.

“அவ்வளவுதான்,” என்று சொல்லியபடியே மகிழ்ச்சியாக இருப்பதுபோலச் சிரித்தேன்.

கஜுகோ என்னைக் கட்டிக்கொண்டாள். விசித்திரப் பிறவி. அவளால் யாரையும் நேருக்குநேர் கண் கொட்டாமல் பார்க்க முடியும். ஓவியம் போன்ற அவளுடைய ஜப்பானிய முகத்தைப் பார்க்கையில் அந்த அழகிய தலையினுள்ளே என்னதான் நிகழ்கிறது என்று கூற முடியாது. மணிக்கணக்கில் அவள் பேசக் கேட்டிருக்கிறேன். எவ்வளவோ நாட்கள் எனக் காகச் சைவ உணவு சமைத்துப்போட்டிருக்கிறாள்! ஆனால் அவள் முகத்தில் எந்தக் குறிப்பிட்ட உணர்ச்சியும் நான் கண்ட நினைவே இல்லை. அவள் புத்தர் பற்றி எழுதினாள். ஹோமோசெக்ஷுவல்கள் பற்றியும் எழுதினாள். அவள் நிகழ்த்திய கவிதை வாசிப்புகள் அண்டர்கிரவுண்டு சினிமா போல இருக்கும் – அந்த வண்ணங்கள், இசை, சொற்கள், அவள் முகத்தோற்றத்தின் மாற்றுலக பாவம், எல்லாவற்றுக்கும் மேலாக அவள் குரல். “என் டோக்கியோ . . .” அவள் அப் போதே ஒரு எரிமலை போலிருப்பாள். தீர்க்கமாக, சுந்தரமாக, மர்மம் பொருந்தியவளாக, அச்சம் தோற்றுவிப்பவளாக.

“இப்போதே நான் உன்னைக் கட்டித்தழுவிக்கொள்ள வேண்டியதில்லை,” என்று யாட்சிக் சொன்னான், “நான் ஏர்போர்ட் வரை வருகிறேன்.” அவன் ஒரு கருத்தரங்குக்குப் போகிறவன் போல உடை உடுத்தியிருந்தான். வழக்கமான, அப்பழுக்கற்ற சூட், டை. அசலான பிரிட்டிஷ்காரன் போல அவன் ஆங்கிலத்தை அற்புதமான உச்சரிப்புடன் பேசினான் – போலந்துக்காரனாயிருந்தும்கூட.

இவனா முப்பதாண்டுகளுக்கு முன்பு போலந்துக் காடுகளில் நாஜிப் படைகளுக்கு ஓயாத தொல்லை கொடுத்த புரட்சியாளன் எனத் தோன்றும்படி டிமொதியஸ் இன்று காட்சியளித்தான். "இந்தியா போயடைந்ததும் கடிதம் போடு. உன் அன்புக்குரியவர்களைப் பத்திரமாகக் கண்டாயா என்று உடனே எழுது." இதெல்லாம் அவன் சொல்வதாக இல்லை என்று அவனுக்குத் தெரியும். அது எனக்குத் தெரியும் என்றும் அவனுக்குத் தெரியும். ஆனால் எல்லாரையும் போல அவனும் அந்நேரத்தில் பொருத்தமான சொற்கள் தோன்றாமல் நெகிழ்ந்திருந்தான். அவனும் ஒரு புது இடம் தேடுபவன். தினமும் அபாயகரமான கடற்பயணம் மேற்கொண்டு நேரே புயலின் மையத்தில் சிக்கிக்கொள்பவன் போன்ற அவன் முகம். ஒருவிதத்தில் அது உண்மைதானோ? அவனுடைய மிகச் சிறந்த படைப்புகளைப் புயல்கள் என யாரோ கருதுவதாலல்லவா அவை தடை செய்யப்பட்டு அமுக்கிவைக்கப்பட்டிருக்கின்றன? 'என்னிடம் ஓர் அழகான கத்திக் குவியல் இருக்கிறது.' 'சின்னப் பெண்.'

நாங்கள் இப்போது மேஃபிளவர் கட்டடத்திற்கு எதிரே திறந்த வெளியில் இருந்தோம். கைக்குலுக்கல், கட்டித்தழுவல், முத்தங்கள். கார் நிறுத்தி வைக்கப்பட்டிருந்த இடத்தில் நடைபாதை மிகச் சில அங்குலங்களாகக் குறுகியிருந்ததால் நாங்கள் எல்லாரும் ஒரு சங்கடமான வரிசையில் நின்றுகொண்டிருந்தோம். யீ ஒரு வார்த்தைகூடப் பேசவில்லை. வபின்ஸ்கியும்தான். அவர்கள் இருவரும் காரில் ஏறிக்கொண்டு எனக்காகக் கதவைத் திறந்துவைத்தவண்ணமிருந்தார்கள். என்னை வழியனுப்ப அவர்கள் ஏர்போர்ட் வரை வருவது பொருத்தமானதாகவே பட்டது. பர்ட் கார் இஞ்சினைக் கிளப்பினான். நான் விமானமேற சீக்கிரமே அங்கிருந்து என்னை அவன் அழைத்துப்போக வேண்டும். இருந்தும் அவனும் இனிதான தயக்கம் கொண்டவனாக இருந்தான். அன்றைய காலைப்பொழுது மிக அழகானதாக இருந்தது. நாங்கள் எல்லாரும் சிறிது நேரம் மௌனமாயும் அசைவற்றும் இருந்தோம். பிறகு நான் காரில் ஏறிக்கொண்டேன். நான் சரியாக உட்கார்ந்தவுடன் யாட்சிக்கும் தன்னைக் குறுக்கிக்கொண்டு என் பக்கத்தில் உட்கார்ந்துகொண்டு காரின் கதவைச் சாத்தினான். நடைபாதையில் வரிசையாக நின்ற அந்தப் பத்துப் பதினைந்து பேர்களுடைய முகங்களையும் கடைசி முறையாகப் பார்த்தேன். நன்கு பழகிப்போன முகங்கள்; எவ்வளவோ உற்சாகமும் நம்பிக்கையும் பகிர்ந்துகொள்ளுதலும் நினைவூட்டும் முகங்கள்; எனக்கு இனிமேல்

பார்க்கக் கிடைக்காத முகங்கள். நான் இனிமேல் அவர்களைப் பார்க்க முடியாமல் போகும், என்றென்றுமாக.

டிபூக் தெருவைக் கடக்கச் சில விநாடிகளே பர்ட் எடுத்துக்கொண்டான். சீக்கிரமே நாங்கள் சீடர் ராபிட்ஸ் விமான நிலையம் செல்லும் நெடுஞ்சாலையில் விரைந்து கொண்டிருந்தோம்.

J